గ్రంథకర్త యొక్క గురుదేవులు

పరమపూజ్య శ్రీ స్వామి సహజానంద తీర్థుల వారు

2009 వ సంవత్సరంలో ఆయన 85 ఏళ్ళ వయస్సులో తీసిన చిత్రం

పరాశక్తి

పరాశక్తి

కుండలినీ శక్తి జాగృతిలో నా అనుభవాలు

లెఫ్టినెంట్ కల్నల్ టి. శ్రీనివాసులు

CINNAMONTEAL
PUBLISHING

First published in India in 2015 by CinnamonTeal Publishing

Copyright © 2015 T Sreenivasulu

ISBN (Paperback): 978–93–85523–10–6

ISBN (Hardback): 978–93–85523–11–3

This book is also available in ebook formats.

ISBN (EPUB): 978–93–85523–12–0

ISBN (MOBI): 978–93–85523–13–7

ISBN (PDF): 978–93–85523–14–4

Available on www.dogearsetc.com and other online stores.

Cover Design: CinnamonTeal Publishing

Ebook development: CinnamonTeal Publishing

CinnamonTeal Publishing,
Plot No 16, Housing Board Colony
Gogol, Margao
Goa 403601 India
www.cinnamonteal.in

విషయసూచిక

---✦---

విశ్వశక్తి అయిన మహామాయకు గ్రంథకర్త ప్రణామములు

నా భ్రమ ఈ శక్తి ! నా మేధస్సు ఈ శక్తి !
నా అహం ఈ శక్తి ! నా మనస్సు ఈ శక్తి !
నా శరీరం ఈ శక్తి ! నా ప్రేమ ఈ శక్తి !
నా క్రోధం ఈ శక్తి ! నా ఆనందం ఈ శక్తి !

నా కామం ఈ శక్తి ! నా లోభిత్వం ఈ శక్తి !
నా శ్వాస ఈ శక్తి ! నా ప్రాణం ఈ శక్తి !
నా జీవితం ఈ శక్తి ! నా స్వప్నం ఈ శక్తి !
నా నిద్ర ఈ శక్తి ! నా వినయం ఈ శక్తి !

అంతరిక్షం ఈ శక్తి ! సమయం ఈ శక్తి !
ఈ మహాశక్తికి నా ప్రణామములు !

సంపూర్ణ సత్యం ఈ శక్తి !
సంపూర్ణ చేతన ఈ శక్తి !
సంపూర్ణ ఆనందం ఈ శక్తి !

అర్థం కానిది ఈ శక్తి !
అనంతమైనది ఈ శక్తి ! ఇదే కుండలినీ శక్తి !
దేవతలకు సైతం అర్థంగాని అనంతశక్తి !

———◆◆◆———

అంకితం

ఏడువందల సంవత్సరాల క్రితం కాశ్మీర్ లోయలోని శ్రీనగర్ పట్టణ వీథులలో అర్థనగ్నంగా నడయాడిన ఆ మహిళకు నా ప్రణామములు! శైవసిద్ధాంతానికి పుట్టినిల్లయిన ఆ కాశ్మీర్ లోయనుండి ఉద్భవించిన ఆ మహా జ్ఞానికి నా ప్రణామములు ! ఆ దేవి కేవలం తమ మతానికి చెందినదని, కావున ఆమె మృతదేహానికి తామే దహన సంస్కారాలు జరిపించాల్సిన అవసరం ఉన్నదని, వాగ్వివాదానికి దిగిన మతఛాందసుల మధ్యనుండి తన మృతదేహాన్ని అదృశ్యం గావించిన ఆ మహాభిక్షుకురాలికి నా ప్రణామములు ! స్త్రీత్వానికి మకుటాయమానమైన ఆమెకు నా ప్రణామములు ! లల్లేశ్వరి, లల్లా, లాల్ డేడ్ అను పేర్లతో పిలవబడుచున్న ఆ మహాయోగినికి నేను నమ్రతమస్తకుడనై నమస్కరిస్తూ ఆ మహాదేవికి ఈ గ్రంథాన్ని వినయపూర్వకంగా అంకిత మిస్తున్నాను.

కృతజ్ఞతలు

నా చిన్ననాటి స్నేహితుడు అయిన డాక్టర్ వి.వి.ఎస్.ఎస్. చంద్రశేఖరం, అతని భార్య శ్రీమతి వి. రాజేశ్వరి గార్లకు నేను ఆజన్మాంతం ఋణపడి ఉంటాను. వారి ఇంట్లో నేను ఈ యోగాభ్యాసానికి శ్రీకారం చుట్టాను.

నా గురుదేవులు అయిన పరమపూజ్య శ్రీ స్వామి సహజానంద తీర్థుల వారి ఆశీర్వాదములు లేకపోతే నేను ఈ గ్రంథాన్ని వ్రాసి ఉండేవాడినే కాదు. ఆయన నిరంతరం నా ఈ గ్రంథప్రతులను పర్యవేక్షిస్తూ, నేను ఈ గ్రంథంలో యోగసిద్ధాంతాన్ని విడనాడి వ్రాయకుండా కాపాడుతూ వచ్చారు. ఆయనకు కృతజ్ఞతా సుమాంజలి.

నా రచనా తొలిప్రాయంలో ఈ గ్రంథ వ్రాతప్రతులను ఎడిటింగ్ చేసి, యోగదృష్టితో విషయాలను విశ్లేషణ చేసిన నా సహచర యోగాభ్యాసకులు అయిన శ్రీ కమల్ కుమార్, శ్రీ రవి కౌశిక్ మరియు శ్రీ అజయ్ హమ్‌సాగర్ గారికి నా కృతజ్ఞతలు.

నిర్దిష్టమైన ఎడిటింగ్‌తో, పేజీల కూర్పుతో, బాహ్యంగా మరియు అంతరంలోనూ ఎలాంటి పొరబాట్లు లేకుండా ముఖపత్రాన్ని కూడా ఎంతో అందంగా తీర్చిదిద్ది, ఈ గ్రంథాన్ని సర్వాంగ సుందరంగా ముద్రించి ఇచ్చిన ప్రకాశకులకు నా హృదయాంజలి.

నా ఈ గ్రంథాన్ని ప్రచురించడానికి భారత ప్రభుత్వము తరుపున అవసరమైన అనుమతి ఇచ్చి నాకు సహకరించిన 'డైరెక్టరేట్ ఆఫ్ మిలటరీ ఇంటెలిజెన్స్' (ఇండియన్ ఆర్మీ) వారికి నేను ఎంతో నమ్రతతో కృతజ్ఞతలు తెలియజేసుకుంటున్నాను.

చివరిగా నా ఈ ఆంగ్ల గ్రంథాన్ని తెలుగు భాషలోకి అనువాదం చేయడంలో నాకెంతో సహకరించిన శ్రీ బూర్గుల శ్రీనాథ శర్మగారికి నా కృతజ్ఞతలు.

– లెఫ్టినెంట్ కల్నల్ టి. శ్రీనివాసులు

పరమపూజ్య శ్రీ స్వామి సహజానంద తీర్థుల వారి దివ్యాశీస్సులు

ప్రతి మనిషి తాను సృష్టికర్తను చేరుకోవడానికి తనదంటూ ఒక విశిష్టమైన ప్రత్యేకమైన మార్గాన్ని ఎంచుకుంటాడు. ఏ వ్యక్తి ఏ మార్గాన్ని ఎంచుకుంటాడో ఆ మార్గంలోనే ఆ వ్యక్తికి పరమేశ్వరుడు తన ఆశీస్సులను వెదజల్లుతాడు.

మనుష్యులలో భౌతిక ప్రపంచానికి చెందిన లౌకికజ్ఞానం రకరకాలుగా ఉంటున్న కారణంచేత భగవంతుణ్ణి గురించిన భావన కూడా రకరకాలుగా ఉంటుంది. ప్రతి మనిషికీ భగవంతుణ్ణి గురించి తనదంటూ ఒక ప్రత్యేకమైన భావన ఉంటుంది. ఈ విషయాన్ని పాఠకులకు అర్థమయ్యేలా వివరించడానికి నేను కొన్ని ఉదాహరణలు ఇస్తాను. మనిషి భగవంతుణ్ణి తన ప్రియునిగానో, స్నేహితునిగానో, తండ్రిగానో, తల్లిగానో, కుమారునిగానో, కుమార్తెగానో ఊహించుకొని పూజిస్తాడు లేదా భగవంతునికి మరేదయినా ఇతర లౌకిక సంబంధాన్ని ఆపాదించి పూజిస్తాడు. మహాభారతంలో ఇలాంటి ఉదాహరణలు ఎన్నో మనకు కనిపిస్తాయి. భగవంతుడైన శ్రీకృష్ణపరమాత్ముని ఎన్నోరకాలుగా భక్తులు పూజించిన సంగతి పాఠకులందరికీ తెలిసినదే.

ఇదే విధంగా ఈ భావనని రకరకాలైన ఇతర మానవసంబంధాలకు కూడా ఆపాదించవచ్చును. ఉదాహరణకు ఒక మనిషి భగవంతుణ్ణి తన యొక్క శత్రువుగా ఊహించి, యుద్ధభూమిలో భగవంతునిపై విజయం సాధించాలనుకుంటాడు. భాగవతంలోని కంసుడు, శిశుపాలుడు మొదలైనవారు ఈ కోవకు చెందినవారే. ఇది కాక దీనికి విరుద్ధంగా భగవంతుడిని ఒక గొప్ప యుద్ధనీతిపరునిగా ఊహించి, ఒక సేనానాయకుని రూపంలో కూడా ఊహించి పూజించడం జరుగుతుంది. ఎంతటి బలవంతుడైన శత్రువుని అయినా అవలీలగా ఓడించగల గొప్ప వీరునిగా భగవంతుణ్ణి ఊహించుకొని పూజించడం కూడా జరుగుతుంది. రామాయణంలో సుగ్రీవుడు శ్రీరాముణ్ణి పూజించిన విధానం

ఇటువంటిదేనని చెప్పవచ్చును.

ఇదేవిధంగా ఒక మనిషి భగవంతుణ్ణి బ్రహ్మజ్ఞానం ప్రసాదించగల ఒక గురుదేవునిగా కూడా ఊహించడం జరుగుతుంది. మరికొన్ని సందర్భాలలో భగవంతుణ్ణి ఒక అందమైన మరియు అన్ని శక్తిసామర్థ్యాలు కలిగిన యువకుని గానో లేదా ప్రేమను పంచే తల్లిగానో, తండ్రిగానో లేదా తోబుట్టువుగానో ఊహించడం జరుగుతుంది. ఇంతవరకూ నేను చెప్పినవి కేవలం కొన్ని ఉదాహరణలు మాత్రమే. ఇలాగే ఇంకా ఎన్నో విధాలుగా భగవంతుణ్ణి పూజించడం జరుగుతుంది.

ప్రస్తుతం భూమిమీద వందల కోట్ల సంఖ్యలో మనుష్యులు జీవిస్తున్నారు. వందల కోట్లమంది గతించిపోయారు మరియు వందల కోట్లమంది జన్మించనున్నారు. ఈ వందల కోట్లమంది మనుష్యులలో భగవంతుణ్ణి గురించి ప్రతిమనిషికి ఉన్న భావన వేరువేరుగా ఉంటుంది. ఏ మనిషిలో భగవంతుణ్ణి గురించిన భావన ఏ విధంగా ఉంటుందో అదేరీతిలో భగవంతుడు ఆ మనిషికి తన ఆశీర్వాదాన్ని వెదజల్లుతాడు. భగవంతుని ఆశీస్సులను అందుకొన్న మరుక్షణం నుండి ఆ వ్యక్తి యొక్క చిత్తం లేదా మనస్సు నిర్మలమవడం ప్రారంభమవుతుంది మరియు ఆ మనిషి తన అంతరంలోనే ఆనందాన్ని అనుభవించడం ప్రారంభిస్తాడు. ఏ మనిషిలో చిత్తం నిర్మలమవడం ప్రారంభమవుతుందో, అపుడు అంతరంలో విరాజమానమైయున్న ఆత్మ లేదా పరబ్రహ్మానికి ఆ నిర్మలమైన చిత్తంలో తన నిజస్వరూపం లేదా తన గురించిన అసలు సత్యం గోచరించడం మొదలవుతుంది. నిర్మలమైన ఈ చిత్తావస్థ అన్ని యోగమార్గాల యొక్క చివరిగమ్యం. ఇక్కడి నుండి జీవుడి కైవల్యయాత్ర మొదలవుతుంది. జీవుడు పరమాత్మలో కలిసిపోవడానికి జరిగే ఆఖరి ప్రయాణం ఇక్కడినుండే మొదలవుతుంది. అసలు యోగము అనే ప్రక్రియ ఇక్కడినుండే మొదలవుతుంది. అన్ని యోగశాస్త్రాల ప్రక్రియలు కేవలం చిత్తాన్ని నిర్మలం చేయడం వరకే ఉన్నాయి. అయితే చిత్తం నిర్మలమయిన తరువాత జీవాత్మ పరమాత్మలో ఐక్యం చెందడం అనేది కేవలం భగవంతుని అధీనంలో మాత్రమే

ఉంటుంది. కనుక భగవంతునికి ఆత్మసమర్పణం గావించడమే ఆఖరిమార్గం.

ఒక మనిషి తను సృష్టికర్తను చేరుకోవడానికి ఎంచుకునే మార్గం కేవలం గమ్యం చేరుకోవడానికి మాత్రమే ఉపయోగపడే ఒక సాధనా పరికరం లాంటిది. అంతేగాక ఎంచుకున్న మార్గమే సర్వం కాదు. ప్రతి మనిషి తనకంటూ ఒక ప్రత్యేకమైన విశిష్టమార్గాన్ని ఎంచుకుంటాడు కాబట్టి ఆ మార్గంలో ఎదురయ్యే అనుభవాలు కూడా కొన్ని కేవలం ఆ మనిషికి మాత్రమే వర్తిస్తాయి.

అయితే మనిషి అన్నవాడు మానవజాతికి చెందిన కారణం వలన తన తోటి మానవుల మాదిరిగా ఎన్నో లక్షణాలను కలిగి ఉంటాడు. అంటే ఎన్నో లక్షణాలు మానవులలో సామూహికంగా కనిపిస్తాయి. అందువలన ఆ మనిషికి ఆధ్యాత్మిక మార్గంలో ఎదురయ్యే కొన్ని అనుభవాలు ఇతరులకు కూడా ఎదురవుతాయి.

ఆధ్యాత్మిక మార్గంలో ప్రయాణించే మానవులకు ఎదురవుతున్న రకరకాలైన సాధారణ, సామూహిక అనుభవాల ఆధారంగా వివిధ యోగ పద్ధతులు, సిద్ధాంతాలు ఉద్భవించాయి. మానవులలో ఉన్న వివిధ మానసిక స్థితిగతులకు అనుగుణంగా ఈ యోగమార్గాలను మరియు సిద్ధాంతాలను తయారు చేయడం జరిగింది. కనుక ఏ యోగమార్గమైనా, సిద్ధాంతమైనా లేదా మరే ఇతర మతవ్యవస్థ అయినా కేవలం సృష్టికర్తను చేరుకోవడానికి ఉపయోగపడే ఒక పరికరం లేదా వాహనం లాంటిది మాత్రమే అవుతుంది.

మనిషి మనుగడకు ఈ లోకంలో ఒకే కారణం ఉన్నది. అది జీవాత్మను పరమాత్మలో ఐక్యం చేయడానికి మాత్రమే! దీనికి అవసరమైన శారీరక నిర్మాణం సృష్టికర్తే స్వయంగా మానవునికి మాత్రమే ప్రసాదించాడని అన్ని యోగశాస్త్రాలు చెబుతున్నాయి. అంటే ఈ ప్రపంచంలో మరియు విశ్వంలో, ఇతర జీవులలో ఈ రకమైన శారీరక నిర్మాణం జరుగలేదన్నమాట నిర్వివాదాంశం !

ప్రతి మనిషికి ఈ లోకంలో అనుభవమయ్యే జగత్తు కేవలం ఒక మాయ. ఇది ఒక తెరమీద ప్రసారం అవుతున్న చలనచిత్రం వంటిది. ఒక మనిషికి అనుభవమౌతున్నది కేవలం అశాశ్వతమైన భ్రమ మాత్రమే. సమయం గడిచేకొద్దీ

ఈ భ్రమ తొలగిపోతుంది. అయితే దీనికి ఒక గురుదేవుని కృప అవసరం. దీనితోపాటు గురుదేవుని ఆజ్ఞానుసారం యోగాభ్యాసం కూడా చేయాలి. దీర్ఘకాలిక సాధనానంతరం మనిషికి ఈ భ్రమ కొంచెం కొంచెం తొలగిపోవడం ప్రారంభ మౌతుంది. తన యొక్క అసలు స్వరూపం అంతరంలోనే అవగతం అవడం ప్రారంభమౌతుంది. ప్రతి మనిషికి తన చిత్తంలో ఈ ఆత్మసాక్షాత్కారం అనే ప్రక్రియ జరగడం అనేది సాధ్యమైన విషయం. ఆత్మసాక్షాత్కారం జరిగిన తరువాత ప్రతి మనిషి పరబ్రహ్మ స్వరూపాన్ని తెలుసుకుంటాడు.

ఒక్కమాటలో చెప్పాలంటే ప్రతి మనిషి తను ప్రయత్నిస్తే ఈ విశ్వంలో ఉన్న అన్ని రకాల భౌతిక మరియు మానసిక శక్తులను నియంత్రించగలుగుతాడు. అలాగే ఒక మనిషి ఆత్మసాక్షాత్కారం పొందిన తరువాత తను సృష్టికర్తతో అద్వైతాన్ని అనుభూతి చెందుతాడు. అంటే తను సృష్టికర్త నుండి వేరుగా మనుగడ సాగిస్తున్నాను అనే భావన ఉండదు.

ప్రతిమనిషికి ఈ ప్రపంచంలో ఆత్మసాక్షాత్కారం పొందడానికి ప్రయత్నించడం మినహాయింపు చేయడానికి మరేమీ లేదు. అంటే ప్రతి జీవికి బ్రతకడానికి ఒకేఒక కారణం మరియు అవసరం ఉన్నది. అది కేవలం ఆత్మసాక్షాత్కారం పొందడానికి ప్రయత్నించడం మాత్రమే ! దీనికి మినహాయించి జీవితంలో మరేదైనా సాధించాలనుకుంటే అది కేవలం అజ్ఞానం మాత్రమే అవుతుంది. కనుక ఆత్మసాక్షాత్కారం పొందడానికి ప్రయత్నించడం మాత్రమే మానవజీవితానికి ఉన్న ఒకేఒక అర్థం. ఈ ప్రక్రియ మానవ మనుగడలో జరిగే ఒకేఒక విశిష్టమైన ప్రక్రియ. ఇంతకంటే మానవజన్మకు పరమార్థం మరేమీ లేదు. భగవంతుడు ప్రతి మనిషికి ఈ ఆత్మసాక్షాత్కారాన్ని పొందడానికి అవసరమైన శారీరక నిర్మాణం చేయడం జరిగింది. భగవంతుడు తను సృష్టించిన భ్రమపూరితమైన మాయ నుండి బయటపడే మార్గాన్ని ప్రతిమనిషికీ అతని శరీరంలోనే ఇవ్వడం జరిగింది. కనుక మానవ శరీరాన్ని ఒక విశ్వయంత్రం అనవచ్చును లేదా దేవయంత్రం అనవచ్చును.

అయితే ఒక మనిషియొక్క సాధారణ జీవితంలో ప్రాపంచిక సమస్యలు

తీవ్రంగా కుదిపి వేసినప్పుడు తప్ప అంతరంలోనికి దృష్టి ప్రసరింపబడదు. ప్రతి మనిషియొక్క కర్మానుసారం జగత్తే స్వయంగా ప్రాపంచిక సమస్యలను సృష్టించి మనిషియొక్క దృష్టిని తన అంతరంలోనికి మళ్ళిస్తుంది.

కాబట్టి ఆధ్యాత్మిక మార్గంలో ప్రయాణించాలనుకొనే ప్రతి మనిషికి జీవితంలో కొన్ని ప్రాపంచిక సమస్యలను అనుభవించడం తప్పనిసరి అవుతుంది. ఎందుకంటే అప్పుడుకానీ దృష్టి బాహ్యజగత్తు నుండి తొలగి తన అంతరంలోనికి ప్రసరింపబడదు. ఇది ప్రతి మనిషికి ఇష్టంలేని ఒక చేదుప్రక్రియ. ప్రతి మనిషి జీవితంలో ఆనందాన్ని అనుభవిస్తూనే ఆత్మసాక్షాత్కారాన్ని పొందాలనుకుంటాడు.

కాని ఆత్మసాక్షాత్కారమనే ఈ ప్రక్రియ ఎలా మొదలౌతుంది ? ఈ లోకంలో ఒకవైపు ఎలాంటి సమస్యలను పరిష్కరించకుండా ఆనందసాగరంలో మునిగి తేలుతున్నపుడు ఇక దృష్టిని అంతరంవైపు ప్రసరించడానికి ఎవరికైనా అవసరం ఏమి ఉన్నది ? కాబట్టి ఏ మనిషికైనా తన దృష్టిని అంతరం వైపు మళ్ళించడానికి బాహ్యజగత్తులో కొన్ని సమస్యలు జీవితాన్ని కుదిపివేయడం అనేది తప్పనిసరిగా జరుగవలసిన ప్రక్రియ. అపుడే దృష్టి అనేది అంతరం వైపునకు మరలుతుంది. లేనిచో ఎన్ని శాస్త్రాలు అధ్యయనం చేసినా, ఎన్ని ప్రవచనాలు విన్నా లేదా ఎంత మానసిక తర్కం చేసినా ఈ దృష్టి శాశ్వతంగా అంతరం వైపునకు మరలటం అనేది జరుగదు. ఇది ఒక చేదుగుళికను మింగడం వంటిది. అపుడే మనిషిలో ఉన్న అజ్ఞానం అనే వ్యాధి నయం అవటం మొదలవుతుంది. తన అంతరం వైపు దృష్టి మరలిన మరుక్షణం నుండి ఈ వ్యాధి నయం అవటం ప్రారంభమౌతుంది. ఆత్మసాక్షాత్కారం అనే దైవికమైన ప్రక్రియ మొదలౌతుంది.

ఏ మనిషి అయితే ఈ చేదుగుళికల వంటి అమృతాన్ని సేవించగలడో ఆ మనిషికి భగవంతుని కృప లభించినట్లు అవుతుంది. లోకం దృష్టిలో ఒక మనిషి జీవితంలో ఏమీ సాధించలేనపుడు ఓడిపోయిన వ్యక్తిగా పరిగణింపబడతాడు. ఇది ఆర్థికంగా, వృత్తిరీత్యా లేదా మరేవిధంగానైనా జరుగవచ్చును. జీవితంలో ఓడిపోయిన కారణంగా ఆ మనిషి యొక్క ఆత్మవిశ్వాసం కూడా దెబ్బతింటుంది. ఇది కాకుండా ఆ మనిషికి ఇతరసమస్యలు కూడా ఎదురు కావచ్చును. తన

జీవితంలో ప్రియమైన వ్యక్తులను ఎవరినైనా పోగొట్టుకొనవచ్చును లేదా ఇంకా వివిధ రకములైన సమస్యలను ఎదుర్కొనవచ్చును. ఇలాంటి వాటిని అన్నింటినీ జీవితంలో చేదుగుళికలుగా పరిగణన లోనికి తీసుకొనవచ్చును.

అయితే ఇలాంటి సమయంలోనే తనదృష్టిని అంతరం వైపునకు మళ్ళించ గలిగితే అపుడు ఆ మనిషి తన జీవితాన్ని సరైన దిశలో మళ్ళించాడనవచ్చును. అంటే మరలా ప్రాపంచిక వ్యవహారంలో విజయం సాధించడానికి ప్రయత్నించడం కాదు. తను జీవితంలో ఓడిపోవడానికి గల కారణాలను వెదుక్కొని మరలా ఈ భ్రమపూరితమైన జీవితంలో ఆర్థికంగానో లేదా వృత్తిరీత్యా విజయం సాధించడానికి ప్రయత్నించడం కాదు. అలా అయితే దృష్టి అంతరం వైపునకు మరలనట్లే అవుతుంది. దృష్టి అంతరంలో ఉన్న ఆత్మ వైపు మరలటం జరగాలి. ఆత్మసాక్షాత్కారాన్ని పొందిన తరువాత మనిషి ఈ భ్రమపూరితమైన జగత్తులో అన్ని భౌతిక మరియు మానసిక శక్తులను నియంత్రించగలుగుతాడు. దీనివలన ఇంతవరకు చేదుగుళికలైన ప్రాపంచిక సమస్యలు ఆ మనిషికి అర్థం లేనివిగా గోచరిస్తాయి. అంతేకాక ఒకప్పటి ఆ చేదుగుళికలే ఆ మనిషి యొక్క ఉన్నతికి కారణంగా కనిపిస్తాయి. కాబట్టి ఏ మనిషి అయితే తన లౌకిక ఓటమిని ఒక మహావిజయంగా మార్చుకొనగలుగుతాడో, ఆ వ్యక్తిని భగవంతుని అనుగ్రహం పొందిన వ్యక్తిగా చెప్పవచ్చును.

ఈ అనుభవాన్ని ఈ ప్రపంచంలో ప్రతి మాతృమూర్తి పొందుతుంది. తన సంతానానికి అనారోగ్యం కలిగినపుడు ఆ అనారోగ్యం నిర్మూలం కావడానికి పిల్లవాడు ఏడుస్తున్నా సరే ఆ చేదుమాత్రలను మింగిస్తుంది. అయితే ఆ చేదుగుళికలకు కొంత తీపిపదార్థాన్ని అద్దవలసిన అవసరం ఉన్నది. లేకపోతే ఆ చేదును భరించలేక పిల్లవాడు మాత్రను మింగడానికి ససేమిరా అంటాడు. తీపి పదార్థాన్ని అద్దిన చేదుగుళిక తీయగా ఉండడం వలన లోపల ఏముందో తెలియకుండానే పిల్లవాడు మింగేస్తాడు. సంతోషంగా ఆ అనారోగ్యం తొలగిపోతుంది. ఇదే పద్ధతిని ప్రతి మనసుకు ఆపాదించవచ్చును. ప్రతి మనిషి దైవత్వాన్ని మరచిపోయి, నాస్తికత్వమనే రోగంతో కబళించబడి ఉన్నాడు. ప్రతి

మనిషికి ఈ మందు ఏ మోతాదులో ఇవ్వాలో ఆ పరమేశ్వరునికి బాగా తెలుసు.

కుండలినీ శక్తి జాగరణ వలన మనసు మీద చాలా గొప్ప ప్రభావం పడుతుంది. అది మానసిక సమతుల్యతను ఎంతో ఉన్నతస్థాయి వరకు తీసుకువెళుతుంది. అలాగే మనసు చైతన్యవంతమైన రీతిలో పనిచేయడానికి అవసరమైన జాగరూకతను అందిస్తుంది.

ఈ గ్రంథరచయిత కుండలినీశక్తి జాగరణ యొక్క ఫలితాలను చాలా ప్రతిభావంతంగా వెలువరించగలిగాడు. ఆ అనుభవాలను సరైన క్రమపద్ధతిలో వ్రాయడం జరిగిందా లేదా అనేది పెద్దగా పట్టించుకొనవలసిన అవసరం లేదు. ఎందుకంటే వాటిని అనుభవించిన తరువాత వ్రాయడం జరిగింది కాబట్టి !

ఈ గ్రంథము, ఇందులోని విషయములు, సిద్ధాంతములు, ప్రవచనాలు ఏదో చర్చకోసం వ్రాయబడినవి కావు. ఇందులోని విషయాలను చాలావరకు గ్రంథకర్త తన స్వీయ అనుభవంగా వెల్లడించాడు. అయితే మానవజాతి మనుగడకు సంబంధించిన కొన్ని ప్రాథమిక ప్రశ్నలకు సమాధానాలను మాత్రం అద్భుతంగా వివరించడం జరిగింది.

ఈ గ్రంథకర్త తన స్వీయఅనుభవాలను విశదీకరించే క్రమంలో యోగాచారాలను, సిద్ధాంతాల నియమాలను ఉల్లంఘించాడా లేదా అనేది ఇక్కడ చర్చనీయాంశము కాదు. ఎందుకంటే ఈ అనుభవమంతా కేవలం ఆయన వ్యక్తిగత విషయం. అలాగే మానవజాతిపై ఈ ఫలితాలు నిరాశావాద ప్రభావాన్ని ఏర్పరచకుండా ఉండేందుకు కృషిచేయడం గమనార్హం. కావున ఈ గ్రంథ విషయంపై చర్చలు కానీ, విమర్శలు గానీ చేయవలసిన అవసరం ఏమీ లేదు. ఈ గ్రంథాన్ని పూర్తిగా నిస్వార్థభావనతో మానవజాతి శ్రేయస్సు దృష్టిలో ఉంచుకొని వ్రాయడం జరిగింది.

ఈ గ్రంథకర్త అనేకమార్లు ఈ గ్రంథ వ్రాతప్రతులను నాకు చూపించడానికి మరియు అభిప్రాయాలు సరైనవో కాదో అన్న భయాన్ని తొలగించుకోవడానికి, అలాగే అందులోని విషయానికి, తన అనుభవానికి తగిన ప్రామాణికత ఉందో లేదో తెలుసుకోవడానికి గాను పలుమార్లు నన్ను కలవడం జరిగింది. ఇక్కడ

నేను ఒక్క విషయం చెప్పదలచుకొన్నాను. ఈ విశ్వంలోని ప్రతిఒక్క ప్రకంపన గురించి విశ్వశక్తికి బాగా తెలుసు. ఎందుకంటే విశ్వశక్తే స్వయంగా ఆ ప్రకంపన కాబట్టి !

మరొక్కసారి నేను చెప్పదలచుకొన్నది ఏమంటే, ఈ గ్రంథం ఏదో మేధో పరమైన చర్చకోసం లేదా ఆటవిడుపు కోసం వ్రాయబడలేదు. ఈ గ్రంథం విశ్వశక్తి ప్రకంపనలకు సంబంధించినది. ఈ గ్రంథకర్త కేవలం ఒక మాధ్యమం మాత్రమే. ఈ భూమి మీద ఉన్న ఇతర పదార్థాల మాదిరిగానే ఈ గ్రంథకర్త మాధ్యమంగా ఒక ఆలోచన వెలువరించబడినది.

ఈ గ్రంథకర్త గ్రంథంలో వ్రాసిన విషయాలేమీ కొత్తవి కావు. వేల సంవత్సరాల పూర్వం నుండి ప్రాచీన గ్రంథాలు చెబుతున్న సత్యాలనే రచయిత తనదైన ఒక పద్ధతిలో వెలువరించాడు. అంతకుమించి మరొకటి లేదు.

నాకు తెలిసినంతవరకు ఈ గ్రంథకర్త ఈ గ్రంథాన్ని తన స్పందనల ప్రవాహసమయంలో వ్రాయడం జరిగింది. ఆ సమయంలో వ్రాయడం అంటే గ్రంథకర్త తన స్వంత అభిప్రాయాలను వ్రాయడం కాక ఆ పరాశక్తి స్వయంగా విషయాలను అతనిచేత వ్రాయించడం జరిగిందని చెప్పడం సరైనది.

ఈ గ్రంథం సాధకులలో గుట్టలు గుట్టలుగా నిలిచి ఉన్న మోహబంధాలను నరికివేస్తుందని, నాస్తికవాదపు భావాలను, అజ్ఞానాన్ని దహించివేయాలని మరియు ఆస్తికభావాలను మరింత బలీయంగా వీరి మనస్సులలో నాటాలని ఆశిస్తున్నాను.

సాధారాణ పాఠకులు ఎవరైతే ఈ గ్రంథాన్ని పఠిస్తారో వారి మనస్సులలో ఆస్తికభావాలను, ఆశావాదపు మొదటి వెలుగురేఖను విరజిమ్మాలని మరియు ఈ గ్రంథం ఆ పనిని చేస్తుందని ఆశిస్తున్నాను.

– శ్రీ స్వామి సహజానంద తీర్థులు

ఉపోద్ఘాతము

గత 2,500 సంవత్సరాలుగా మానవజాతి ఎన్నో వైవిధ్యభరితమైన మార్పులకు లోనవుతూ వస్తుంది. నేను చారిత్రాత్మకమైన, సామాజిక మరియు ఆర్థిక మార్పులను గురించి ఈ గ్రంథంలో ఏ మాత్రం వ్రాయడం లేదు. మానవజాతి ఏ విధంగా మతపరమైన నమ్మకాలతో మరియు వైజ్ఞానిక విజయాలతో అనేక రకాల భ్రమలకు లోనవుతూ వస్తుందో, ఆ భ్రమల గురించి వ్రాస్తున్నాను.

పాఠకులకు బహుశః తెలిసే ఉంటుంది ! ప్రస్తుతం మానవజాతి అనుసరిస్తున్న కొన్ని మతాలు, క్రైస్తవయుగం యొక్క ఆరంభానికి ముందు లేవు. అలాగే కొన్ని మతాలు క్రైస్తవయుగం ఆరంభం అయిన తరువాత ప్రాచుర్యం పొందాయి. కాబట్టి మానవజాతిలో మతపరమైన నమ్మకాలు ఎన్నో గొప్ప మార్పులకు లోనవడం జరిగింది. అదేవిధంగా తాత్త్విక సిద్ధాంతాలు కూడా ఎన్నో మార్పులకు లోనవుతూ వస్తున్నాయి. గత 2,500 సంవత్సరాల క్రిందట గ్రీకు దేశంలో అరిస్టాటిల్ మరియు ప్లాటో వంటి తాత్త్విక శాస్త్రజ్ఞులు జీవించిన కాలంలో, ఈ భూమి సౌరకుటుంబంలో కేంద్రబిందువుగా మధ్యన ఉన్నదని లేదా విశ్వంలో మన భూమి కేంద్రబిందువుగా మధ్యన ఉన్నదని మరియు గ్రహాలన్నీ భూమి చుట్టూ తిరుగుచున్నవని నమ్మేవారు. ఆ తరువాత ఇటలీ దేశానికి చెందిన కోపర్నికస్ మరియు గలీలియో వంటి శాస్త్రవేత్తలు జీవించిన కాలంలో ఈ నమ్మకం మార్పు చెందినది. మానవజాతి నివసిస్తున్న ఈ భూగోళం విశ్వానికి కేంద్రబిందువు కాదని మరియు మిగిలిన గ్రహముల మాదిరిగా భూమికూడా సూర్యుని చుట్టూ తిరుగుతూ ఉంటుందని ఋజువైనది. ఆ తరువాతి కాలంలో బ్రిటన్ దేశంలో న్యూటన్ అనే శాస్త్రవేత్త జీవించి ఉన్న కాలంలో ఈ విశ్వం అంతా ఒక యంత్రం వలె భగవంతునిచే సృష్టింపబడినదని ఋజువైనది. ఆ తరువాతి కాలంలో జర్మనీ దేశస్థుడైన ఐన్‌స్టీన్ వంటి శాస్త్రవేత్తల సిద్ధాంతాల ప్రకారం ఈ విశ్వం అంతా గణితసూత్రాల ఆధారంగా నిర్మితమైనదని

ఋజువైంది. కాబట్టి ఈ విశ్వం గురించి మానవజాతి యొక్క నమ్మకాలు ఎప్పుడూ ఒకేవిధంగా లేవు. అందువలన ఈ గ్రంథంలో నేను మానవజాతి యొక్క మతపరమైన నమ్మకాల గురించి, అనుసరిస్తున్న జీవన విధానాన్ని గురించి మరియు వైజ్ఞానిక సిద్ధాంతాల గురించి క్లుప్తంగా వ్రాయడం జరిగింది. చివరిగా మానవజాతి వెదుకుతున్న విశ్వశాంతి గురించి వ్రాయడం జరిగింది.

గత 2,500 సంవత్సరాల కాలంలో ఈ భూమిమీద ప్రాచుర్యంలోకి వచ్చిన కొన్నిమతాల గురించి ఈ 21వ శతాబ్దానికి చెందిన పాఠకులుగా మీ అందరికీ తెలిసే ఉంటుంది. ప్రస్తుతం ప్రపంచంలో మానవజాతి అనుసరిస్తున్న కొన్ని మతవ్యవస్థలు ఈ కాలంలో జన్మించినవే. అయితే హిందూమతం గురించి మాత్రం స్పష్టంగా చెప్పడం కష్టం. చారిత్రక ఆధారాలు ఏమీ లేనందున ఈ విషయం గురించి చెప్పడం అంత సులువుకాదు. అసలు హిందూమతాన్ని మానవజాతి ఎప్పటినుండి అనుసరించడం జరిగిందో కూడా చెప్పడం కష్టం.

ఇదేవిధంగా ఈ ప్రపంచంలోని ఈశాన్యదేశాలలో మరియు పశ్చిమ దేశాలలో జన్మించిన వివిధ తాత్త్విక సిద్ధాంతాల గురించి కూడా చెప్పవచ్చును. కాని భారతదేశంలో ప్రాచుర్యంలో ఉన్న తాత్త్విక సిద్ధాంతాల గురించి చెప్పడం మాత్రం కష్టం. చారిత్రక ఋజువులు ఏమీ లేని కారణంగా అవి భారతదేశంలో ఎప్పటి నుండి ఉన్నాయి అనే విషయం చెప్పడం కష్టం.

ఏది ఏమైనా మానవజాతి మాత్రం 2,500 సంవత్సరాల క్రిందటి నుండే మనుగడ సాగిస్తున్నదనే విషయం మాత్రం అందరికీ తెలిసినదే! ఈ కాలానికి ముందు ఈ భూమండలం మీద నివసించిన అనేక నాగరికతలను గురించి చెప్పడం కష్టం. బహుశః మానవజాతి ప్రస్తుతం మనకు తెలియని కొన్ని మతవ్యవస్థలను అనుసరించి ఉండవచ్చును. అలాగే మనకు తెలియని కొన్ని తాత్త్విక సిద్ధాంతాలను అనుసరించి ఉండవచ్చును.

లిఖితపూర్వకమైన చారిత్రక ఆధారాలు కేవలం 2,500 సంవత్సరాల నుండి లభ్యమౌతున్నాయి. కాబట్టి ఈ కాలాన్ని మాత్రమే నేను ఈ గ్రంథంలో పరిగణనకు తీసుకుంటున్నాను.

మతపరమైన నమ్మకాలు మరియు సిద్ధాంతాలే కాకుండా ఆధునిక వైజ్ఞానిక సత్యాన్వేషణ కూడా ఈ కాలానికి చెందినదే. అరిస్టాటిల్, కోపర్నికస్, గలీలియో, న్యూటన్ మరియు ఐన్‌స్టీన్ వంటి శాస్త్రవేత్తల సిద్ధాంతాలన్నీ ఈ కాలంలోనే పురోగమించాయి.

చివరిగా విశ్వశాంతి గురించి మాట్లాడుదాం ! ఇది మానవజాతికి ఊపిరి వంటిది. కానీ ఈ విషయం గురించి నేనేమీ ప్రత్యేకంగా ప్రస్తావించవలసిన అవసరం లేదు. గత 2,500 సంవత్సరాల నుండి ఈ భూమండలం మీద ఎంత రక్తం ప్రవహించిందో అందరికీ తెలిసిన విషయమే !

మానవజాతికి శాశ్వతమైన విశ్వశాంతి మరియు ఆనందాన్ని ఇవ్వలేక పోయిన తరువాత ఏ మతవ్యవస్థ అయినా, సిద్ధాంతమైనా, విజ్ఞానశాస్త్రమైనా లేదా మరే ఇతర గొప్ప ఆలోచన అయినా నిరుపయోగమే కదా ! కాబట్టి సహేతుకంగా ఆలోచించినపుడు ఈ మతవ్యవస్థలు, తాత్త్విక సిద్ధాంతాలు మరియు విజ్ఞానశాస్త్రాలు అన్నీ మానవజాతికి ఊపిరి వంటి విశ్వశాంతిని పొందడం కోసమే తయారు చేయబడ్డాయి అనే విషయం అర్థం అవుతుంది. శాశ్వతమైన ఆనందం మరియు విశ్వశాంతి అనేవి మానవజాతి యొక్క జన్మహక్కు మరియు మానవ శరీరంలో వెలసియున్న పరబ్రహ్మం యొక్క నిజస్వరూపం. ఏది ఏమైనా ఈ మతవ్యవస్థలు, తాత్త్విక సిద్ధాంతాలు మరియు ఆధునిక విజ్ఞానశాస్త్రాల మధ్య ఉన్న వ్యత్యాసం ఎలాంటిదంటే మానవజాతి పరబ్రహ్మాన్ని మతవ్యవస్థల పేరుతో ముక్కలు ముక్కలు చేసినంత అని చెప్పవచ్చును.

మతవ్యవస్థలు, నాగరికతలు, తాత్త్విక సిద్ధాంతాలు, సైద్ధాంతిక ఊహలు వస్తుంటాయి పోతుంటాయి ! ఏదీ చిరస్థాయిగా నిలవబోదు. అయితే మానవజాతికి ఎప్పటికీ అవసరమైన విశ్వశాంతి అనేది మానవుని యొక్క ప్రాథమిక హక్కు. అందువలన కేవలం ఆ శాశ్వత విశ్వశాంతి గురించి మాత్రమే ఈ గ్రంథంలో వ్రాయబడింది.

కాబట్టి ఏ విధంగానైనా సరే, ఏమి చేసైనా సరే ఈ భూమి మీద ఉన్న ప్రతి ఒక్క మనిషి ఆ శాశ్వతమైన బ్రహ్మానంద స్థితిలోకి జారుకోండి ! పరమశాంతి

మరియు పరమానంద నిలయమైన అమరత్వం వైపు ప్రస్థానం ప్రారంభించండి! దీనినే యోగము అంటారు. దానిని ఎలా సిద్ధింప చేసుకోవాలో తెలియజేయడమే ఈ గ్రంథం యొక్క ముఖ్య ఉద్దేశ్యము. ఇక నన్ను ఈ గ్రంథం యొక్క ఆ ముఖ్యమైన విషయం మీద దృష్టి పెట్టనివ్వండి !

ఈ మొత్తం విశ్వం అంతా శక్తితో నిండిపోయి ఉన్నది. నేటి వైజ్ఞానిక శాస్త్రం కూడా సర్వత్రా వ్యాపించి ఉన్న విశ్వశక్తి గురించి అంగీకరిస్తుంది. అయితే ఈ శక్తి అనే పదానికి నిర్వచనాన్ని మానవులు పరిమిత పరిధిలో, తమకున్న పరిమిత జ్ఞానంతో మరియు ఈ ప్రపంచంలో అందుబాటులో ఉన్న భాషలలోని పరిమిత పదజాలంతో అర్థం చేసుకుని వివరించే ప్రయత్నం చేశారు.

ఈ విశ్వంలో సర్వత్రా వ్యాపించి ఉన్న విశ్వశక్తిని దాటి లేదా ఈ విశ్వశక్తిని కాదని మానవజాతి తమ మనుగడ సాగిస్తున్నదనేది అర్థరహితం. ఈ భూమిమీద వాడుకలో ఉన్న లౌకిక పరిజ్ఞానంతో తర్కించి చూసినా ఈ విషయం అర్థరహితం అనేది తెలుస్తుంది. అయితే మానవుడు మాత్రం తన అహంకారం వలన ఈ సత్యాన్ని అంగీకరించలేక పోతున్నాడు. ఈ విషయం గురించి నేను ఈ గ్రంథంలో మరోచోట వివరిస్తూ వ్రాశాను.

ఈ విశ్వంలో సర్వత్రా వ్యాపించి ఉన్న విశ్వశక్తిలో మానవుని యొక్క బుద్ధి లేదా మేధస్సు కూడా ఒక భాగమే. ఈ విషయాన్ని ఆధునిక విజ్ఞానశాస్త్రం తనకేమీ సంబంధం లేనట్లు తర్కశాస్త్రానికి మరియు మతానికి ముడిపెట్టింది. ఆధునిక విజ్ఞానశాస్త్రం మనస్తత్వశాస్త్రాన్ని తనకేమీ సంబంధం లేదన్న దృష్టితో చూస్తుంది.

ఆధునిక శాస్త్రవేత్తలు ఈ విశ్వంలో నివసిస్తూ, తాము కూడా ఈ విశ్వశక్తిలో ఒక భాగమనే విషయాన్ని విస్మరిస్తున్నారు. ఒక శాస్త్రవేత్త యొక్క మేధాశక్తి సహితం ఈ విశ్వశక్తిలో భాగమే అయినప్పుడు, తమని తాము ఈ విశ్వశక్తి నుండి వేరుగా భావించుకొని, ఆ సర్వత్రా వ్యాపించియున్న విశ్వశక్తి గురించి పరిశోధనలు చేయడం అర్థరహితం అవుతుంది.

ఆధునిక శాస్త్రాల నియమాలన్నింటినీ ఏకంచేసి ఒకేఒక మహాసిద్ధాంతాన్ని

తయారు చేయాలని చేస్తున్న ప్రయత్నంలో పైన వివరించిన విషయాన్ని ఇక్కడ విస్మరించడం జరిగింది. ఇక్కడే ఆ ప్రాథమిక తప్పిదం చోటుచేసుకొంది.

విజ్ఞానశాస్త్రం వివిధ కోణాలలో, వివిధ రీతులలో ఈ విశ్వంలోకి, సమయంలోకి, వాటియొక్క ఊహించని లోతులలోకి వెళ్లి అనేక పరిశోధనలను చేసింది. అదే కాకుండా విజ్ఞానశాస్త్రం చీకటికోణాల సిద్ధాంతాల లోతులలోకి వెళ్లింది. అలాగే కణసిద్ధాంతం, దైవకణం వంటి వాటిని ఛేదించే ప్రయత్నం చేసింది.

శాస్త్రపరంగా చూస్తే ఇవన్నీ సాధారణ మానవులకు గొప్పగా అనిపిస్తాయి. అయితే ఈ విషయాలన్నీ మన పూర్వీకులు అయిన యోగులు, ఋషులు ప్రాచీనకాలంలో బహిరంగపరచిన విషయాలే. యోగశాస్త్రాలు ప్రాచీనకాలంలోనే ఈ విషయాలన్నీ తెలియజేసాయి.

ఈ విషయాన్నంతటినీ నేను క్లుప్తంగా వ్రాయడానికి ప్రయత్నిస్తాను.

ఈ ఆదిశక్తి అయిన విశ్వశక్తి భగవంతుడు లేదా పరబ్రహ్మం అనే ఒక గుర్తుతెలియని దాని నుండి సృష్టింపబడి లేదా ఉద్భవించి ఈ అనంతవిశ్వంగా పరిణామం చెందినది. దానిని 'బిగ్‌బ్యాంగ్' అనండి, 'సృష్టిప్రారంభం' అనండి లేదా ఎవరికి తోచినట్లు వారు పేరు పెట్టుకొనవచ్చును. నేను మేధావిని కాను. తర్కంతో, గొప్పమాటలతో వివరించడానికి పండితుడిని కాను. అదేవిధంగా నేనేమీ శాస్త్రవేత్తను కాను. దైవకణం గురించి లెక్కలతో సహా వివరించడానికి అవసరమైన జ్ఞానం నాకు లేదు. హీసెన్‌బర్గ్ యొక్క అనిశ్చితి సూత్రాన్ని వివరించడానికి నేనేమీ గొప్ప శాస్త్రవేత్తను కాను. కాబట్టి ఈ గ్రంథంలో ఈ విశ్వానికి సంబంధించిన అందమైన తాత్త్విక సిద్ధాంతాలను గాని మరియు సహేతుకమైన ఆధునిక విజ్ఞానంతో నిర్మించిన సిద్ధాంతాలను గాని ధ్వంసం చేయడానికి నేనేమీ ప్రయత్నించడం లేదు. కనుక నా గ్రంథంలో ఈ సిద్ధాంతాలకు సంబంధించిన విషయాలను ఖండించడం అంటూ ఎక్కడైనా జరిగి ఉంటే, ఈ ప్రపంచంలోని అందరి శాస్త్రవేత్తలను మరియు తాత్త్విక శాస్త్రవేత్తలను క్షమించమని అభ్యర్థిస్తున్నాను.

అయితే ఏది ఏమైనా నేను చెప్పదలచుకున్నదంతా ఒకే ఒక సత్యం ! అది ఈ విశ్వశక్తిలో లేదా ఈ విశ్వంలో మానవులు మరియు వారియొక్క బుద్ధి లేదా మేధస్సు కూడా ఒక భాగమేనని ! ఈ విశ్వశక్తిలో భాగం కాకుండా మానవుడు వేరుగా మనుగడ సాగించడం అనేది అర్థరహితం !

మానవ మేధస్సు అనేది ఆది పరాశక్తి అయిన విశ్వశక్తి యొక్క స్థూల స్వరూపం. కాబట్టి స్థూల స్వరూపం తనయొక్క సూక్ష్మస్వరూపాన్ని అర్థం చేసుకోవడం అనేది ఎలా జరుగుతుంది ? నేను ఈ గ్రంథంలో తరువాత వివరించినట్లుగా ఈ విశ్వశక్తి తన ఆది స్వరూపంలో లేదా సూక్ష్మాతి సూక్ష్మమైన తన అసలు స్వరూపంలో, పరబ్రహ్మం లేదా భగవంతుని మాదిరిగా చైతన్యవంతమైనది మరియు సర్వశక్తివంతమైనది. ఈ విశ్వశక్తియే పరబ్రహ్మం లేదా ఒక వ్యక్తి యొక్క ఆత్మ ! దీనిని గురించి అవసరమైన రీతిలో ఈ గ్రంథంలో చర్చించాను.

అయితే మానవుని యొక్క బుద్ధి లేదా మేధస్సు అనేది విశ్వశక్తి యొక్క మొట్టమొదటి స్థూలరూపం. అంటే విశ్వశక్తి తన ఆదిరూపం అయిన మాయ తరువాత సృష్టి ఆరంభించినపుడు మొట్టమొదట మానవుని బుద్ధిగా లేదా మేధస్సుగా స్థూలరూపాన్ని దాలుస్తుందన్నమాట ! కాని ఇక్కడే 'అహం' అనేది కూడా బుద్ధితో కలుస్తుంది. ఈ అహం కారణంగానే జీవునికి తను వేరు పరబ్రహ్మం అయిన భగవంతుడు వేరు అనే భావన కలగడం ప్రారంభమౌతుంది. మానవశరీరంలో బంధింపబడి ఉన్న జీవుడు తాను పరమాత్మ స్వరూపం కాదని మరియు పరమాత్మ వేరని భావించడానికి గల కారణం కూడా పరాశక్తి యొక్క భ్రమపూరితమైన మాయ అన్నమాట ! ఈ విషయాన్ని గురించి నేను ముందుభాగాలలో చాలా విపులంగా విశ్లేషణ చేశాను. అయితే ఏది ఏమైనా ఈ మానవుని యొక్క బుద్ధి లేదా మేధస్సు అనేది విశ్వశక్తి సృష్టిరచన ప్రారంభించిన తరువాత ఈ భ్రమపూరితమైన జగత్తులో సృష్టింపబడిన మొదటిది! ఆత్మకు సన్నిహితంగా ఉన్నందున మానవుని యొక్క బుద్ధి లేదా మేధస్సు ఈ జగత్తులోని చాలావిషయాలను సునాయాసంగా గ్రహించగల శక్తి కలిగి

ఉంటుంది. అందువలన ప్రాచీన సంస్కృత గ్రంథాలలో మానవుని యొక్క ఈ బుద్ధిని లేదా మేధస్సుని 'మహత్' అని పిలవడం జరిగింది. అంతేగాక ఈ జగత్తులో సృష్టింపబడిన విశ్వశక్తి యొక్క మొదటి స్థూలస్వరూపం అవడం వలన ఈ శక్తికి యోగశాస్త్రాలలో ఎంతో గౌరవాన్ని ఇవ్వడం జరిగింది. నిజానికి ఈ మహత్ లేదా బుద్ధి లేదా మేధస్సు అనేది పరాశక్తి లేదా విశ్వశక్తి అయిన మహామాయ యొక్క సృష్టిస్వరూపం. అయితే మానవుని ఈ మేధస్సు అనేది తానే పరబ్రహ్మం మాత్రం కాదు !

ఆ తరువాత విశ్వశక్తి మానవునిలో చిత్తం లేదా మనస్సుగా మరియు ఐదు జ్ఞానేంద్రియములుగా స్థూలరూపాలను ధరిస్తుంది. ఈ దశలో మానవుని మనస్సులోని సంకల్పశక్తి కూడా సృష్టింపబడుతుంది. అంటే మనిషి సంకల్పం మరియు వికల్పం చేసేది ఈ మనస్సు అనే శక్తితో అన్నమాట.

మనస్సు లేదా చిత్తం నుండి ఈ విశ్వశక్తి మరింత ముందుకు వెళ్లి వివిధ ప్రాణులలో సూక్ష్మమైన ప్రాణశక్తిగా రూపాన్ని సంతరించుకుంటుంది. చివరకు ఈ సూక్ష్మప్రాణశక్తే పూర్తి మానవశరీరంగా, రక్తమాంసాలు మరియు ఎముకలతో సహా రూపాంతరం చెందుతుంది. ఈ విశ్వశక్తి ఏ విధంగా చివరికి స్థూలమైన మానవశరీరంగా పరిణామం చెందుతుంది అనే విషయాన్ని ముందు భాగాలలో క్లుప్తంగా వివరించాను.

వ్యక్తిగత స్థాయిలో సృష్టిరచన పూర్తయిన తరువాత మానవశరీరంలో ఈ విశ్వశక్తి గుదము మరియు జననేంద్రియాల మధ్యప్రదేశంలో కేంద్రీకృతమై సుషుప్తావస్థలో ఉండిపోతుంది. ఆ తరువాత మానవ శరీరంలోని వెన్నుపాము – మెదడు వ్యవస్థ మాధ్యమంగా మానవునికి ఒక భ్రమపూరితమైన జగత్తు ధారణ చేయబడుతుంది. ఈ గ్రంథంలో ముందు భాగాలలోని ఒక భాగంలో ఈ విషయాన్ని గురించి స్పష్టంగా చర్చించడం జరిగింది.

మానవశరీరంగా రూపాంతరం చెందిన విశ్వశక్తి, విశ్వం యొక్క సూక్ష్మరూపంగా చెప్పవచ్చును. అంటే మానవుని శరీరం లేదా మానవుడు భగవంతుని యొక్క సూక్ష్మశరీరం అన్నమాట. అందువలన విశ్వాన్ని 'బ్రహ్మాండం'

అని, మానవుని శరీరాన్ని 'పిండాండం' అనీ పిలుస్తారు.

మరొకవిధంగా చెప్పాలంటే ఒక మానవునికి తనలోనే విరాజమానమై యున్న ఆత్మను సాక్షాత్కరింపజేసుకుంటే ఈ విశ్వశక్తి యొక్క జ్ఞానం కలుగుతుంది. ఎందుకంటే ఆత్మ మరియు విశ్వశక్తి రెండూ ఒక్కటే కనుక !

కనుక ఈ విశ్వరచనను అర్థం చేసుకోవడానికి మానవునికి బాహ్యంగా అనంతమైన అంతరిక్షంలోకి చూడవలసిన అవసరం లేదు. ఈ విశ్వంలో లేదా అనంతమైన ఆకాశంలో ఉన్న సర్వశక్తులు మానవశరీరం యొక్క అంతరంలోనే ఉన్నాయి. అయితే దీనికి మనసు తన అంతరంవైపు దృష్టి సారించాలి. అంటే మనస్సు స్వయంగా మనస్సు అనే ప్రయోగశాలలో మనస్సు అనే లక్ష్యం మీద దృష్టి కేంద్రీకరించాలి ! అప్పుడే మనస్సుకు తన అంతరంలోనే విరాజమానమై యున్న ఆత్మ యొక్క జ్ఞానం కలుగుతుంది.

అంతేగాకుండా సూక్ష్మస్థాయిలో ఉన్న ఆదిశక్తిని అర్థం చేసుకోవడం అనేది స్థూలరూపంలో ఉన్న మానవ మేధస్సుకు సాంకేతికంగా వీలుపడని విషయం. కాబట్టి ఆ పరాశక్తి స్వయంగా తన నిజస్వరూపాన్ని ఒక యోగికి పరిచయం ఇవ్వాల్సిన అవసరం ఉన్నది. అయితే యోగాభ్యాసంలో ఎంతో ఉన్నతమైన స్థితిని పొందిన యోగులకు మాత్రమే విశ్వశక్తి తన పరిచయాన్ని ఇస్తుంది ! మానవుని యొక్క బుద్ధి లేదా మేధస్సు కూడా విశ్వశక్తి యొక్క ఒక రూపం మాత్రమే ! విశ్వశక్తి సృష్టిరచనా కార్యక్రమం ప్రారంభించిన తరువాత మానవుని బుద్ధిగా తన మొదటిరూపాన్ని గ్రహిస్తుంది. దీనితోపాటు భ్రమపూరితమైన మాయాప్రపంచాన్ని కూడా సృష్టించడం ప్రారంభిస్తుంది. కాబట్టి సూక్ష్మరూపంలో ఉన్న విశ్వశక్తి రూపమైన బుద్ధి లేదా మేధస్సు, సూక్ష్మతమ స్వరూపమైన ఆదిశక్తిని అర్థం చేసుకోలేదు. మానవునియొక్క మనస్సు ఏ ఆలోచనలూ లేకుండా నిర్మలంగా మారినపుడు మానవుని యొక్క మేధస్సు కూడా తన వివేకమనే కార్యక్రమాన్ని విరమించుకొని తనకు తాను సమర్పితం అయిపోతుంది. పరబ్రహ్మ స్వరూపం అయిన పరాశక్తి తనయొక్క ఆదిస్వరూపాన్ని లేదా అసలు స్వరూపాన్ని తనకు తాను జీవునికి పరిచయం చేస్తుంది. ఈ ప్రక్రియ ఎలాంటిదంటే మట్టితో

కప్పబడిఉన్న వజ్రం మట్టి తొలగిపోయిన తరువాత తనకు తానే స్వయం ప్రకాశమైన విధంగా ఉంటుంది.

ఈ ఆత్మసాక్షాత్కారమనే ప్రక్రియ పూర్తవడాన్నే యోగము అంటారు.

ఇలాంటి దైవికమైన ప్రక్రియ మొదలవడానికి ఒక స్వయం ప్రకాశమైన మరియు ఆత్మజ్ఞానాన్ని పొందివున్న గురువు, ఒక మనిషి శరీరంలో నిద్రాణమైయున్న విశ్వశక్తిని మేల్కొలిపి లేదా విశ్వశక్తి యొక్క సృష్టి కార్యక్రమాన్ని వ్యతిరేకదిశలో మరలించి, ఆ వ్యక్తిమీద కృప చూపటం అవసరం ! నిద్రాణమై యున్న విశ్వశక్తిని మేల్కొలిపి దానిని సృష్టికి వ్యతిరేకమైన దిశలో జాగృతం చేసినపుడు ఆ జీవునికి ఆత్మజ్ఞానం ప్రాప్తిస్తుంది. అయితే ఈ ప్రక్రియ పూర్తవడానికి జీవుని యొక్క భ్రమపూరితమైన జగత్తు వినాశనం అవడం తప్పనిసరి అన్నమాట !

బీజరూపంలో ఉన్న విశ్వశక్తి విధ్వంసక దిశలో ప్రయాణించి మనిషిలోని అహాన్ని, మనోవికారాలను సంపూర్ణంగా నిర్మూలిస్తుంది. దీనితోపాటు జీవునికి తన నిజస్వరూపాన్ని కూడా పరిచయం చేస్తుంది. ఈ విషయం పాఠకులకు ఇంకా వివరంగా తెలియజేయడానికి, విశ్వశక్తి స్థూలమైన మానవశరీరంగా ఎలా పరిణామం చెందుతుంది అనే విషయాన్ని ఈ పుస్తకంలో ఒక భాగంలో విపులంగా చర్చించాను. అయితే ఎంతో క్లిష్టమైన ఈ ప్రక్రియను ఈ పుస్తకంలో వివరించడం సాధ్యం కాదు కాబట్టి కేవలం అవసరమైన వరకే ఈ ప్రక్రియ గురించి చర్చించడం జరిగింది.

ఒక మనిషిలో బ్రహ్మజ్ఞానం యొక్క మొదటి జ్ఞానకిరణం ఉదయించ గానే మతము, సిద్ధాంతము మరియు విజ్ఞానశాస్త్రముల మధ్య ఉన్న బేధం తొలగిపోవటం ప్రారంభమౌతుంది. భౌతికశాస్త్ర నియమాలు కూడా చీకటికోణపు ఏకేశ్వరవాదము మాదిరిగా విడిపోవడం ఆరంభిస్తాయి. అంటే ఏ భౌతికశాస్త్ర నియమాల ఆధారంగా ఈ స్థూలజగత్తు నిర్మితమైనదో, ఏ నియమాల వలన మానవుని శరీరంలో ఉన్న పరబ్రహ్మ స్వరూపం అయిన ఆత్మ, తాను కేవలం జీవుడినని భ్రమ పడుతుందో, ఆ నియమాలు తమయొక్క భ్రమింపజేసే శక్తిని

కోల్పోతాయి. ఆధునిక విజ్ఞానశాస్త్రం గురించి నాకు తెలిసిన అతి కొద్ది సమాచారం ప్రకారం ఇలాంటి ప్రక్రియ చీకటికోణపు ఏకేశ్వరవాదములో కూడా జరుగుతుంది. స్థూలజగత్తును శాసిస్తున్న ఎన్నోరకాల శాస్త్రనియమాలు, చీకటికోణపు ఏకేశ్వరవాదములో ఒక నక్షత్రం లేదా నక్షత్రాల వ్యవస్థ పడిపోతున్న సమయంలో వర్తించవు. అందువలన ఈ రెండు సందర్భాలలో సామాన్యంగా జరిగే ఈ ప్రక్రియను గురించి ప్రస్తావించడం జరిగింది. భౌతికశాస్త్ర నియమాలు విడిపోవడం అనేది ఇక్కడ జరిగే సామాన్య ప్రక్రియ.

దీని తరువాత బ్రహ్మజ్ఞానం లేదా ఆత్మజ్ఞానం ఉదయించడానికి, యోగ నియమాలు కూడా విడిపోవడం తప్పనిసరి అవుతుంది. ఇది ఆధ్యాత్మిక మార్గంలో ఎంతో ఉన్నతమైన స్థితి. అంటే యోగనియమాల ప్రకారం ప్రకటితమయ్యే అనేక రకములైన దివ్యశక్తులు లేదా సిద్ధులు కూడా లుప్తమవడం జరిగితేగాని బ్రహ్మజ్ఞానం లేదా ఆత్మజ్ఞానం ప్రాప్తించదు ! అయితే ఏ స్థితిలో ఈ యోగనియమాలు లుప్తమై పోతాయి అనేది మానవజాతికి ఎప్పటికీ అర్థంగాని ఒక నిగూఢమైన రహస్యం. నా హృదయంలో నుండి ఈ కాగితం మీదకు కురిపిస్తున్న ఈ భావాలను నమ్మండి. ఏ స్థితిలో ఈ యోగనియమాలు కూడా లుప్తమైపోవడం లేదా విడిపోవడం జరుగుతుందో ఆ తరువాత మాత్రమే ఆత్మ సాక్షాత్కారం అనే ప్రక్రియ జరుగడానికి వీలవుతుంది. అయితే ఈ బ్రహ్మజ్ఞానం లేదా ఆత్మజ్ఞానం అనేది కేవలం భగవంతుని అధీనంలో మాత్రమే ఉంటుంది. యోగనియమాల ప్రకారం ప్రకటితమయ్యే దివ్యశక్తుల యొక్క దుర్వినియోగం చేత ఎందరో గొప్పయోగులు ఆధ్యాత్మిక మార్గంలో జారి క్రిందబడటం జరిగిందని ఎన్నో సంస్కృతగ్రంథాలు నొక్కిమరీ చెబుతున్నాయి. అందువలన ఈ విషయాన్ని గురించి పైవాక్యాలలో విపులంగా చర్చించాను.

మనస్సు ఎలాంటి కదలికలు లేదా ఆలోచనలు లేకుండా ప్రశాంతమైన నిర్మల స్థితిని పొందిన తరువాత, ఒక వ్యక్తి తనయొక్క మనస్సు అధోముఖంగా అనంతం వైపు పడిపోతున్నట్లుగా అనుభవం పొందుతాడు. ఇది ఎలా వుంటుందంటే చీకటికోణంలో నక్షత్రవ్యవస్థ లేదా నక్షత్రాల సమూహం

ఏకేశ్వరవాదంలోకి పడిపోతున్నట్లుగా ఉంటుంది.

ఏది ఏమైనా ఈ రెండు సందర్భాలలో ఒక సామాన్య విషయం ఉన్నది. అది భౌతికశాస్త్ర నియమాలు విడిపోవడం. ఈ కారణం చేతనే ఒక యోగి, భౌతికశాస్త్ర నియమాల నియంత్రణ నుండి స్వతంత్రుడుగా ఉంటాడు.

ఒక మనిషి మస్తిష్క వ్యవస్థలో విశ్వశక్తి యొక్క వ్యావర్తనము జరుగుతున్న సమయంలో మనిషికి అసంఖ్యాకమైన ప్రతిక్రియలు జరుగుతున్న అనుభవం కలుగుతుంది. ఈ ప్రతిక్రియలు అటు భౌతికంగానూ, ఇటు మానసికంగానూ కలుగుతూ ఉంటాయి. అంతేగాక, ఇది బాహ్య దైనందిన జీవితానికి కూడా సంబంధించి ఉంటుంది. కాబట్టి ఈ గ్రంథంలో కేవలం సిద్ధాంతాన్ని మాత్రమే చర్చించడం జరుగలేదు. నా స్వంత అనుభవాల ఆధారంగా సిద్ధాంతాన్ని చర్చించడం జరిగింది. ఆంగ్లభాషలో ఈ గ్రంథానికి పెట్టినపేరు ఏ అర్థాన్ని వివరిస్తుందో ఆ భావంతోనే ఈ పుస్తకానికి పేరు పెట్టడం జరిగింది. అనేక సంస్కృత గ్రంథాలలో వివరించినట్లు దేవతలు సైతం చివరికి మోక్షప్రాప్తి కొరకు మానవజన్మ ఎత్తవలసిందే. అందువలన ఆంగ్లభాషలో ఈ పుస్తకానికి 'ది పవర్ అన్నోన్ టు గాడ్' అని పేరు పెట్టాను.

ఈ గ్రంథంలో కొన్నిచోట్ల వ్రాసిన సాహిత్యం చాలా అరుదుగా కనిపిస్తూ ఉంటుంది.

కుండలినీశక్తి లేదా విశ్వశక్తి జాగృతి సమయంలో ఎదురయ్యే వ్యక్తిగత అనుభవాలను యోగాచారాల సాంప్రదాయం ప్రకారం సాధారణ ప్రజలకు వివరించ కూడదు. ఇలా వెలువరించడం ఆధ్యాత్మికదృష్టిలో యోగాభ్యాసకునికి హానికరం కూడా!

అయితే పరహితాన్ని దృష్టిలో ఉంచుకొని మానవజాతి శ్రేయస్సు కోసం ఈ యోగాచారాలను ఉల్లంఘించడం జరిగింది. యోగాభ్యాసకులకు, యోగాభ్యాస సమయంలో ఎన్నో రకాల అనుమానాలు వస్తుంటాయి. ముఖ్యంగా వివరణకు వీలుపడని మరియు జ్ఞాన రహిత ప్రతిక్రియలు శరీరంలో, మనస్సులో మరియు దైనందిన జీవితంలో ఎన్నో జరుగుతుంటాయి. అలాంటి సమయంలో

యోగాభ్యాసకులకు అనుమాన నివృత్తి చాలా అవసరం ! అందువలన యోగాచారాలను ఉల్లంఘించి మానవతా దృష్టితో ఈ గ్రంథం వ్రాయడం జరిగింది.

ఇంతేగాక మరొక్క విషయాన్ని పాఠకులందరికీ చెప్పదలచుకున్నాను. శాస్త్రపరంగా వివరించడానికి వీలులేని ఎన్నో ప్రక్రియలు నిజంగా జరుగుతాయి అని స్పష్టం చేయదలచుకున్నాను. ఇవి కేవలం ప్రాచీనగ్రంథాలలో మాత్రమే వ్రాయబడిన మరియు కేవలం వాదోపవాదాలకే పరిమితం అయిన అభూత కల్పనలు మాత్రమే కావు అనే విషయాన్ని స్పష్టం చేయడం నా ఉద్దేశ్యం.

ఈ గ్రంథాన్ని 'శక్తిపాత పరంపర'లో సిద్ధమహాయోగమును అభ్యాసం చేసే సాధకుల ఉపయోగం కొరకు మరియు వారికి లాభం చేకూర్చే ప్రాథమిక ఉద్దేశ్యంతో వ్రాయడం జరిగింది. అయితే ఈ గ్రంథం ఇతర యోగమార్గాలను అనుసరించే యోగాభ్యాసకులకు కూడా సంపూర్ణ సహాయకారిగా ఉంటుంది. ఎందుకంటే కుండలినీశక్తి జాగృతం అవడం అన్నిరకాల యోగమార్గాలలో ఉన్న సర్వ సాధారణ విషయం.

కాబట్టి ఏ విధమైన యోగమార్గాన్ని అనుసరిస్తున్న యోగాభ్యాసకుడైనా ఈ గ్రంథాన్ని చదివి లాభం పొందవచ్చును. ఈ గ్రంథం యోగాభ్యాసకులందరికీ ఒక ప్రయోగ పుస్తకంగా ఉపయోగపడుతుంది. యోగవిషయాలకు సంబంధించిన అనేక ప్రశ్నలకు, అనుమానాలకు ఈ గ్రంథం సమాధానాలను మరియు పరిష్కారాలను అందిస్తుంది.

మానవ జీవితానికి మరియు జీవిత రహస్యానికి సంబంధించిన విషయం ఈ గ్రంథంలో వ్రాయడం జరిగింది. కాబట్టి ఏ సాధారణ పాఠకుడైనా ఈ గ్రంథాన్ని చదివి లాభపడవచ్చు. ఈ గ్రంథం ద్వారా కనీసం ఒక్క ప్రేరణ లభించినా అది మనిషి జీవితాన్ని ఎంతో ఆశాజనకంగా మార్చివేస్తుంది.

సాధారణ పాఠకులకు ఈ గ్రంథంలోని విషయం సంపూర్ణంగా అవగాహన కాకపోవచ్చును. కాని ఈ గ్రంథం పాఠకులను తప్పక ప్రేరేపించి, వారి జీవిత గమ్యాన్ని సరైనదిశలో మళ్లించగలుగుతుంది. సాధారణ పాఠకుల లాభంకోసం

నా స్వీయ అనుభవాలను వివరించే ముందు ఈ గ్రంథంలో చర్చించిన విషయాన్ని గురించి ముందుభాగాలలో విపులంగా వివరించి వ్రాశాను.

ఈ గ్రంథాన్ని చదివి కనీసం ఒక్క సాధకుడైనా సరైనదిశలో అవసరమైన ప్రేరణ పొందటం జరిగితే, ఈ గ్రంథరచనలో నా శ్రమ ఏమాత్రం వ్యర్థం కాలేదని భావిస్తాను.

నా గురుదేవులైన పరమపూజ్య శ్రీ స్వామి సహజానంద తీర్థులవారికి ముకుళిత హస్తాలతో నమ్రతమస్తకుడనై వినయాంజలి ఘటిస్తూ, ఈ గ్రంథాన్ని చదివిన ప్రతి పాఠకుడూ సరైన ప్రేరణపొంది, తన జీవితాన్ని సరైనదిశలో పరబ్రహ్మాన్ని వెదకుచూ ముందుకు తీసుకువెళతాడని ఆశిస్తున్నాను.

- గ్రంథకర్త

భాగము -1

క్లుప్తంగా యోగము

ఈ అనంతమైన విశ్వంలో లేదా లెక్కకుమించి ఉన్న బ్రహ్మాండాలలో మరియు దృష్టిగోచరమైన ఈ విశ్వమంతా వ్యాపించి ఉన్న ఒకే ఒక సత్యం కేవలం పరబ్రహ్మం మాత్రమే !

మానవ నాగరికత మొదలైనప్పటి నుండీ ప్రతి మతవ్యవస్థ ఈ నిజాన్ని నొక్కిమరీ చెబుతోంది. అన్ని మతాల సారాంశం కేవలం పరబ్రహ్మమే అయినప్పటికీ ఈ ప్రపంచంలోని మతవ్యవస్థలు పరబ్రహ్మాన్ని గురించి వివరిస్తున్న తీరు మాత్రం రకరకాలుగా ఉన్నట్లు కనిపిస్తుంది. జీవశాస్త్రరీత్యా ప్రతి మనిషి యొక్క శరీరనిర్మాణం తన తోటి మానవులకు భిన్నంగా ఏమీ లేదు. ఒక మనిషి ఈ భూమండలం మీద ఏ ప్రాంతంలో నివసిస్తున్నా తన తోటి జాతివారికి భిన్నంగా శరీర నిర్మాణాన్ని ఏమీ కలిగి లేడు. ఇదేప్రకారం తన శరీరంయొక్క అంతర్భాగంలో వెలసియున్న పరబ్రహ్మాన్ని గురించి ఆలోచించినపుడు లేదా ఆ పరబ్రహ్మం అనుభవంలోకి వచ్చినపుడు మానవులందరిలో ఈ అనుభవం కూడా ఒకే మాదిరిగానే ఉండి ఉంటుంది. ప్రతి మనిషి తన జాతి వారైన అందరి మానవులలాగనే పరబ్రహ్మాన్ని ఒకేరకంగా అనుభవం పొందాల్సి ఉంది. నేను చెబుతున్నది ఆత్మజ్ఞానం లేదా బ్రహ్మజ్ఞానం ప్రాప్తించిన తరువాత కలిగే అనుభవం గురించి. అంతేకాని పరబ్రహ్మం ప్రతి మనిషికి వేరువేరు విధములుగా కనిపించదు. ప్రాథమిక స్థాయిలో అందరి మానవులలో ఒకే రకమైన ఐకమత్యం వ్యాపించి ఉన్నది. కాని మానవులు మాత్రం తమతమ మతవ్యవస్థల కారణంగా పరబ్రహ్మాన్ని వేరువేరు రకాలుగా అర్థం చేసుకుంటున్నారు. ప్రాథమిక స్థాయిలో మానవులు ఆచరిస్తున్న అన్నిమతాల పునాది ఒక్కటే అయినా బాహ్యంగా మాత్రం ఒకదానితో మరొకటి కొంత వేరుగా ఉన్నట్లు కనిపిస్తుంది.

మానవులు మాట్లాడుకోవడానికి, ఒకరితో మరొకరు సంభాషణలు

జరుపుకోవడానికి నిర్మించుకున్న భాషలు కూడా ఒకే విధంగా లేవు. బహుశః ఈ కారణం చేతనే మతాలను అర్థం చేసుకోవడంలో కూడా మానవుల మధ్య ఎలాంటి ఐకమత్యం లేదు. మానవులు అర్థం చేసుకుంటున్న మత సారాంశం కూడా ఒకేవిధంగా లేదు.

మతవ్యవస్థల మధ్య ఉన్న విబేధాలకి మరియు గొడవలకి కారణం కూడా బహుశః భాషల మధ్య ఉన్న ఈ భిన్నత్వమే కారణమై ఉండవచ్చును.

ఆధునిక విజ్ఞానశాస్త్రం ఈ విశ్వాన్ని అర్థం చేసుకోవడంలో మొత్తం మానవజాతిని కొంతవరకు ఏకీకృతం చేయడంలో మాత్రం విజయం సాధించిందని చెప్పవచ్చును. దీనికి ఆధునిక విజ్ఞానశాస్త్రానికి అభినందనలు తెలుపవచ్చును. అయితే ఆధునిక విజ్ఞానశాస్త్రానికి సంబంధించిన పరిజ్ఞానం కూడా మానవులకు శాంతిసందేశాన్ని ఇవ్వలేకపోయింది. మానవుల మధ్య సంఘర్షణలు మరియు విబేధాలు ఎప్పటిలాగానే కొనసాగుతూనే ఉన్నాయి. మతవ్యవస్థల మధ్య ఉన్న విబేధాలని అడ్డం పెట్టుకొని, గొడవలు పడి, రక్తపాతం చిందించడంలో అర్థం లేదనే సత్యాన్ని గ్రహించడంలో మానవజాతి ఎప్పటిలాగే తన అసమర్థతని కనబరుస్తూనే ఉన్నది.

అయితే ప్రపంచ మతాల మధ్య, సిద్ధాంతాల మధ్య, సూత్రాల మధ్య, అహేతుక నియమాల మధ్య మరియు విజ్ఞానశాస్త్రరీత్యా నెలకొని ఉన్న విబేధాలన్నీ కరిగిపోయి ఐకమత్యం నెలకొనడం మాత్రమే మానవజాతి శాంతి పొందడానికి షరతు ఏమీ కాదు. ఏ మతవ్యవస్థల మధ్య నెలకొని ఉన్న విబేధాల వలన మానవజాతి గొడవలు పడుతుందో, ఆ విబేధాలు తొలగడమే విశ్వశాంతికి షరతు కాదని అర్థం.

మరి పరిష్కారం ఏమిటి ?

ఈ భూమిమీద భగవంతుడే స్వయంగా అవతరించి విశ్వశాంతిని నెలకొల్పకూడదా ?

ఈ భూమిమీద భగవంతుడు అనేకసార్లు, అనేక ప్రాంతాలలో శ్రీరామునిగా, శ్రీకృష్ణునిగా, బుద్ధునిగా, ఏసుక్రీస్తుగా, అల్లాగా మరియు ఇంకా అనేక రూపాలలో

అవతరించలేదా ?

స్వయంగా భగవంతుడే మానవజాతి మధ్య, మానవరూపాన్ని ధరించి ఈ భూమిమీద అవతారాలు ఎత్తిన తరువాత కూడా ఏమి జరిగింది?

మానవజాతి మధ్యఉన్న విబేధాలు తొలగిపోయి విశ్వశాంతి నెలకొల్ప బడిందా ? మానవజాతి పూర్వంకన్నా మించి సంతోషాన్ని పొందగలిగిందా ? అలాంటిదేమీ జరుగలేదన్న విషయం అందరికీ తెలిసినదే! నిజానికి పరిస్థితి ఇంకా క్షీణించడం జరిగింది. పరిస్థితి ఎంతగా క్షీణించిందంటే, మానవులు మత ప్రాతిపదికన భగవంతుణ్ణి కూడా విభజించారు. ఈ విశ్వమంతా మరియు ప్రతి మానవుని యొక్క శరీరంలో సైతం వ్యాపించి ఉన్నది ఒకే ఒక పరబ్రహ్మమని గ్రహించలేక పోతున్నారు.

విశ్వమంతా వ్యాపించి ఉన్న పరబ్రహ్మాన్ని ముక్కలు ముక్కలుగా చేయడానికి కుదరదు. పరబ్రహ్మాన్ని విభజించి మత ప్రాతిపదికన ప్రతి విభాగానికి ఒక స్వతంత్ర పేరు పెట్టడం అనేది ఎప్పటికీ జరుగని మరియు సాధ్యం కాని విశ్వ ప్రక్రియ.

నేడు ప్రపంచంలో ఉన్న వివిధ మతవ్యవస్థలన్నీ కేవలం పరబ్రహ్మాన్ని చేరుకోవడానికి ఉన్న వివిధ మార్గాలని కూడా చెప్పవచ్చును. ఈ రెండు సందర్భాలలో చెబుతున్న విషయం ఒకే ఒకటి అని మరియు సరైనదని కూడా వాదించవచ్చును. మరియు రెండిటి మధ్య తేడా ఏమీలేదని కూడా వాదించవచ్చును.

ఇక్కడ పాఠకులు ఒక ప్రశ్న వేయవచ్చును. తాము అనుసరిస్తున్న మతవ్యవస్థ మాత్రమే పరబ్రహ్మాన్ని చేరుకోవడానికి ఉన్న అసలైన మార్గమని ఎవరైనా ఎలా చెప్పగలరు ? అలా చెప్పడం అర్ధరహితం కాదా ? అని ప్రశ్నించవచ్చును.

ఇక్కడ నేను ఒక ఉదాహరణ ద్వారా వివరణ ఇస్తాను. ఒక పర్వతా రోహకునికి, పర్వత శిఖరాగ్రాన్ని చేరుకోవడమే అసలైన ముఖ్యమైన విషయం. పర్వత శిఖరాగ్రాన్ని చేరుకోవడమే అఖరి లక్ష్యం మరియు గమ్యం. కాబట్టి ఏ

మార్గమైతే ఆ వ్యక్తిని శిఖరాగ్రానికి చేరుస్తుందో ఆ మార్గమే అసలైన మార్గమని చెప్పవచ్చును. ఎందుకంటే గమ్యం అయిన శిఖరాగ్రాన్ని చేరుకోవడంలో ఆ వ్యక్తి విజయం సాధించాడు కాబట్టి ! ఏ మార్గమైతే తను ఎంచుకున్నాడో ఆ మార్గం అసలైన మార్గం అని గట్టిగా ఆ వ్యక్తి చెప్పగలడు. పర్వత శిఖరాగ్రాన్ని చేరుకోవడానికి వేరువేరు మార్గాలు కూడా ఉండి ఉండవచ్చనే విషయం ఆ వ్యక్తికి తెలిసినా, తనేమీ ఆ మార్గాలన్నింటినీ స్వయంగా చూడలేదు కదా ! మరియు ఒకసారి శిఖరాగ్రాన్ని చేరుకోవడంలో విజయం సాధించిన తరువాత మిగిలిన మార్గాల అవసరం ఏముంది ? కాబట్టి తను అనుసరించిన మార్గమే పరబ్రహ్మాన్ని చేరుకోవడానికి ఉన్న ఏకైక మార్గమని గట్టిగా ఆ వ్యక్తి చెప్పగలడు. ఇందులో తప్పేమీ లేదు. ఇదే విధంగా రకరకాల మార్గాలలో శిఖరాగ్రాన్ని చేరిన ప్రతి ఒక్కరు కూడా చెప్పుకోవచ్చును.

పర్వత శిఖరాగ్రాన నిలబడి ఉన్న ప్రతి ఒక్కరూ తాము అనుసరించి వచ్చిన మార్గమే సరైనదని చెప్పవచ్చును. ఇది నిజానికి వారు పలుకుతున్న ఒక మహా సత్యవచనం. పరబ్రహ్మం అనే శిఖరాగ్రాన్ని చేరుకొని, వారు చెప్పే ఈ విషయం నిజానికి ఒక గొప్ప సత్యం. ఈ విషయంలో వారిని ప్రశ్నించగల స్థాయిలో ఉన్నవారు ఎవరూ లేరు. అసలు ఈ విషయంలో ప్రశ్నించడానికి ఎవరికీ అర్హత కూడా లేదు.

అయితే పరబ్రహ్మాన్ని చేరుకోకుండా, అహంకారంతో, తాము అనుసరిస్తున్న మతవ్యవస్థ మాత్రమే సరైన మార్గమని చెప్పడానికి కూడా ఎవరికీ అర్హత లేదు. ఎందుకంటే ఆ శిఖరాగ్రానికి సంబంధించిన సరైన ప్రత్యక్ష జ్ఞానం వారివద్ద లేనేలేదు కాబట్టి ! వారికి ఉన్న జ్ఞానమంతా కేవలం పరోక్షమైన శాస్త్రీయ జ్ఞానమే. అంతకుముందు శిఖరాగ్రాన్ని చేరినవారు చెప్పిన విషయాలను ఆధారం చేసుకొని వీరు దానిని తమ స్వంత జ్ఞానంగా వివరిస్తూ ఉంటారు.

కేవలం ఒక మతాన్ని ఆచరిస్తున్న కారణం చేత ఈ ప్రపంచంలో ఏ మనిషి తాను ఫలానా మతానికి చెందిన వాడినని చెప్పలేదు. ఇలా అయితే ఎవరైనా భౌతిక పద్ధతులు ఉపయోగించి ఒక మతాన్ని వదలి మరొక మతాన్ని

పాటించడం మొదలు పెట్టవచ్చును. ఇది ఎంతో తేలికైన పని.

ఇదేవిధంగా తన తల్లిదండ్రులు అవలంబిస్తున్న మతం కాబట్టి తను కూడా ఆ మతానికే చెందుతానని ఏ మనిషి ఖచ్చితంగా చెప్పలేడు. ఒక వ్యక్తి మరొక మతాచారాలను అవలంబిస్తున్న మహిళను వివాహమాడినపుడు పరిస్థితి ఏమిటి? వారు తమ పిల్లలకు ఏ మతం పాటించమని చెబుతారు ? వారికి పుట్టిన పిల్లలకు తాము స్వతంత్రంగా ఏదైనా మరొక మతవ్యవస్థను అనుసరించడానికి హక్కు లేదా ?

అందువలన కేవలం మతాచారాలను పాటించినంత మాత్రాన లేదా ఒక మతాన్ని పాటిస్తున్న తల్లిదండ్రులకు పుట్టినంత మాత్రాన, ఎవరినైనా ఫలానా మతానికి చెందుతారని ముద్ర వేయలేము.

అయితే ఒక మతానికి చెందిన పురుషుడు మరొక మతానికి చెందిన మహిళను వివాహమాడకూడదని కాని, ఒక మనిషికి తాను స్వయంగా అవలంబిస్తున్న మతాన్ని వదలి మరొక మతాన్ని స్వీకరించకూడదని కాని నేను చెప్పటం లేదు. ఒక వ్యక్తి తాను స్వయంగా ఆత్మజ్ఞానాన్ని పొందిన తరువాత మాత్రమే తాను ఫలానా మతానికి చెందినవాడినని గట్టిగా చెప్పగలడని నా అభిప్రాయం. ప్రతి వ్యక్తికి తను చేరవలసిన పరబ్రహ్మం అనే గమ్యం ముఖ్యం. అంతేగాని ఫలానా మతమే గొప్పది, ఫలానా మతానికి చెందిన దేవుడే గొప్పవాడు అని వాదన చేయడం ముఖ్యం కాదు. మతం నీడన మనుషులు వాదనలు, యుద్ధాలు చేయకూడదని పాఠకులు గ్రహించాలి.

ఒక విషయం పాఠకులందరికీ నేను ఘంటాపథంగా చెప్పదలచుకొన్నాను. నిజానికి ఆత్మజ్ఞానాన్ని పొందడానికి ఒక వ్యక్తి సాధన చేయడం మొదలు పెట్టిన తరువాత, అతి శీఘ్రంగా ప్రారంభదశ లోనే మతపరిధులన్నీ అదృశ్యం అయిపోతాయి. ఎందుకంటే పరిపూర్ణమైన జ్ఞానానికి మతపరమైన పరిధులేవీ ఉండవు.

ఒకవిధంగా చూస్తే మతప్రాతిపదికన పరబ్రహ్మం వివిధ రూపాలలో ఈ భూమిమీద అవతరించడం కూడా భగవంతుడు తాను స్వయంగా చేసిన

సంకల్పమే అనిపిస్తుంది. బహుశః ఈ భూమిమీద వివిధ ప్రాంతాలలో నివసిస్తున్న వివిధ రకాల మనుష్యులకు అనుకూలంగా ఉండే విధంగా మరియు వారి సామాజిక పరిస్థితులకు అనుగుణంగా భగవంతుడే స్వయంగా విభిన్న మతాల రూపంలో అవతరించి ఉండవచ్చును. ఎందుకంటే ప్రపంచంలో నివసిస్తున్న విభిన్న ప్రాంతాల ప్రజలు కూడా భగవంతుని యొక్క సృష్టే కదా !

అయితే ఈ విషయాన్ని సరైన పద్ధతిలో గ్రహించలేక అజ్ఞానంతో వివిధ ప్రాంతాల ప్రజలు తమ మతమే గొప్పదని భ్రమలోపడి, వాదనలకు దిగి, చివరికి మతం పేరిట రక్తపాతాన్ని సృష్టిస్తున్నారు. మనం ప్రపంచవ్యాప్తంగా చూస్తే మతంపేరుతో జరుగుతున్న ఇటువంటి సంఘటనలు ఎన్నో మనకు గోచరమవుతాయి.

బహుశః మనుష్యులలో కొంతమంది తాము సంపూర్ణమైన ఆనందాన్ని అనుభవిస్తున్నామని మరియు భగవంతుని గురించి కొత్తగా నేర్చుకొనవలసినది ఏమీ లేదని చెప్పవచ్చును. వారు చెబుతున్న విషయంలో ఏ మాత్రం సత్యం ఉన్నా ఆ మనుష్యులకు ఈశ్వరకృప దొరికిందని సంతోషపడే వారిలో నేను స్వయంగా మొదటివాడను అవుతాను.

ఈ ఆధునిక కాలంలో భగవంతుణ్ణి ప్రపంచం అంతా వ్యాపారధోరణిలో ప్రచారం చేస్తున్నారు. తాము చెప్పిన విషయంలో నిజం ఉందా లేదా అనే విషయం ఎవరికీ అవసరం అనిపించడం లేదు. తమకు ఆత్మజ్ఞానం ప్రాప్తించిందా లేదా అనేది కూడా ఎవరికీ ముఖ్యమైన విషయంగా అనిపించడం లేదు. భగవంతుడు చేసిన సృష్టిరచన ఎలాగూ మాయతో కూడినదని శాస్త్రాలే స్వయంగా చెబుతున్నాయి కాబట్టి, పరబ్రహ్మాన్ని కూడా ఒక మాయ అని భావించడం మొదలుపెట్టారు.

అతి ప్రాచీనకాలం నుండి వస్తున్న యోగాభ్యాసానికి సంబంధించిన గొప్పగొప్ప సాంప్రదాయాలన్నీ ఇంతటి క్షీణదశకు చేరుకున్నాయి.

అయితే ఈ సమస్యకు పరిష్కారం ఏమిటి ?

ఈ సమస్యకు పరిష్కారం కేవలం మానవుని చిత్తం లేదా మనస్సు లోనే

ఉన్నది. తన మనస్సులో స్వయంగా మానవుడు ఆత్మజ్ఞానాన్ని లేదా బ్రహ్మజ్ఞానాన్ని సాక్షాత్కరింపజేసుకోవడంలోనే ఉన్నది.

దీనిని ఆత్మజ్ఞానం పొందడం అనవచ్చును లేదా పరబ్రహ్మం యొక్క అనుభవం పొందడం అనవచ్చును లేదా ఈశ్వరప్రాప్తి అనవచ్చును లేదా మరేదైనా అనవచ్చును. కాని పాఠకులందరూ ఒక విషయాన్ని మాత్రం గుర్తుంచుకోండి ! ఇది కేవలం ఒక మనిషికి సంబంధించిన వ్యక్తిగత విషయం మాత్రమే అవుతుంది.

ఒక వ్యక్తి యొక్క ఆధ్యాత్మిక శోభ ఇతరుల మీద కొద్ది ప్రభావాన్నే కలిగి ఉంటుంది. ఎందుకంటే ఆత్మసాక్షాత్కారం అనేది ఒక వ్యక్తి యొక్క స్వంత విషయం కాబట్టి !

అయితే ఒక దీపం కొన్ని కోట్ల దీపాలను వెలిగించగలదు. అయినా కూడా ఆ దీపం తనశోభను ఏ మాత్రం కోల్పోదు. అదేవిధంగా ఒక జ్ఞాన వంతుడైన వ్యక్తి కూడా కోట్లాది మానవుల మనస్సులలో జ్ఞానజ్యోతిని వెలిగించ గలుగుతాడు. అయితే ఒక వ్యక్తి తన మోక్షం కొరకు, తన అంతరంలోని పరబ్రహ్మన్ని తానే స్వయంగా సాక్షాత్కరింపజేసుకోవలసి ఉంటుంది.

ఇలా పరబ్రహ్మం ఒక వ్యక్తి అంతరంలో సాక్షాత్కారమయ్యే విధానమే యోగము. మనిషిలో పరబ్రహ్మం సాక్షాత్కారం అయిన తరువాత, ఇక అతడు భగవంతునిలో ఐక్యం అయిపోతాడు. ఎందుకంటే ఆ భగవంతుడే ఈ విశ్వమంతా వ్యాపించి ఉన్నాడు కాబట్టి ! తను మరియు భగవంతుడు వేరు కాదు అనే ఆత్మజ్ఞానం ఒక మనిషిని ఈ చివరిదశకు తీసుకు వెడుతుంది మరియు పరబ్రహ్మంలో ఐక్యం చేస్తుంది.

అన్ని యోగశాస్త్రాలు, మనిషి భగవంతుని యొక్క లేదా బ్రహ్మాండం యొక్క సూక్ష్మరూపం అని లేదా ప్రతిమనిషి హృదయంలో భగవంతుడు విరాజిల్లుతున్నాడని ఘంటాపథంగా చెబుతున్నాయి.

ఆత్మసాక్షాత్కారం పొందడం అనేది భగవంతునిలో ఐక్యం కావడమే ! అలా ఒక మనిషి ఆత్మజ్ఞానం పొందడం వల్లనే అతనికి పరమశాంతి మరియు

పరమసుఖం అనేవి లభిస్తాయి. ఆత్మజ్ఞానం పొందడంచేత మాత్రమే మనిషికి తాను పరబ్రహ్మ స్వరూపం అని తెలుస్తుంది.

అయితే బ్రహ్మజ్ఞానంతో స్వయం శోభితమైన మానవుడు మాత్రమే ఈ ప్రపంచంలో మానవత్వాన్ని పాదుకొల్పగలుగుతాడు. ఒక వ్యక్తి ఒకరి మనస్సులో లేదా కోట్లాది మానవుల మనస్సులలో జ్ఞానజ్యోతిని వెలిగించినపుడు లభించే పరమశాంతి లేదా పరమసుఖం ఎంత తక్కువ మోతాదులో ఉన్నా సరే, దానిని మానవజాతికి అందించగలిగేది కేవలం ఒక స్వయం శోభిత వ్యక్తి మాత్రమే. ఆ వ్యక్తిని ఒక యోగి అనవచ్చును లేదా ఋషి అనవచ్చును లేదా గురువు అనవచ్చును లేదా ఒక పూజ్యుడైన ఉపాధ్యాయుడు అనవచ్చును లేదా మరొక పేరు ఏదైనా పెట్టుకోవచ్చును. ఇక్కడ పేరు ముఖ్యంకాదు. ముఖ్యమైనదేమంటే ఆ వ్యక్తి బ్రహ్మజ్ఞానంతో స్వయం శోభితమై ఉండడం.

ఒక వ్యక్తి ఆత్మజ్ఞానం పొందడానికి అన్నింటికంటే మొట్టమొదట బ్రహ్మజ్ఞానంతో స్వయం శోభితుడైన ఒక గురువు యొక్క అనుగ్రహం ఎంతో అవసరం. ఆ గురువు తనలో జ్ఞానమనే అగ్నికణికను రగిలించడం ఎంతో అవసరం. చీకటిలో ఉన్న వ్యక్తి లేదా అంధుడు మిగిలిన అంధులకు దోవ చూపించలేడు. అలాగే తను ఆత్మజ్ఞానంతో స్వయం శోభితుడు కాని వ్యక్తి ఇతర మనుషులలో ఈ ఆత్మజ్యోతిని వెలిగించలేడు.

ఒక వ్యక్తి ఆత్మజ్యోతి ప్రకాశాన్ని పొందిన తరువాత, ఆ వ్యక్తి పరబ్రహ్మాన్ని తనలోతానే స్వయంగా బాహ్యసహాయం ఏమీలేకుండా సాక్షాత్కరింప జేసుకోగలడు. పరబ్రహ్మమే స్వయంగా తనలో ఆత్మగా వెలుగుతూ ఉంటే ఇక ఆ మనిషికి ఎలాంటి బాహ్యసహాయం కావాలి ? నిజానికి ఏ విధమైన బాహ్య సహాయం అక్కరలేదు. కేవలం ఆ జ్ఞానప్రకాశమే చాలు. అయితే కొంతస్థితికి చేరే వరకు మరొకరి పర్యవేక్షణ అవసరం ఉన్నది. అది ఎలాగంటే ఒక పసివాడు చక్రాలబండి ఆధారము లేకుండా నడక నేర్చుకుంటున్నపుడు పెద్దవారి పర్యవేక్షణ మాదిరిగా అన్నమాట.

ఈ పసిపిల్లల చక్రాలబండి అనే ఆలోచన గురించి ఈ పుస్తకంలో తరువాతి

విభాగాలలో అవసరం మేరకు వివరిస్తాను.

మానవజాతితో సహా ఈ విశ్వం మొత్తం పరాశక్తితో కూడుకొన్న పరబ్రహ్మం యొక్క స్థూలస్వరూపం మాత్రమే. అంటే భగవంతుడే స్వయంగా అనంతవిశ్వంగా మరియు కళ్ళకు కనబడే ప్రపంచంగా రూపుదాల్చి వాటిలో వ్యాపించి ఉన్నాడు.

ఇక మనిషికి సంబంధించినంత వరకూ ఆ దైవత్వమే ఆత్మగా ప్రకాశిస్తూ మానవ శరీరమనే రూపంగా పరిణామం చెందుతుంది లేదా ప్రకటింప బడుతుంది. దీని ఫలితంగా ఇక్కడ రెండు సమాంతరమైన సృష్టులు జరిగాయి. ఒకటి మానవజాతి యొక్క సమిష్టిస్థాయిలో మరొకటి వ్యక్తిగత స్థాయిలో !

ఇవి ఎలా అనేది నేను ముందుముందు వివరిస్తాను.

ఈ విశ్వంలో ఉన్నది కేవలం బ్రహ్మం మాత్రమే. పరబ్రహ్మం లేదా భగవంతుడు తప్ప ఈ అనంతవిశ్వంలో మరేమీ లేదు. అందువలన నా ఈ గ్రంథంలో నేను ఆ సర్వోన్నత దైవత్వానికి ఆత్మసమర్పణ చేసుకోవడం లేదా మనలో ఆ దైవత్వాన్ని సాక్షాత్కరింపజేయడం అనే విషయం మీదనే ఏకాగ్రత పెట్టి వ్రాయడం జరిగింది.

ఆ సర్వోన్నత దైవత్వమే ఈ శక్తి. లేదా ఈ శక్తే ఆ భగవంతుడు.

ఆ సర్వోన్నత శక్తి ఈ కనిపించే విశ్వంగా మరియు మనిషి ఊహకు అందనంతగా వ్యాపించి ఉన్నది. అలాగే మానవజాతి యొక్క సమిష్టి భ్రమగా కూడా రూపాంతరం చెందింది. అయితే ఈ శక్తి మానవజాతిని సృష్టించిన తరువాత లేదా భగవంతుడు మానవజాతిగా అవతరించిన తరువాత, సుషుప్త స్థితిలో ఈ అపరిమిత విశ్వంలో ఏదో ఒక ప్రదేశంలో నిగూఢమైన లోతుల్లో నిలచి ఉన్నది. ఈ అనంత విశ్వంలో భగవంతుడు సుషుప్తస్థితిలో సరిగ్గా ఏ ప్రదేశంలో ఉన్నాడో వివరించడం కష్టం. యోగసాధనలో ఉత్కృష్ట సాధన చేసిన ఒక యోగికి మాత్రమే ఆ విశ్వశక్తి తన పరిచయాన్ని తానే స్వయంగా చేసుకుంటుంది. స్వయంగా ఆ పరాశక్తే ఈ విషయాన్ని పరిచయం చేయవలసిన అవసరం ఉన్నది. ఎందుకంటే మానవ మేధస్సు ఊహించలేని స్థితిలో ఈ పరాశక్తి ఉన్నది. ఈ సుషుప్తస్థితిలో ఉన్న శక్తి ఆ తరువాత ఒక మాయాపూరిత

ప్రపంచాన్ని మానవజాతి ముందు సమిష్టిరూపంలో ధారణ చేస్తుంది.

భగవంతుని యొక్క బీజరూప శక్తి ప్రతి ఒక్కరిలోనూ సుషుప్తావస్థలో గుదము మరియు జననేంద్రియాల మధ్యప్రదేశంలో వెన్నుబాము క్రిందిభాగంలో మూలాధారం అని పిలువబడే ప్రదేశంలో నిలచి ఉంటుంది. అయితే అది నిరంతరం భ్రమపూరిత ప్రపంచాన్ని మనిషి మనోనేత్రం ముందు అభివ్యక్త పరుస్తుంది.

మానవశరీరంగా రూపం దాల్చిన శక్తి, ఎప్పుడైతే పూర్ణజ్ఞాని అయిన ఒక గురువు ద్వారా ప్రేరేపించబడుతుందో అది వ్యతిరేకదిశలో వ్యావర్తనం చెందుతుంది. లేదా మనిషి యొక్క అంతరజగత్తును లయం చేయడం లేదా నాశనం చేయడం జరుగుతుంది. వ్యక్తిగతస్థాయిలో అజ్ఞానం విచ్ఛిన్నమై, వ్యక్తి స్వయం ప్రకాశమై భగవంతునిలో విలీనమైపోతాడు.

ఇక్కడ పాఠకులు ఒక ప్రశ్న వేయవచ్చును. అదేమిటంటే భగవంతుడు ఈ మానవజాతి యొక్క సమిష్టి సృష్టిని సంపూర్ణంగా విచ్ఛిన్నం చేసినపుడు మానవాళి మొత్తం ఆత్మసాక్షాత్కారస్థితిని పొందగలదా అని. అతి ప్రాచీనమైన సంస్కృత గ్రంథాలు చెబుతున్నట్లు భగవంతుడు సృష్టిని ప్రతి యుగాంతం విలీనం చేస్తాడు. మరలా ప్రతి యుగం యొక్క ఆరంభంలో ప్రేరేపిస్తాడు. దీనిని కాలచక్రం వంటి సృష్టిచక్రం అని చెప్పవచ్చును.

ఇక్కడ నేను వ్రాస్తున్న ఈ విషయం కేవలం నా స్వంత అభిప్రాయం మాత్రమే. ఇంతటి ఉన్నతమైన ప్రశ్నను తర్కించే జ్ఞానం నాకు లేదు.

వ్యక్తిగతస్థాయిలో సృష్టి లయం అయినపుడు లభించే ఆత్మసాక్షాత్కారం నియమితంగా, నియంత్రణాయుతంగా ఉంటుంది. దీనికి కారణం యోగసాధన మరియు ఆ సాధనకు తోడుగా గురువు యొక్క కృప. అంటే వ్యక్తిగత స్థాయిలో సృష్టి లయమైనపుడు అది ఒక నియంత్రిత క్రమపద్ధతిలో వ్యక్తిని ఆత్మసాక్షాత్కార స్థాయికి తీసుకుని వెళుతుందన్నమాట. ఒక స్వయం ప్రకాశితుడైన గురువు యొక్క కృప ద్వారా మాత్రమే ఈ స్థితి లభిస్తుందని పాఠకులందరూ గ్రహించాలి. వ్యక్తిగతస్థాయిలో సృష్టి విచ్ఛిన్నం ఎలా జరుగు తుందో ఈ పుస్తకంలో నేను

తరువాతిభాగాలలో ఒకచోట విశ్లేషణ చేశాను.

అయితే బృహత్ విశ్వపరిధిలో సృష్టి విచ్ఛిన్నం భగవంతుని చేత జరిగినపుడు మానవాళిలో సామూహికంగా ఆత్మసాక్షాత్కారం జరగాలన్న నియమమేమీ లేదు. దీనికి కారణాన్ని సులభంగానే అర్థం చేసుకోవచ్చును.

ఆత్మజ్ఞాన ప్రాప్తికి మొదట భౌతికశాస్త్ర నియమాల విచ్ఛిన్నము, ఆ తరువాత యోగనియమాల విచ్ఛిన్నము యొక్క అనుభవము మానవజాతి పొందవలసిన అవసరం ఉన్నది. విశ్వప్రళయం జరుగుతున్నపుడు మొత్తం మానవజాతి ఆ అనుభవం పొందడానికి బహుశః సరిపోయినంత సమయం ఉండకపోవచ్చు. భౌతికశాస్త్ర నియమాలు మరియు యోగనియమాలు ఎలా విచ్ఛిన్నం జరుగుతాయనే జ్ఞానం లేదా తత్వాల యొక్క జ్ఞానం పొందకపోతే పరాశక్తి యొక్క పరిచయం పొందడం కుదరదు. పరాశక్తి యొక్క పరిచయం జరుగనపుడు ఆత్మసాక్షాత్కారం జరుగదు. ఎందుకంటే ఆత్మ మరియు శక్తి రెండూ ఒకటే కాబట్టి !

రెండవ విషయం ఏమిటంటే ఆత్మసాక్షాత్కారం కలగడం అనేది కేవలం భగవంతుని యొక్క అధీనంలో మాత్రమే ఉంటుంది. అలాగే సర్వోన్నతమైన పరబ్రహ్మం కూడా ఈ ప్రకృతిలో ఎప్పుడూ ఒక చమత్కారమైనదిగా కనబడుతుంది. భగవంతుని యొక్క చమత్కారమైన చర్యల గురించి అందరికీ బాగా తెలుసు. భగవంతుని యొక్క సంకల్పం ఎపుడు ఎలా ఉంటుందో, ఎందుకు అలా ఉంటుందో మానవజాతి ఊహకు అందని విషయం అని అందరికీ బాగా పరిచయమే.

ఇక ఈ విషయం గురించి ఏ మాత్రం మాట్లాడగల శక్తి నాకు లేదు. ఒక వ్యక్తికి సంబంధించినంత వరకు, స్వయం ప్రకాశము లేదా ఆత్మసాక్షాత్కారం వలన తను మరెవరో కాదు, స్వయంగా భగవంతుని యొక్క స్వరూపమే అనే జ్ఞానం వలన పరాశక్తి యొక్క పరిచయం కూడా కలుగుతుంది. ఎందుకంటే పరబ్రహ్మం మరియు పరాశక్తి ఒకటే కాబట్టి !

కావున మనిషి ఆ సర్వోన్నత బీజరూప శక్తి ఈ అనంతమైన విశ్వంలో

ఎక్కడ ఉన్నదా అని వెదుకవలసిన అవసరం లేదు. అది మనిషి ఆత్మ యందే ఉన్నది. లేదా ఆ ఆత్మయే ఆ శక్తి.

ఒక వ్యక్తిలో గురువు యొక్క దీక్ష కారణంగా జ్ఞానమనే అగ్నికణిక రగులు కొంటుంది. మూలాధారం అని పిలువబడే ప్రదేశంలో సుషుప్త స్థితిలో ఉన్న విశ్వశక్తి వెన్నెముక ద్వారా పైకి ఆరోహణ చేయడం ప్రారంభమవుతుంది. శక్తి వెన్నెముక ద్వారా మస్తిష్కంలోకి ప్రవేశిస్తున్న సమయంలో ఆ వ్యక్తికి దాని కదలికల అనుభవం శరీరంలో స్పష్టంగా ఏర్పడుతుంది.

ఈ విషయాన్ని ఏ ఆధునిక శాస్త్రం విశ్లేషించగలుగుతుంది ? ఇంకా నమ్మకం కలగాలంటే ఒక వ్యక్తి ఈ శక్తిని నేరుగా తన శరీరంలో ప్రవహిస్తున్న అనుభూతిని స్వయంగా పొందాలి.

అయితే కేవలం శరీరంలో ఈ శక్తి కదలికలు మాత్రమే ఆత్మసాక్షాత్కారం కాదు. మొదట అది శరీరంలోని అన్ని భాగాలలోని నాడులను ప్రేరేపిస్తుంది లేదా ఉత్తేజపరుస్తుంది. ఆ తరువాత అది ఆ వ్యక్తి యొక్క ప్రమేయం లేకుండానే అతని మనస్సును అన్ని రకాల కర్మల నుండి అంటే ఇంద్రియాల అనుభూతుల నుండి శుభ్రపరుస్తుంది. మనస్సుకు మరియు విశ్వశక్తికి మధ్య ఒక దైవికమైన అనుసంధానం ఏర్పడుతుంది.

ఏ ఆధునిక లేదా ప్రాచీనశాస్త్రం ఈ పద్ధతిని సహేతుకంగా వివరించ గలుగుతుంది ? ఒక వ్యక్తి స్వయంగా ఈ అనుభూతిని పొందినపుడే అతనికి ఈ విషయం అర్ధమౌతుంది. అతడు నమ్మగలుగుతాడు.

శక్తి మెదడు ప్రాంతానికి ఆరోహణం చేసిన తరువాత మనసు మరింత ఉన్నతమైన స్థాయికి చేరుతుంది. మొదటి జ్ఞానకిరణం మనస్సులో ప్రవేశించిన తరువాత సంపూర్ణమైన బ్రహ్మానందం మనస్సులో అనుభవం కావడం ప్రారంభ మౌతుంది. ఈ అనుభవాన్ని ఈ భూమిమీద చలామణిలో ఉన్న ఏ భాషతోనూ వర్ణించలేము.

ఏ ప్రాచీన లేదా ఆధునికశాస్త్రం మనస్సును ఉగ్రరూతలూగించే ఈ విషయాన్ని సహేతుకంగా గానీ లేదా మూఢత్వంతో గాని వివరించగలుగుతుంది?

కుండలినీ శక్తి లేదా విశ్వశక్తి మనిషి శరీరంలో జాగృతమైనపుడు ఇలా జరుగుతుంది. దీనినే యోగము అంటారు. అంటే విశ్వరచన పరబ్రహ్మం లేదా దైవత్వంలో విలీనం కావడం అన్నమాట.

నా వ్యక్తిగత అనుభవాలన్నింటినీ ఎలాంటి దాపరికం లేకుండా, యోగపద్ధతుల యొక్క ఆచారాలను మరియు సాంప్రదాయాలను ఉల్లంఘించి మరీ వివరించి వ్రాశాను. పూర్తిగా పరహిత దృష్టితో మానవజాతి శ్రేయస్సు కోసం ఈ గ్రంథాన్ని వ్రాశాను.

ఇక్కడ సాధారణ పాఠకులకు ఒక విషయాన్ని చెప్పదలచుకున్నాను. యోగము అంటే సాధారణంగా కొన్ని భంగిమలు లేదా కొన్ని శ్వాస ప్రక్రియలు అని అనుకుంటారు. ఈ అన్ని ప్రక్రియలు కేవలం విశ్వశక్తిని జాగృతం చేయడం కోసమే ! ఈ ప్రక్రియలు యోగము కాదు. ఏది ఏమైనా అన్ని భంగిమలు మరియు శ్వాస ప్రక్రియలు కలిసి ఒక స్వతంత్ర యోగ పద్ధతిని వివరిస్తాయి. అయితే కుండలినీ శక్తి లేదా విశ్వశక్తి జాగృతం అయిన తరువాత ఆ యోగ పద్ధతి యొక్క ఉద్దేశ్యం సఫలీకృతం అవుతుంది.

అదే విధంగా ధ్యానం అనేది కూడా సుషుప్తస్థితిలో ఉన్న విశ్వశక్తిని జాగృతం చేయడానికి ఉపయోగించే ఒక ప్రక్రియ మాత్రమే. ఒకసారి ఆ శక్తి జాగృతం అయిన తరువాత దాని ఉద్దేశ్యం కూడా పూర్తిగా సఫలీకృతం అవుతుంది.

అలాగే దీనికోసం ఇంకా ఇతర ప్రక్రియలను కూడా ఆచరించవచ్చును. ఉదాహరణకు భగవంతునికి మనల్ని మనం భక్తితో ఆత్మ సమర్పణ చేసుకోవడం, ఈ జగత్తులో లేదా ప్రపంచంలో మన బాధ్యతలను ఎలాంటి సంబంధ బాంధవ్యాలకు లోను కాకుండా నిస్వార్థంగా నిర్వహించడం మొదలైనవి.

విశ్వశక్తిని జాగృతం చేయడానికి ప్రతి యోగమార్గంలో కూడా కొన్ని ప్రత్యేకమైన ప్రక్రియలుంటాయి. తాంత్రిక ప్రక్రియలు మొదలైన వాటిలో కూడా ఇదే తీరు ఉంటుంది. ఈ ప్రక్రియ అనేది ఒక మార్గం మాత్రమే. యోగము అనేది మనిషిలో విశ్వశక్తి జాగృతం అయిన తరువాత మాత్రమే ప్రారంభ మౌతుంది. అంటే ఒక మనిషి తిరుగుప్రయాణం అనేది కేవలం ఆ వ్యక్తి వెనక్కి

తిరిగి నడవడం మొదలు పెట్టిన తరువాత మాత్రమే ఆరంభించినట్లుగా అన్నమాట.

యోగము అంటే వ్యక్తిగతంగా లేదా మానవ ఆత్మ, పరమోత్కృష్టమైన విశ్వాత్మ అంటే భగవంతునిలో కలిసిపోవడం అన్నమాట.

ఈ కార్యక్రమం, మనిషికి విశ్వశక్తి బాహ్యంగా అహం, వివేకం, మనస్సు మరియు పంచజ్ఞానేంద్రియాల ద్వారా మాయా ప్రపంచాన్ని దర్శింపజేస్తునంత వరకు ప్రారంభం కాదు. ముందు మనస్సును అంతరం వైపు మరలించాలి. ఇది మనిషి తలచుకుని సంకల్పించినంత మాత్రాన జరుగదు. ఎందుకు అన్నది నేను తరువాతి భాగాలలో వివరిస్తాను.

విశ్వశక్తి శరీరంలో జాగృతం అయినపుడు జీవుని యొక్క తిరుగు ప్రయాణం లేదా అవరోహణం లేదా మనోవిచ్ఛిన్నం ప్రారంభమౌతుంది. చివరికి విశ్వశక్తి, పరబ్రహ్మం లేదా ఆత్మ అనే మూలంలో కలిసిపోతుంది.

ఈ మూలం అనేది ఒక వ్యక్తి యొక్క ఆత్మ లేదా భగవంతుడు అన్నమాట. ఇది అగ్నిలో నుండి పుట్టే అగ్నికణం మాదిరిగా ఉంటుంది. అంటే బ్రహ్మాన్ని లేదా భగవంతుణ్ణి అగ్నితో పోలిస్తే మనిషి శరీరంలో ఉండే ఆత్మ అగ్నికణం లాంటిది. అగ్ని అయినా, అగ్నికణం అయినా ఒకటే కదా !

ఈ విశ్వశక్తిని జాగృతం చేయడానికి అనేక ఉపాయాలు వినియోగిస్తారు. అవన్నీ కూడా వివిధ యోగపద్ధతులతో కూడి ఉంటాయి. కుండలినీ లేదా విశ్వశక్తి జాగృతం అయిన తరువాత అన్ని వ్యక్తిగత యోగపద్ధతులు ఒకే ఒక మహాయోగంలో కలిసిపోతాయి.

భాగము - 2

సిద్ధమహాయోగము

ఇది ఒక మహాపథం లేదా మహాయోగము. ఇది కుండలినీ శక్తి జాగృతం అయిన తరువాత ప్రారంభమౌతుంది. దీనినే సిద్ధమహాయోగము అంటారు.

ఈ ప్రపంచంలో ఉన్న అన్ని యోగమార్గాలు, తాంత్రిక ప్రక్రియలు, మతవ్యవస్థలు, సిద్ధాంతాలు, ఆచారాలు, పద్ధతులు మొదలైనవన్నీ మానవ శరీరంలోని విశ్వశక్తిని ప్రత్యక్షంగానో లేదా పరోక్షంగానో వివిధ ఉపాయాలు ఉపయోగించి జాగృతం చేయడానికి మాత్రమే ఉన్నాయి. ఈ విశ్వశక్తిని సృష్టిక్రమానికి వ్యతిరేకదిశలో జాగృతం చేయడం జరుగుతుంది. ఈ గ్రంథంలోనే ఒక భాగంలో, ఈ విశ్వశక్తిని ఏ పద్ధతుల ద్వారా జాగృతం చేయడం జరుగుతుంది అనే విషయంపై చర్చించడం జరిగింది.

ఆత్మసాక్షాత్కారం కోసం భగవంతుడు మానవుని శరీరంలో అమర్చిన ఈ విశ్వయంత్రాంగం ఒక ప్రామాణిక వ్యవస్థ. ఆత్మసాక్షాత్కారం అనే ప్రక్రియ మానవుని శరీరంలో సాంకేతికంగా మరేవిధంగానూ జరుగడానికి సాధ్యపడదు. నిజానికి ఇది భగవంతుడు మానవజాతికి ఇచ్చిన గొప్ప వరం. కుండలినీ శక్తి యొక్క జాగృత ప్రక్రియను ఒక మానవుడు తన శరీరంలో స్వయంగా మరియు ప్రత్యక్షంగా అనుభవం పొందడానికి వీలవుతుంది. ఇంకా ఎవరికైనా ఈ సిద్ధాంతం మీద అనుమానం వ్యక్తపరచాల్సిన అవసరం ఏమున్నది ?

అయితే వినాశనం లేదా సృష్టికి వ్యతిరేకదిశ ఎందుకు ?

ఈ విచ్ఛిన్నం లేదా సంకులీకరణం ఎందుకు ? ఎందుకంటే ఈ సృష్టిరచన అనేది విశ్వశక్తి ద్వారా జరిగింది కాబట్టి, స్వయంగా విశ్వశక్తి ద్వారానే సృష్టి యొక్క విచ్ఛిన్నం జరగాలి. అపుడే సృష్టికి మూలమైన పరబ్రహ్మం లేదా మనిషి అంతరంలో విరాజమానమైయున్న ఆత్మ యొక్క స్వరూపం సాక్షాత్కరింప బడుతుంది. దీనిని ఆత్మసాక్షాత్కారం లేదా మోక్షము లేదా ఇంకేదైనా అనవచ్చును.

మానవశరీరంలో ఈ సృష్టి యొక్క విచ్ఛిన్నం లేదా వ్యక్తిగత స్థాయిలో మనిషి యొక్క ప్రపంచం ఏ విధంగా విధ్వంసం జరుగుతుందో నేను తరువాత వివరిస్తాను.

ఈ విశ్వం యొక్క సర్వోన్నత బీజరూప శక్తి, ఒక మనిషిని పిండాండంగా (విశ్వం బ్రహ్మాండం మరియు మానవ శరీరం పిండాండం) సృష్టించిన తరువాత మనిషి శరీరంలో వెన్నెముక క్రింది భాగంలో మూలాధారం అనే ప్రదేశంలో సుషుప్తావస్థలో నిలచి ఉంటుంది. సుషుప్తావస్థ అని ఎందుకంటున్నామంటే, సృష్టి ప్రక్రియ ఇంతకు ముందే పూర్తి అయిపోయింది కాబట్టి. అంతేగాని విశ్వశక్తి ఎప్పుడూ సుషుప్తావస్థలో ఉండడం అనేది జరుగదు. ఈ శక్తి నిరంతరం మానవుని ముందు భ్రమపూరితమైన ఒక మాయా ప్రపంచాన్ని నిలిపి ఉంచు తుంది. అది అహం, బుద్ధి లేదా మేధస్సు, చిత్తం లేదా మనస్సు మరియు పంచ జ్ఞానేంద్రియముల మాధ్యమంగా ఒక మనిషికి భ్రమపూరితమైన మాయా ప్రపంచాన్ని నిరంతరం ధారణ చేస్తూ ఉంటుంది.

ఈ విశ్వశక్తి ఒక స్వయం ప్రకాశిత లేదా ఆత్మజ్ఞానాన్ని పొంది ఉన్న పూజ్యులైన ఒక గురువు ద్వారా మానవ శరీరంలో జాగృతం కావింపబడిన తరువాత, సృష్టిక్రమానికి వ్యతిరేకదిశలో ప్రయాణించడం మొదలుపెట్టి ఒక యోగాభ్యాసకునికి వ్యక్తిగత స్థాయిలో సృష్టిని లేదా ఈ భ్రమపూరిత జగత్తును విలీనం చేస్తుంది. చివరికి ఈ విశ్వశక్తి మూలంలో అంటే పరబ్రహ్మ స్వరూపమైన ఆత్మలో కలిసిపోతుంది. దీని ఫలితంగా మానవునికి ఆత్మ యొక్క జ్ఞానం కలుగుతుంది లేదా జీవునికి తన నిజస్వరూపం గోచరం అవుతుంది.

కాబట్టి ఏ విశ్వశక్తి మానవజాతిని సృష్టించిందో, ఆ విశ్వశక్తే స్వయంగా మానవజాతి కోసం సృష్టింపబడిన జగత్తును విలీనం చేయవలసిన అవసరం ఉన్నది. అదే విధంగా మానవరూపాన్ని సృష్టించిన బీజరూప శక్తి తిరోగమనమై సరిగ్గా అదే క్రమంలో వెళ్ళి సృష్టిని విచ్ఛిన్నం చేస్తుంది.

ఇదే మానవజీవితం యొక్క సారము. ఇదే ప్రపంచమంతటా అనాదిగా అనేక విధాలుగా విపదమవుతూ వస్తుంది. కాబట్టి మానవమాత్రునికి స్వయంగా

ఏ విధమైన దైవకృప లేకుండా ఆత్మసాక్షాత్కారం పొందడం దుర్లభమైన విషయం.

ఒక వ్యక్తి ఈ ప్రపంచంలో నలుమూలల కేగి పరబ్రహ్మాన్ని వెదకవచ్చును లేదా తను అనుసరిస్తున్న మతవ్యవస్థలోని ఆచారాలను ఎంతో గొప్ప స్థాయిలో నిర్వర్తించవచ్చును లేదా ఇంకా ఏదైనా చేయవచ్చును. అయినా అవన్నీ నిరర్థకమైనవే అవుతాయి. విశ్వశక్తిని ఏదో ఒకవిధంగా, బ్రహ్మజ్ఞానంతో స్వయం ప్రకాశితమైన ఒక గురువు మాధ్యమంగా ముందుగా జాగృతం చేయించాలి. అప్పటిదాకా ఎన్ని ప్రయత్నాలు చేసినా అవి వ్యర్థమే ! అయితే అవి కొంత వరకు తాత్కాలికమైన మానసిక ఉపశమనాన్ని మాత్రమే ఇవ్వగలవు.

అందువలన ప్రతి మనిషి తనకు తానుగా సంపూర్ణంగా ఆ భగవంతునికి సమర్పితం గావించుకోవాలి. ఈ ప్రపంచంలోని అన్ని మతవ్యవస్థలు చెబుతున్న సారాంశం కూడా ఇదే ! ఎందుకంటే ఇది ఆత్మసాక్షాత్కారానికి ఉన్న ఏకైక మార్గము.

ఒకసారి ఈ విశ్వశక్తి మనిషి శరీరంలో జాగృతమైతే అన్ని యోగమార్గాలు కలిసిపోయి, పరబ్రహ్మాన్ని గురించి ఒకే భావనగా మారిపోతాయి. ఆ భావనే మానవునికి చివరిదైన మరియు ఉత్కృష్టమైన మోక్షానికి దారితీస్తుంది. మనిషిని ఆత్మసాక్షాత్కారం దిశగా తీసుకువెళుతుంది. ఒక్కమాటలో చెప్పాలంటే, కుండలినీ శక్తి జాగృతం అయిన తరువాత, భగవంతుని గురించి మనిషికి ఉన్న అన్ని భావనలు ఒక్కసారిగా అకస్మాత్తుగా మారిపోతాయి. ఈ ప్రపంచంలో మతవ్యవస్థల మధ్య ప్రస్తుతం ఉన్న రకరకాలైన అభిప్రాయబేధాలు అన్నీ మనస్సులో నుండి శాశ్వతంగా తొలగిపోతాయి.

దీనిని మీరు ఒక బ్రహ్మాండమైన మహామతము అనండి లేదా ఒక మహాయోగము అనండి లేదా ఆధునిక శాస్త్రపరంగా ఒక మహా ఐక్యసిద్ధాంతం అనండి !

ఈ భూమిమీద ఉన్న అన్ని భాషలకు జన్మస్థానం మానవ మేధస్సు లేదా బుద్ధి. సూక్ష్మరూపంలో ఉండే విశ్వశక్తి యొక్క నిజస్వరూపాన్ని లేదా ఆదిపరాశక్తిని స్థూలరూపంలో ఉండే మానవుని బుద్ధి లేదా మనస్సు

గ్రహించలేదు. అందువలన స్వయంగా మానవుని బుద్ధి సైతం గ్రహించలేనపుడు ఆ బుద్ధిలో నుండి ఉత్పన్నమైన భాషలు ఆ విశ్వశక్తి గురించి ఎలా విశ్లేషణ చేసి చెప్పగలవు ?

కావున అన్ని మతవ్యవస్థలు, సిద్ధాంతాలు, ఆచారాలు, యోగప్రక్రియలు మొదలైనవన్నీ కేవలం మానవశరీరంలో నిద్రాణమైయున్న కుండలినీ శక్తిని జాగృతం చేయడానికి ఉపయోగపడే లేదా వివిధ యోగప్రక్రియలను తెలియజేసే విభిన్న మార్గాలు మాత్రమే. ఇక ఇక్కడనుండి, భగవంతుని గురించిన భావన అందరికీ ఒకే మాదిరిగా ఉండటం అనేది ప్రారంభం అవుతుంది. ఇక్కడ పాఠకులందరికీ ఒక విషయాన్ని నేను ఘంటాపథంగా చెప్పదలచు కున్నాను. కుండలినీ శక్తి జాగృతం అయిన తరువాత మనస్సు యొక్క ప్రతి జీవకణం అకస్మాత్తుగా ఎంతో మార్పు చెందుతుంది. భగవంతుని గురించి అప్పటివరకూ మనస్సులో ఉన్న ఆలోచనలన్నీ విచ్ఛిన్నమైపోతాయి. ఆ ఆలోచనలన్నీ ఊహించని మార్పులకు లోనవుతాయి. ఈ గ్రంథంలోని ఒక భాగంలో ఈ విషయాన్ని గురించి విపులంగా చర్చించడం జరిగింది. అందరికీ అర్థమయ్యే భాషలో మరొక విధంగా చెప్పాలంటే, ఒక యోగాభ్యాసకునికి తనలో ఏమి మార్పువచ్చిందో, అసలు ఎలా వచ్చిందో అనే విషయం తెలియడం కూడా జరుగదు. అంత చమత్కారంగా, విస్మయంగా మరియు అకస్మాత్తుగా ఈ మార్పు రావడం జరుగుతుంది. ఆదిపరాశక్తి అయిన విశ్వశక్తి యోగాభ్యాసకుని వైపునుండి ఏ ప్రయత్నమూ లేకుండానే, ఆ వ్యక్తిని ఆత్మసాక్షాత్కారం అనే దిశలో ముందుకు నెట్టడం జరుగుతుంది లేదా సమాధి అనే స్థితి వైపు తీసుకువెళ్ళడం మొదలు పెడుతుంది.

సిద్ధమహాయోగాన్ని సాధన చేసే సాధకులలో, ఈ విశ్వశక్తిని గురుకృపతో ముందే జాగృతం చేయడం జరుగుతుంది. మానవజాతి శ్రేయస్సు కోసం విశ్వశక్తికి స్వయంగా ఒక మాధ్యమంగా ప్రవర్తిస్తూ, ఒక గురువు తన శిష్యునిలో ఈ శక్తిని జాగృతం చేయడం జరుగుతుంది. 'శక్తిపాతము' అనే ఒక యోగ ప్రక్రియ ద్వారా గురువు తన శిష్యునిలో ఈ శక్తిని జాగృతం చేయడం

జరుగుతుంది.

ఈ యోగప్రక్రియ గురించి నేను ముందుముందు ఈ గ్రంథంలో విపులంగా వివరిస్తాను.

కనుక ఈ యోగపద్ధతి మిగిలిన యోగపద్ధతుల మాదిరిగా ఒక స్వతంత్రమైన యోగపద్ధతి ఏమీ కాదు. యోగపద్ధతుల అన్నింటికీ సుషుప్తస్థితిలో ఉన్న కుండలినీ లేదా విశ్వశక్తిని జాగృతం చేయడానికి వాటి వాటి సొంత మార్గాలు ఉన్నాయి. అయితే అన్ని యోగపద్ధతులు చివరికి పరబ్రహ్మం లేదా భగవంతుని దగ్గరకు తీసుకువెళతాయి అనే జ్ఞానం అవగతమయ్యే కొద్దీ ఈ యోగపద్ధతులన్నీ కలసి ఒకేఒక మహాయోగంగా రూపాంతరం చెందడం మొదలవుతుంది. దీనినే సిద్ధమహాయోగం అంటారు. అయితే ఈ మహాయోగంలో గురుకృప ద్వారా, శక్తిపాతము అనే యోగప్రక్రియను ఉపయోగించి కుండలినీ శక్తిని ముందే శిష్యునిలో జాగృతం చేయడం జరుగుతుంది.

కాబట్టి సమస్త మానవజాతి, ఆధ్యాత్మికంగా ఏ స్థితిని పొందాలని వివిధ శాస్త్రాలు, మతాలు, సిద్ధాంతాలు, యోగమార్గాలు, తాంత్రిక ప్రక్రియలు మొదలైన వాటి సహాయం తీసుకుంటుందో, ఆ స్థితిని ఒక సిద్ధమహాయోగాభ్యాసకునికి కేవలం గురుకృపతో ప్రధానం చేయడం జరుగుతుంది. అందుకే దీనిని మహాయోగము అంటారు.

ఏది ఏమైనా సాధకునికి గురుకృప ద్వారా లభించిన ఈ సమున్నత యోగస్థితి వలన రాత్రికి రాత్రే లేదా కొన్ని సంవత్సరాలలోనే ఆత్మసాక్షాత్కారం జరుగదు. శక్తిపాతము యొక్క లాభం కేవలం కుండలినీ శక్తిని లేదా విశ్వశక్తిని జాగృతం చేయడం వరకే పరిమితం.

ఈ విశ్వశక్తి యొక్క జాగృతి వలన ఒక సాధకుడిని తిరిగి మామూలు జీవితంలోకి రానివ్వని దిశలో ముందుకు నెట్టడం జరుగుతుంది. బహుశః ఒక మానవునికి ఎన్నో జన్మల కలల ఫలితం ఈ విశ్వశక్తి యొక్క జాగృతితో లభ్యం అవుతుంది. ఒక మానవుని శరీరంలో కుండలినీ శక్తి జాగృతం అవడం అనేది బహు అరుదుగా జరిగే యోగప్రక్రియ. నిజానికి మానవజాతి భగవంతుని

గురించి చేసే పూజలన్నీ దీనికోసమే ! అసలు అన్ని యోగమార్గాలు, తాంత్రిక పద్ధతులు మొదలైనవన్నీ కేవలం దీనికోసమే ఉన్నాయి. కుండలినీ శక్తి జాగృతం కాకుండా, ఆధ్యాత్మిక దృష్టిలో సాంకేతికంగా అసలు ఏమీ జరుగదు. మామూలుగా ఏ మానవునికీ, ఈ విశ్వశక్తి యొక్క జాగృతం పొందడం లేదా భగవంతుని కృప పొందడం ఒక జన్మలో సాధ్యం కాని విషయం. అందువలన ఇది ఎన్నో జన్మల కఠోరశ్రమ లేదా కలలుపండి దైవికకృపగా పరిణామం చెందడం అనవచ్చును.

ఈ విశ్వశక్తి జాగృతి వలన లౌకికదృష్టిలో ఒక సాధకునికి ప్రాపంచికపు లాభం ఏమీ కలుగకపోవచ్చును. అయితే పారలౌకికదృష్టిలో లేదా దైవికదృష్టిలో సాధకునికి అన్ని లాభాలు కలిగినట్లే. కుండలినీ శక్తి జాగృతి వలన, సాధకునికి ఏదైనా గొప్ప ప్రాపంచికపు లాభం కలుగుతుంది అనేది మానవజాతిలో ఉన్న ఒక మూఢనమ్మకం ! బహుశః పాఠకులందరికీ తెలిసే ఉంటుంది. ఈ ప్రపంచంలో ఏ మనిషి అయినా భగవంతుని గర్భగుడిలో ప్రవేశించిన తరువాత ఒక భిక్షగాని మాదిరి ఎన్నో ప్రాపంచికపు లాభాలు కోరుకోవడం జరుగుతుంది. కేవలం ఆధ్యాత్మిక దృష్టితో, భగవంతుని యొక్క కృపను పొందాలనుకునేవారు చాలా అరుదు. భగవంతుని కృప లభించడం అంటే విశ్వశక్తి జాగృతం కావింపబడినట్లే. ఎందుకంటే భ్రమపూరితమైన మానవుని యొక్క చిన్నచిన్న ప్రాపంచికపు సమస్యలు లేదా లాభాలు భగవంతునికి పట్టవు కాబట్టి.

ప్రతి మనిషి యొక్క మనస్సు, విశ్వశక్తి జాగృతం అయినపుడు కలిగే పరిణామాన్ని నిభాయించుకోలేదు కాబట్టి ప్రతి ఒక్కరికీ లేదా అందరికీ ఉన్నపళంగా ఈ యోగమార్గంలో దీక్ష ఇవ్వడం కుదరదు. ఇంకా చెప్పాలంటే, అవసరమైన మానసిక స్థితి లేని కారణంగా, ఒక మనిషిలో విశ్వశక్తి జాగృతం కాకపోవచ్చును. బహుశః ఈ కారణం వలననే, ఈ యోగపద్ధతిని లేదా శక్తిపాత పరంపరని రహస్యంగా ఉంచడం జరిగింది. అయితే మారుతున్న సామాజిక పరిస్థితులను అనుసరించి 600 సంవత్సరాలు రహస్యంగా ఉండిపోయిన తరువాత ఈ శక్తిపాత పరంపర ప్రపంచంలో 600 సంవత్సరాల పాటు

బాహ్యంగా ప్రకటితమౌతుంది. ఈ విధంగా ప్రతి 600 సంవత్సరాలకొకసారి జరుగుతుందని శక్తిపాత పరంపరలో ఎక్కువగా నమ్ముతారు. పాఠకులందరూ ఒక్కసారి ఊహించండి ! ఒకవైపు దీక్ష ఇవ్వడం కుదరని పరిస్థితులలో మనుష్యులందరూ దీక్ష ఇవ్వమని ఒక గురువు వద్దకు పరుగిడితే ఎలా ఉంటుంది ? బహుశః అందువలననే ఈ శక్తిపాత పరంపర సామాజిక పరిస్థితులనుబట్టి ప్రపంచంలో మానవజాతి మధ్య 600 సంవత్సరాలకొకసారి ప్రకటితమౌతూ ఉంటుంది.

ఇక్కడ పాఠకులందరినీ నా బాధ అర్థం చేసుకోమని వేడుకొంటున్నాను. ఈ పద్ధతి ఇలా కాకుండా, అందరికీ అందుబాటులో ఉంటే బాగుండేది కదా అని నా ఆకాంక్ష. అయ్యో ! స్వేచ్ఛాయుతమైన మానవ సంకల్పం అనేది ఒక భ్రమగా మాత్రమే మిగిలిపోయిందే ! ఈ ప్రపంచం భగవంతుని యొక్క సృష్టి. భగవంతునికి సంపూర్ణంగా సమర్పితం అయిపోవడం తప్ప మనిషికి మోక్షం కోసం మరోదారి లేదు. చేయగలిగింది మరేమీ లేదు. కేవలం భగవంతుని కృప మాత్రమే మనిషిని కాపాడుతుంది. ఈ విషయాన్ని ఈ క్రింది ఉదాహరణల ద్వారా ఇంకా బాగా అర్థం చేసుకోవచ్చును.

బురదతో నిండిన గుంటలో పొర్లాడుతున్న ఒక పంది ఏదైనా శరీరానికి గట్టిగా గుచ్చుకుంటే తప్ప బయటకు రావడానికి ఇష్టపడదు.

ఒక బావిలో ఉన్న కప్ప తనను ఎవరైనా సముద్రంలోకి విసిరే వరకూ తాను ప్రపంచమంతా చూసేశాను అని భ్రమ పడుతుంది.

ఇదే విధంగా మానవులంతా 'జీవితం' అనే బురదగుంటలో లేదా బావిలో మనుగడ సాగిస్తున్నారు.

ఇప్పుడు పై ముగ్గురికీ, శాశ్వతమైన పరమసత్యం తెలుసుకోవాలంటే ఏదైనా జరగాలి. ఆదిపరాశక్తి అయిన కుండలినీ శక్తి లేదా విశ్వశక్తి ఆ పనే చేస్తుంది. ఏ మనిషి శరీరంలో ఈ శక్తి జాగృతం అవుతుందో, ఆ వ్యక్తి బలవంతంగా విశ్వశక్తిచే పరమసత్యం అయిన భగవంతుని వైపు లాగివేయబడతాడు. వివరించడానికి వీలులేని విధంగా, ఆధునిక శాస్త్రానికి అంతుచిక్కని విధంగా,

మానవజాతి మీద జ్ఞానము మరియు శాంతి అనే వర్షాన్ని కురిపిస్తూ, సిద్ధమహాయోగము మిట్టమధ్యాహ్నపు సూర్యుని వలె వెలుగుతూ ఉన్నది.

ఈ ప్రపంచం మొత్తాన్ని నరకానికి వెళ్ళనివ్వు !

నీవేమీ పట్టించుకోకు. ఈ అనంతవిశ్వంలో శాశ్వతంగా నీవు ఒక్కడివి మాత్రమే ఉండగలవు మరియు ఉంటావు. ఎందుకంటే నీది సచ్చిదానంద స్వరూపం కాబట్టి ! మానవజాతికి సిద్ధమహాయోగము చేస్తున్న వాగ్దానం ఇది.

ఆధునిక శాస్త్రం, సిద్ధాంతం, మతం, యోగము మరియు ఇంకేమైనా ఉంటే అవి లేదా అన్నింటి యొక్క సమైక్యత కోసం, ఈ గ్రంథం రచించడమనే ఒక చిన్న బలహీనమైన ప్రయత్నం చేయడం జరిగింది.

మానవజాతి శ్రేయస్సు కోసం నా హృదయం యొక్క అంతర జగత్తు ద్వారం తెరచి, కుండలినీ శక్తి జాగరణలో నేను అనుభవించి చూసిన నా అనుభవాలను ప్రపంచంలోకి తెస్తున్నాను.

నేను నా మనస్సును ఎలాంటి ఆచ్ఛాదన లేకుండా ఎంతో నమ్రతతో, ఎలాంటి పట్టింపులు లేకుండా మీ ముందు ఉంచుతున్నాను.

భాగము - 3

మహాయోగానికి నాలుగు ప్రాథమిక మార్గాలు

ఆత్మసాక్షాత్కారం కోసం ఉన్న సర్వోన్నత మహాయోగాన్ని ఆరంభదశలో నాలుగు ప్రాథమిక మార్గాలుగా విభజించవచ్చని అన్ని యోగశాస్త్రాలు విరివిగా చెబుతున్నాయి. అయితే ఈ మార్గాలన్నీ కుండలినీ శక్తి జాగృతం కావడానికి ముందు సాధన చేసే యోగమార్గాలు మాత్రమే. ఇక్కడ పాఠకులందరూ ఒక విషయాన్ని గుర్తుంచుకోండి ! ప్రతి మనిషి భగవంతుని పూజ కోసం ఎన్నో రకాల ప్రయత్నాలు చేయడం జరుగుతుంది. కొందరు రకరకాల యోగసాధనలు చేస్తారు. మరికొందరు తాంత్రిక పద్ధతులు ఉపయోగిస్తారు. ఇంకా మరికొందరు ఇంకేమైనా పద్ధతులు ఉపయోగిస్తారు. అయితే ఈ ప్రపంచంలో భగవంతుని కృపకోసం చేసే ప్రయత్నాలన్నీ కుండలినీ శక్తిని జాగృతం చేయడానికనే అర్థం వస్తుంది. యోగ పరిభాషలో ఈ ప్రయత్నాలన్నింటినీ కలిపి 'అణవీ దీక్ష'గా పిలుస్తారు. ఎందుకంటే మానవుడు భగవంతుని కృపకోసం తన జీవితకాలంలో చేసే ప్రయత్నం అంతా 'అణువు' మాదిరి అతి స్వల్పమైనది. అసలు ప్రయత్నం అంతా కుండలినీ శక్తి జాగృతం అయిన తరువాత మొదలౌతుంది. అయితే ఇక్కడ ఒక విషయాన్ని గమనించాలి. కుండలినీ శక్తి జాగృతం అయిన తరువాత, మనిషికి చేయవలసిన ప్రయత్నం అంటూ ఇంకేమీ ఉండదు. చేయవలసిన పనంతా విశ్వశక్తి స్వయంగా శరీరంలో అంతర్గతంగా చేస్తుంది. కాబట్టి కుండలినీ శక్తి జాగృతం అనేది ఆత్మసాక్షాత్కారం కోసం చేసే ప్రయత్నంలో మొదటి గమ్యం. అందువలన ఇంతకు ముందు అంటే కుండలినీ శక్తి జాగృతానికి ముందు చేసే ప్రయత్నాలు అన్నీ కేవలం ప్రాథమికమైనవి అనవచ్చును.

మొదటి మార్గాన్ని భక్తి యోగమని అంటారు. అంటే సంపూర్ణ స్వయం వశిత్వం లేదా భగవంతునికి తనను తాను సమర్పించుకోవడం.

ఇక్కడ ఒక మనిషి తాను జీవితంలో చేసే పనులన్నింటినీ భగవంతునికి

అర్పితం చేస్తాడు. మనస్సు ఇలాంటి భావనతో నిండిఉండడం వలన, మనస్సులో కుప్పలు కుప్పలుగా పేరుకొని ఉన్న ఇంద్రియాల అనుభూతులన్నీ లేదా కర్మలన్నీ అతివేగంగా కాలిపోవడం జరుగుతుంది. ఆ తరువాత ఆ మనిషి నిర్విచార సమాధిస్థితికి చేరుకోవడం జరుగుతుంది. సమాధిస్థితి అనేది ఈ ప్రపంచంలో ఉన్న అన్ని యోగమార్గాల యొక్క ఆఖరిగమ్యం. అన్ని యోగప్రక్రియలు సమాధిస్థితి ప్రాప్తించడంతో అంతమౌతాయి. ఎందుకంటే ఆత్మసాక్షాత్కారం లేదా మోక్షం అనేది కేవలం భగవంతుని అధీనంలో మాత్రమే ఉంటుంది కాబట్టి !

భక్తియోగమనే ఈ మార్గం భగవంతుని చేరుకోవడానికి లేదా ఆత్మ సాక్షాత్కారానికి ఉన్న అన్ని యోగమార్గాలలో ఉత్తమమైనది మరియు అతి శీఘ్రమైనది.

అయితే పాఠకులంతా ఒక విషయాన్ని గుర్తుంచుకోవాలి. ఈ యోగ మార్గాన్ని అభ్యాసం చేస్తున్న సాధకునికి, ప్రారబ్ధం కూడా అతి వేగంగా తరుముకొస్తుంది. అయితే భగవంతుని రక్షణ కూడా అన్ని వేళలా ఉంటుంది. అందువలన ఈ యోగమార్గం అత్యంత సురక్షితం. ఎందుకంటే భగవంతుడు ఎప్పుడూ తన భక్తుని వదలడని మరియు భక్తుణ్ణి ఎల్లవేళలా కాపాడుతూ యోగమార్గాన్ని వీడిపోనీయకుండా రక్షిస్తాడని అంటారు.

భక్తి యోగమనే ఇలాంటి మార్గం సున్నితమైన మరియు భావోద్వేగులైన మనుషులకు బాగా సరిపోతుంది. భావకులైన మనుషులు 'భక్తి' అనే ఈ ఉపాయాన్ని ఉపయోగిస్తూ ఉంటారు.

ఆ తరువాతి మార్గం కర్మయోగం. ఈ మార్గంలో కర్మలన్నింటినీ అనుభవించి సమాప్తం చేయడం జరుగుతుంది. దీని ఫలితంగా మనస్సు నిర్విచార సమాధి స్థితికి చేరుతుంది. ఈ విషయాన్ని ఇంకా విపులంగా చర్చించ నివ్వండి.

మానవ శరీరంలో ఉన్న ఐదు ఇంద్రియాల మాధ్యమంగా ఒక మనిషి యొక్క మనస్సు మీద తను అనుభవించే ప్రాపంచిక అనుభవాలన్నీ

ముద్రింపబడతాయి. మనస్సు మీద ముద్రింపబడే ఈ అనుభవాలను సంస్కారాలనీ లేదా కర్మలనీ అంటారు. ఈ సంస్కారాలు లేదా కర్మలే ఒక మనిషి యొక్క భవిష్యత్తు జీవితాన్ని నిర్మిస్తాయి. అంటే ఒక మనిషి తన జీవితంలో ఎదుర్కొనే అనుభవాలన్నీ ఇంతకు ముందు తను చేసిన కర్మల యొక్క ఫలితం అన్నమాట. అయితే ఇక్కడే ఒక విషయాన్ని జాగ్రత్తగా గమనించండి. ఒక మనిషి ఏ కర్మలనైతే తన భవిష్యత్తులో అనుభవించబోతున్నాడో, ఆ అనుభవాలు కూడా తిరిగి మనస్సు మీద ముద్రింపబడి మరలా ఆ మనిషి యొక్క భవిష్యత్తు అనుభవాలకు కారణం అవుతాయి. ఈ విధంగా ఒక మనిషి యొక్క జీవితం కొనసాగుతూ ఉంటుంది. ఇది ఎప్పటికీ ఆగని ఒక కర్మచక్రం. అయితే పాఠకులందరూ ఇక్కడ ఒక విషయాన్ని గుర్తుంచుకోవాలి. ఒక మనిషి తను చేసే కర్మ మీద, ప్రతిఫలం ఎలా ఉంటుంది అనేది ఆ మనిషి యొక్క నియంత్రణలో ఉండదు. కర్మను చేస్తున్నపుడు లేదా ఒక అనుభవాన్ని అనుభవిస్తున్నపుడు మాత్రమే ఆ కర్మ మనిషి యొక్క నియంత్రణలో ఉంటుంది. అంతేగాక, ఒక కర్మను చేసినపుడు ఆ కర్మ యొక్క ప్రతిఫలం ఎలా ఉంటుందని ఊహించడం కూడా సాధ్యం కాదు. ఎందుకంటే ఒక మనిషి కర్మను చేసినపుడు ఆ కర్మ యొక్క ప్రతిఫలం మీద ఆ మనిషికి ఇక ఎలాంటి అధికారం లేదా నియంత్రణ అనేది అసలు ఉండనే ఉండదు కాబట్టి. ఒక కర్మ యొక్క ప్రతిఫలం ఎలా ఉంటుందనేది కేవలం భగవంతుని అధీనంలో మాత్రమే ఉంటుంది. ఇలాంటి పరిస్థితులలో ఒక మనిషి తన మనస్సు మీద ముద్రింపబడి ఉన్న సంస్కారాలన్నింటినీ తొలగించుకోవలసి ఉంటుంది. ఈ సంస్కారాలను ఎలా తొలగించు కోగలడు ? వాటి ప్రతిఫలాన్ని అనుభవించి మాత్రమే తొలగించుకోవడం సాధ్యమౌతుంది. అయితే ప్రతిఫలాన్ని అనుభవించే సమయంలో, ఆ అనుభవాలు తిరిగి మరలా మనస్సు మీద ముద్రింపబడకుండా చూసుకోవాలి. ఇది ఎలా సాధ్యం ? కర్మల యొక్క ప్రతిఫలాన్ని అనుభవించే సమయంలో భావోద్వేగాలకు లోనుకాకూడదు. ఇలా మనస్సులోని పాతవిషయాలన్నీ ఒక్కొక్కటిగా తొలగిపోతుంటే, ఆ మనిషికి ఈ భౌతిక

ప్రపంచంతో ఉన్న బంధం నెమ్మదిగా తొలగిపోతూ ఉంటుంది. ఒక మనిషి కర్మలను అనుభవించే సమయంలో సాక్షీభూత స్థితిలో ఉండగలిగితేనే ఇది సాధ్యం అవుతుంది.

ఒక మనిషి కర్మలను అనుభవిస్తున్నపుడు ఆ అనుభవాలు మరలా తిరిగి మనస్సు మీద ముద్రింపబడటం జరిగితే, ఆ సంస్కారాలు అంత బలంగా ఉండవు. అందువలన వాటిని తొలగించుకోవడం కొంచెం సులభంగా సాధ్యమవుతుంది. వాటిని అనుభవించే సమయంలో ఒక సాధకుడు భావోద్వేగాలకు ఎంతగా ప్రభావితుడవడం జరిగింది అన్నదాన్ని బట్టి ఉంటుంది. ఎంత తక్కువగా ప్రభావితుడై ఉంటే, అంత సులభంగా వాటిని తిరిగి తొలగించుకోగలడు. అలాగే ఎంత ఎక్కువగా ప్రభావితుడై ఉంటే అంత కష్టమౌతుందన్నమాట.

ఈ మార్గము ఎంతో సున్నితమైనది. ఈ మార్గంలో వెళుతున్న వ్యక్తి ప్రతిక్షణం ఎంతో జాగరూకతతో ఉండాలి. ఈ సమయంలో ఎన్నో ప్రాపంచిక అనుభవాలు ఎదురవుతూ ఉంటాయి. ఒక మనిషి తన కర్మల యొక్క ప్రతిఫలాన్ని అనుభవిస్తున్నపుడు, ఏ సమయంలోనూ మరియు ఏ విధంగానూ భావోద్వేగాలకు లోనుకాకూడదు. అలాచేయని పక్షంలో కర్మల యొక్క అనుభవాలన్నీ సంస్కారాల రూపంలో మరలా తిరిగి మనస్సు మీద ముద్రింపబడటం జరుగుతుంది.

ఈ మార్గంలో ఎంతో సమయం పడుతుంది. ఎందుకంటే ఒక వ్యక్తి తన మనస్సు మీద ముద్రింపబడి ఉన్న ప్రతి ఒక్క సంస్కారాన్ని తొలగించుకోవలసి ఉంటుంది. అంతే కాకుండా సంస్కారాలను అనుభవించి తొలగించుకునే సమయంలో, ఆ సంస్కారాలు తిరిగి మరలా మనస్సు మీద ముద్రింపబడకుండా చూసుకోవాలి.

అయితే ఈ మార్గం ఒక మనిషికి ఎంతో ప్రేరణ ఇస్తుంది. ఎందుకంటే సంస్కారాలను అనుభవించి, భావోద్వేగాలకు లోను కాకుండా, సాక్షీభూత స్థితిలో ఉండి వాటిని తొలగించుకోగలిగినపుడు ఆ వ్యక్తికి తనయొక్క ప్రగతి అనుభవం అవుతుంది. అంతే కాకుండా తను క్షణక్షణం ఉన్నతిని సాధిస్తున్నాననే అనుభవం కలుగుతుంది. ఒకవేళ ఆ మనిషి యోగమార్గం నుండి జారిపడటం అంటూ

జరిగితే, దానికి కూడా చాలా సమయం పడుతుంది. ఎందుకంటే మళ్ళీ తిరిగి కర్మలు చేయడం ద్వారా ఆ కర్మలు మనస్సు మీద ముద్రింపబడాలి కాబట్టి, బహుశః జారిపడే లోపే, తను ఆధ్యాత్మికంగా జారి క్రింద పడిపోతున్నాననే జ్ఞానం కలిగి, తగిన జాగ్రత్తలు తీసుకోవచ్చు.

ఆ తరువాతి మార్గము జ్ఞానమార్గము.

పరబ్రహ్మాన్ని ప్రాపంచిక జ్ఞానం యొక్క మాధ్యమంగా ప్రకటింపజేయడం కుదరదు. అంటే ఒక వ్యక్తికి ఈ ప్రపంచంలో ఉన్న లౌకికజ్ఞానం అంతా ఎందుకూ పనికిరాదనే జ్ఞానం కలగాలి. ఆ వ్యక్తి ఈ ప్రపంచంలో లభ్యమౌతున్న లౌకికజ్ఞానాన్ని తిరస్కరించగలగాలి. అయితే ఇది జరగడానికి ముందు ఈ ప్రాపంచిక జ్ఞానాన్ని అంతా తన మనస్సులో కూడగట్టుకోవాలి. అపుడే ఈ ప్రాపంచిక జ్ఞానమంతా ఎందుకూ పనికిరానిదని మరియు పరబ్రహ్మం యొక్క జ్ఞానం తనకు కలగలేదనే విషయం గోచరిస్తుంది.

ఈ ప్రపంచంలో పరబ్రహ్మాన్ని గురించి విస్తారంగా చర్చించిన గ్రంథాలు ఎన్నో భాషలలో ఉన్నాయి. అయితే యోగదృష్టిలో ఈ సాహిత్యాన్ని క్షుణ్ణంగా చదివి అర్థం చేసుకున్న వ్యక్తికి మరియు ఈ సాహిత్యాన్ని అసలు ఏమీ చదవని వ్యక్తికి మధ్య ఎలాంటి తేడాలేదు. ఎందుకంటే ఇద్దరికీ భగవంతుని గురించిన ప్రత్యక్షజ్ఞానం లేదు కాబట్టి.

దైవత్వం అనేది ఒక వ్యక్తికి తన అంతరంలో లేదా తన అంతరం నుండి ప్రకటింపబడటం జరుగుతుంది.

దైవత్వం అనేది శరీరం బయట నుండి, ఏ మనిషికీ తన శరీరం లోపలికి ప్రవహించి రావడం జరుగదు. ఎందుకంటే దైవత్వం అనేది ఒక మనిషి యొక్క అంతరంలో విరాజమానమై ఉన్నది కాబట్టి. అయితే ఈ ప్రపంచంలో ఉన్న అన్ని మతసంబంధితమైన గ్రంథాలు మరియు ఇతర గ్రంథాలు ఒక వ్యక్తిలో బ్రహ్మజ్ఞానాన్ని ప్రకటింపజేయడంలో పరోక్షంగా సహకరిస్తాయి.

ఒక వ్యక్తి ఒక క్రమపద్ధతిలో ఈ ప్రాపంచిక జ్ఞానాన్ని అంతా సహేతుకంగా తర్కించి చూస్తే ఇది భ్రమపూరితమైన ప్రాపంచిక జ్ఞానమనే విషయం అర్థం

అవుతుంది. అపుడు ఆ వ్యక్తి ఆ జ్ఞానాన్ని తిరస్కరించడం జరుగుతుంది. ఈ ప్రాపంచిక జ్ఞానాన్ని అంతా తిరస్కరించడం జరిగిన తరువాత ఆలోచించడానికి మనస్సుకు ఇంకేమీ మిగలదు. మనస్సులో ఉన్న ఆలోచనలన్నీ నిర్మలం అయిన తరువాత, మనస్సు అంతరంలోనే విరాజమానమై ఉన్న ఆత్మకు ఒక అద్దంలా పనిచేస్తుంది. ఈ కారణంగా ఒక వ్యక్తి యొక్క అంతరాత్మకు తన నిజస్వరూపం తన మనస్సు అనే అద్దంలో వ్యక్తమౌతుంది. ఇది ఎలాంటి ప్రక్రియ అంటే ఒక వ్యక్తి తన స్వరూపాన్ని అద్దం ముందు నిలబడి తిలకించడం వంటిది. అయితే అద్దం మీద దట్టమైన మలినం ఉన్నంతవరకూ ఆ వ్యక్తికి తన రూపం స్పష్టంగా కనిపించదు. అద్దంమీద మలినాన్ని తొలగిస్తే తన రూపాన్ని స్పష్టంగా తిలకించ గలడు. ఇదేవిధంగా ఇంద్రియముల మాధ్యమంగా మనస్సులో పేరుకొని ఉన్న సంస్కారాలనే మలినం కారణంగా మనస్సు ఎప్పుడూ నిర్మలంగా ఉండలేదు కాబట్టి ఆత్మకి తన నిజస్వరూపం కూడా స్పష్టంగా కనిపించదు.

బుద్ధికుశలత గల వ్యక్తులకు ఈ మార్గం ఎంతో సరైనది.

ఈ మార్గంలో బ్రహ్మజ్ఞానాన్ని పొందాలనుకునే వ్యక్తి తన మనస్సులో కాలానుగుణంగా ప్రాపంచికమైన ఎన్నో విషయాలను కూడబెట్టుకుంటూ, వాటిని అంతరంలోనే బ్రహ్మజ్ఞాన దృష్టితో తర్కించి చూసుకుంటూ మరలా ఆ జ్ఞానాన్ని తిరస్కరించడం జరుగుతుంది.

ఇదంతా ఎంతో శ్రమతో కూడుకొన్న ప్రక్రియ మరియు చాలా దీర్ఘకాలికమైన ప్రక్రియ.

ఒకానొక సమయంలో మనిషి యొక్క బుద్ధి తానే స్వయంగా పరబ్రహ్మం అని భ్రమపడటం కూడా జరుగుతుంది. ఈ ప్రపంచంలో లభ్యమయ్యే శాస్త్రాలన్నింటినీ మరియు ప్రాపంచిక విషయాలన్నింటినీ తనలో కూడగట్టుకొనిన కారణం చేత, తనకి ఈ విశ్వం గురించి మరియు ప్రపంచం గురించి క్షుణ్ణంగా తెలుసునని భ్రమపడటం జరుగుతుంది. ఈ స్థితిలో మనిషి యొక్క బుద్ధికి మరియు బావిలోని కప్పకు పెద్ద తేడా ఏమీ ఉండదు. బావిలోని కప్ప తను బావినంతా చూశానని, కనుక తన బావి అనే ప్రపంచంలో తనకి అన్నివిషయాలు

తెలుసునని భ్రమపడుతుంది. అది పొరబాటుగా బావినే ప్రపంచం అని లేదా విశ్వం అని భ్రమపడుతుంది. అయితే ఎవరైనా దానిని బలవంతంగా బావిలో నుండి తీసి సముద్రంలోకి వదిలితే అప్పుడు దానికి ఈ విశ్వం గురించిన అసలైన జ్ఞానం అర్థం అవుతుంది.

అయితే ఒకానొక సమయంలో చివరిదశలో మనిషి యొక్క బుద్ధికి కూడా తను బ్రహ్మం కాదు అనే విషయం గోచరిస్తుంది. ఇది ఏదో ఒకవిధంగా జరిగి తీరుతుంది మరియు బుద్ధి వినమ్రతతో తలదించుకుంటుంది. ఇది బహుశః వివరించడానికి వీలుపడని ఒక విశ్వరహస్యం అనుకుంటాను. ఒక వ్యక్తి ఈ ప్రపంచంలోని అన్ని గ్రంథాలు మరియు శాస్త్రాలు చదివిన తరువాత కొంచెం గర్వంతో ఉప్పొంగిపోవడం చాలా సహజమైన విషయం. అయితే ఏదో ఒకవిధంగా ఆ వ్యక్తి యొక్క గర్వం భంగపడటం అనేది జరుగుతుంది. ప్రతివ్యక్తికీ తనదంటూ అయిన ఒక విశేషమైన వ్యక్తిత్వం ఉంటుంది. తన యొక్క ప్రత్యేకమైన వ్యక్తిత్వాన్ని బట్టి, ఆ వ్యక్తి యొక్క గర్వం భంగపడటం అనేది జరుగుతుంది.

ఇక చివరిది మనస్సు మీద అంతర్గత నియంత్రణ. ఈ మార్గాన్ని రాజయోగము, అంటారు. ఈ మార్గంలో ధ్యానం చేయడం అనే ప్రక్రియను ఉపయోగించడం జరుగుతుంది.

మనస్సును ఏదో ఒకవిధంగా నిర్విచారస్థితిలోకి తీసుకుని వెళ్ళడం జరుగుతుంది. ఏదో ఒక వస్తువు మీదనో, ఏదో ఒక శబ్దం మీదనో లేదా మరోదాని మీదనో మనస్సు యొక్క ఏకాగ్రతను నిలిపి దీనిని సాధించడం జరుగుతుంది. క్రమక్రమంగా మనస్సు ఆ వస్తువు మీద నిలుస్తుంది. ఒకానొక స్థితిలో మనస్సు శూన్యంగా మారిపోతుంది. ఏ విధమైన ఆలోచనలు, భావాలు మొదలైనవి ఏవీ ఉండవు.

ఈ స్థితిలో మనస్సులో ఏకాగ్రత కోసం ఏర్పరచుకున్న వస్తువు కూడా మాయమైపోతుంది. అప్పుడు మనస్సు శూన్యంగా మరియు నిర్విచారంగా మారిపోతుంది.

ఈ మార్గం శాస్త్రీయ పరిజ్ఞాన నేపథ్యం ఉన్న వారికి సరిగ్గా సరిపోతుంది.

వారు ఈ మార్గంలో ప్రతి సందర్భంలోనూ, నేరుగా దైవత్వం యొక్క ప్రత్యక్ష అనుభవాన్ని ప్రయోగాత్మకంగా పొందాలని కోరుకుంటారు. అయితే ఒక గురువు యొక్క పర్యవేక్షణ లేకుండా ధ్యానం చేయడం జరిగితే ఈ మార్గం చాలా ప్రమాదకరమైనదనే విషయం పాఠకులందరూ గమనించాలి.

ఎందుకంటే కుండలినీ శక్తి ఎవరి నియంత్రణ లేకుండా జాగృతం అవడం జరుగుతుంది కాబట్టి. సాధన చేస్తున్న వ్యక్తి ఆ శక్తిని తట్టుకునే స్థితిలో ఉండ లేదు. దాని ఫలితంగా శారీరకంగా మరియు మానసికంగా శాశ్వతమైన గాయాలకు లోనవుతాడు.

కాబట్టి ఈ విషయాన్ని పాఠకులందరూ తప్పనిసరిగా గుర్తు పెట్టుకోవాలి. ఎలాంటి గురువు యొక్క పర్యవేక్షణ లేకుండా స్వయంగా తనకు తానే ధ్యానం అభ్యాసం చేయకూడదు.

ఈ విషయాన్ని ఇంకా గట్టిగా పాఠకులందరికీ చెప్పదలచుకున్నాను. ఈ విషయానికి నేరుగా సంబంధం లేకపోయినా విశ్వశక్తికి సంబంధించిన నా స్వంత అనుభవాన్ని ఒకదానిని మీ ముందుంచుతాను. అది నాడులలో చలి పుట్టించే ఒక అద్భుతమైన అనుభవం. అయితే ఈ అనుభవం విశ్వశక్తి యొక్క ఆది రూపానికి లేదా పరాశక్తి అయిన ఆదిశక్తికి సంబంధించినది కాదు. విశ్వశక్తి యొక్క ఆదిరూపానికి స్థూలమైనదైన, మానవశరీరంలోని ప్రాణశక్తికి సంబంధించినది. ఈ పుస్తకంలోని మరొకభాగంలో, ఈ విశ్వశక్తి అనేక రూపాలలో రూపాంతరం చెందడం గురించి విపులంగా చర్చించాను.

సిద్ధమహాయోగంలో దీక్ష తీసుకునే నాలుగేళ్ళ ముందు మనసును అబ్బురపరచే ఒక అద్భుతమైన అనుభవాన్ని పొందాను.

నాకు ఎవరో చెప్పారు. హైదరాబాద్ నగరంలో ఒక మహిళ తూర్పుదేశాలలో ప్రాచుర్యం పొందిన 'రేకి' అనే ప్రక్రియలో దీక్ష ఇస్తారని తెలిసింది. ఆమెను కలవడానికి సమయాన్ని నిర్ధారించుకున్న తరువాత 'రేకి' ప్రక్రియలో దీక్ష తీసుకోవాలని ఆమె ఇంటికి వెళ్ళాను.

నన్ను ఒక గదిలోకి రమ్మని పిలిచారు. ఒక కుర్చీలో కూర్చుని కళ్ళు

మూసుకోమని చెప్పారు. మహిళ అయిన ఆ 'రేకి' మాస్టర్ నా నుండి కొన్ని గజాల దూరంలో ధ్యానముద్రలో కూర్చుని ఉన్నది. ఆమెకు సహాయకురాలిగా ఉన్న మరొక మహిళను తన చేతిని నా తలమీద పెట్టమని చెప్పింది. నా తల మీద నుండి ఆమె సహాయకురాలి చేతిస్పర్శ ద్వారా నా శరీరంలోకి విశ్వశక్తిని పంపించడానికి ప్రయత్నం జరిగింది. నేను ఇక్కడికి రాకముందే ఏమి జరుగుతుందో నాకు వివరించడం జరిగింది. ఒక వ్యక్తి 'రేకి' ప్రక్రియలో దీక్ష తీసుకునే సమయంలో, విశ్వశక్తి శరీరంలోకి ప్రవహించే అనుభూతిని స్పష్టంగా పొందడం జరుగుతుందని నాకు వివరంగా ముందే చెప్పడం జరిగింది.

కాబట్టి సహజంగానే నేను ఆ శక్తి ప్రవాహం యొక్క అనుభూతి ఎలా ఉంటుందో అని ఎదురుచూస్తూ ఉన్నాను. కొన్ని నిమిషాల తరువాత నా అనుభవం గురించి ఆమె ప్రశ్నించింది. అసలు నాకు ఎలాంటి అనుభూతి కలుగలేదని 'రేకి' మాస్టర్ అయిన మహిళకు చెప్పాను.

నేను ఇలా చెప్పగానే ఆమె, మీరేమీ 'రేకి' ప్రక్రియ గురించి ఎలాంటి అభిప్రాయానికి రాకండి. మరొక నాలుగు రోజుల తరువాత మళ్ళీ రండి. మరోసారి ప్రయత్నం చేద్దాం అని చెప్పింది.

ఈ సంఘటన జరిగిన రెండురోజుల తరువాత ఒకరోజు రాత్రి నేను నా గదిలో మంచం మీద పడుకుని ఏదో పుస్తకం చదువుకుంటూ ఉన్నాను. అకస్మాత్తుగా నా తల మీద ఏదో ఒక రకమైన భ్రమణం లాంటి కదలిక ఆరంభమైనట్లు అనుభూతి కలిగింది. పుస్తకం మీద నుండి నా దృష్టి మరలి తల మీదకు వెళ్లింది. మానసికంగా నేను ఆ పరిస్థితిని గమనిస్తూ ఉన్నాను. విశ్వశక్తి యొక్క భ్రమణం లాంటి ఆ కదలిక ఇప్పుడు మరింత శక్తివంతంగా మారింది. ఇప్పుడు అది బయటనుండి నా తల లోపలికి దూరుతున్నట్లు అనుభూతి కలగడం మొదలైంది.

ఆ తరువాత ఆ శక్తి క్రిందికి దిగి నా శరీరంలోని అన్ని భాగాలకు ప్రాకింది. మొదట నా చేతివేళ్ల నుండి, ఆ తరువాత నా పాదాల నుండి ఆ శక్తి బయటికి వెళుతున్నట్లు నాకు అనుభూతి కలిగింది. కొన్ని నిమిషాల తరువాత ఆ శక్తి

యొక్క భ్రమణం మరింత వేగం మరియు బలం పుంజుకుంది. దీని వలన నా తలలో ఒక రకమైన అసౌకర్యమైన అనుభూతి ప్రారంభమైంది. మరికొంతసేపు అయిన తరువాత నా తలలో ఆ అనుభూతి ఇంకా తీవ్రమైన అసౌకర్యంగా తయారయింది.

అతికష్టంగా నేను ఏదో ప్రయత్నం చేసి మంచం మీదనుండి లేచాను. దానివలన ఆ శక్తి యొక్క ప్రవాహం కొంత తగ్గినట్లు అనుభూతి కలిగింది. అయితే ఆ శక్తి నా శరీరంలో ప్రవహిస్తున్న అనుభూతి మాత్రం అలాగే ఉండి పోయింది. దానివలన ఆ రాత్రంతా నాకు నిద్రపట్టలేదు. ఆ మరుసటి రోజంతా కూడా ఆ అనుభూతి అలాగే ఉండిపోయింది. సాయంత్రం వేళ నేను నా గదినుండి బయటకు వచ్చాను. సాయంత్రం నడక కోసం !

నేను రోడ్డు మీద నడుస్తున్నాను. రోడ్డుమీద వాహనాల సంఖ్య అధికంగా ఉన్నది. అకస్మాత్తుగా నేను రోడ్డుమీద పడిపోబోతున్నట్లుగా అనుభూతి కలిగింది. నా తల తిరుగుతున్నట్లుగా అనిపించింది. ఆ వెంటనే నా చుట్టూ దట్టమైన అంధకారం వ్యాపించినట్లు అనుభూతి. నాకు రోడ్డు మీద ఏమీ కనిపించకుండా నా చుట్టూ దట్టమైన చీకటి. వాహనాల సంఖ్య అధికంగా ఉన్న ఆ రోడ్డు మీద అలాంటి అనుభూతికి లోనయ్యాను. అదృష్టవశాత్తు ఆ అనుభూతి ఎక్కువసేపు ఉండలేదు. కొన్ని క్షణాల తరువాత ఆ అనుభూతి తొలగిపోయింది. అయితే నాకు ఆ సమయంలో చాలా భయం వేసింది. వెంటనే తేరుకొని ఇక ముందుకు వెళ్లలేక ఇంటికి వెనుదిరిగాను.

వెనుదిరిగి వస్తుండగా కూడా నా తల తిరుగుతున్నట్లు మరియు మళ్లీ నా చుట్టూ దట్టమైన చీకటి వ్యాపించబోతున్నట్లు అనుభూతి కలిగింది. ఏదోవిధంగా నేను ఇంటికి చేరుకున్నాను. కాని నా తల తిరుగుతున్న అనుభూతి రెండవరోజు రాత్రంతా మళ్ళీ నాకు కలిగింది. ఆ రాత్రి కూడా నా శరీరమంతా అసౌకర్యంగా ఉన్నది. సరిగ్గా నిద్రపట్టలేదు.

ఆ తరువాతి రోజు ఉదయం నేను 'రేకి' మాస్టర్‌ని కలవడానికి వెళ్ళాను. ఆమెను కలిసిన తరువాత విషయమంతా కూడా చెప్పేశాను. నాకు కలుగుతున్న

అనుభవాలను వివరించాను.

ఆమె చెప్పింది వినేసరికి నాకు ఎముకల్లో చలి ప్రారంభమైన అనుభూతి కలిగింది.

గతంలో ఆమెను కలిసినపుడు ఆమె ఇచ్చిన 'రేకి' దీక్ష సఫలీకృతం కాలేదు. ఎందుకనో నా విషయంలో ఆ 'రేకి' ప్రక్రియ పనిచేయలేదు. దాని ఫలితంగా ఆమె ఆ విషయాన్ని చాలా సీరియస్‌గా తీసుకుంది. ఆ తరువాత ఆమె ఏమి చేసిందో ఆ విషయాన్ని నాకు వివరించినది. మొదట ఆమె తను పూజించే దేవత యొక్క విగ్రహం ముందు పాదాల మీద పడి ప్రార్థన చేసింది. తనను ఈ సంకట పరిస్థితి నుండి రక్షించమని వేడుకొంది. ఆ తరువాత ఆమె తన ఇంటి నుండే మానసిక ప్రక్రియ ద్వారా నా మీద 'రేకి' దీక్ష ఇవ్వడానికి ప్రయోగం చేస్తూ ఉంది. అంటే ఆమె ప్రాణశక్తిని దూరం నుండే నా శరీరంలోకి ప్రవహింప చేయాలని ప్రయత్నం చేస్తూ ఉంది.

'రేకి' ప్రక్రియ గురించి నాకు కేవలం కొద్దిపాటి జ్ఞానమే ఉంది. ప్రాణశక్తిని దూరం నుండి ఎవరి శరీరంలోకి అయినా ప్రవహింపజేయవచ్చనే విషయం నాకు తెలుసు. అలా చేయడానికి వీలవుతుందని ఎక్కడో చదివాను. అయితే గత రెండురోజులుగా దాని అనుభవాన్ని ప్రత్యక్షంగా పొందుతూ వస్తున్నాను.

ఇక ఆ తరువాత ఏమి జరిగిందన్న విషయం గురించి నేను వ్రాయదలచుకో లేదు.

అయితే నేను పాఠకులకు చెప్పదలచుకున్నదేమిటంటే, నేను సిద్ధమహాయోగంలో దీక్ష తీసుకునే వరకు, సంవత్సరాల తరబడి నా శరీరం విశ్వశక్తితో నిండిపోయిన ఒక చెత్తడబ్బాగా అనుభూతి పొందాను. విశ్వశక్తి లేదా ఈ విషయంలో ప్రాణశక్తి నా శరీరం అంతా కలియ తిరిగిన అనుభూతిని సంవత్సరాల తరబడి పొందాను. అయితే ఈ ప్రాణశక్తి ప్రవాహం అర్థం లేనిదిగా మారింది. నా మనస్సు మీద ఎలాంటి మార్పును తీసుకురాలేదు. సంవత్సరాలు గడిచినా ఆ శక్తియొక్క గమనం నా శరీరంఅంతా పాకి ఒక అర్థంలేని విషయంగా మారింది. కొన్ని సందర్భాలలో అది నాకు శారీరకంగా చాలా అసౌకర్యంగా

ఉండేది. అన్నింటికన్నా ముఖ్యమైన విషయం ఏమిటంటే, నేను ఏమీ చేయలేని పరిస్థితులలో ఇరుక్కుపోయాను. నేను ఈ విషయం గురించి ఎవరికి చెప్పగలను? నా కథని ఎవరు నమ్ముతారు ? ఆ విధంగా అసహజమైన ప్రాణశక్తి ప్రవాహాల అనుభూతితో కొన్ని సంవత్సరాలు జీవితాన్ని గడపాల్సి వచ్చింది.

అందుకే నేను చెప్పదలచుకున్నదేమిటంటే పూర్తి సామర్థ్యం కలిగిన ఒక గురువు యొక్క పర్యవేక్షణ లేకుండా ధ్యానం చేయకూడదు. ఎందుకంటే విశ్వశక్తి జాగృతమైతే ఇక దానిని మనం నియంత్రించలేము. అది శారీరకంగా మరియు మానసికంగా ప్రమాదకరమైన పరిస్థితులకు దారితీస్తుంది.

పై విషయాలన్నీ పాఠకులకు ఎందుకు వివరించానంటే వారు విశ్వశక్తి యొక్క జాగృతి కోసం, నానా విధములుగా సాధన చేస్తున్నపుడు లేదా ముఖ్యంగా ధ్యానం అనే ప్రక్రియ ద్వారా సాధన చేస్తున్నపుడు అన్నిరకాల ముందుజాగ్రత్త చర్యలు తీసుకోవాలని. అయితే పాఠకులను భయపెట్టడం నా ఉద్దేశ్యం కాదు. ఈ విశ్వశక్తి నియంత్రణలో జాగృతం అవడం జరిగితే, అది మనిషిని ఆత్మసాక్షాత్కారానికి చేరువగా తీసుకొని వెళుతుంది.

ఇక నన్ను ఇంతకు ముందు చెపుతున్న నాలుగు ప్రాథమిక యోగమార్గాల గురించి మరియు అవి మహాయోగానికి దారితీసే విషయాల గురించి చెప్పనివ్వండి.

ఏ మార్గంలో అయినా కుండలినీ శక్తి లేదా విశ్వశక్తి ఏదో ఒక స్థాయిలో జాగృతం అవడం జరుగుతుంది. ఈ విశ్వశక్తిని వివిధ యోగమార్గాలలో వివిధ పేర్లతో పిలవడం జరిగింది.

అయితే ఈ కుండలినీ శక్తి ఒక మనిషి శరీరంలో జాగృతం అయిన తరువాత, ఇక అన్ని యోగమార్గాలు ఒకటే అవుతాయి. అన్ని యోగమార్గాలు కలిసిపోయిన తరువాత ఒకే మహాయోగంగా మారడం జరుగుతుంది. ఈ పుస్తకంలో మరొకభాగంలో ఈవిషయాన్ని వివరించి వ్రాశాను.

కేవలం ప్రాథమికదశలో మాత్రమే సాధకులు వివిధ యోగప్రక్రియలు లేదా యోగమార్గాలను ఎంచుకుని విశ్వశక్తిని జాగృతం చేయడానికి

ప్రయత్నిస్తారు. ఒకసారి శక్తి జాగృతం అవడం అంటూ జరిగితే ఇక దైవ సంకులీకరణ ప్రక్రియ శరీరంలో మొదలవుతుంది. ఆ వ్యక్తి యొక్క తిరుగు ప్రయాణానికి గమ్యం అయిన పరబ్రహ్మం వైపు పురోగమిస్తుంది.

ఎవరూ ప్రయాణించని ఒక సముద్రమార్గం వంటి ఈ తిరుగుప్రయాణంలో ఒక వ్యక్తి ఎలాంటి అనుభవాలు ఎదుర్కొనవలసి వస్తుందో అనేది ఈ పుస్తకం యొక్క సారాంశం.

———◆◆◆———

భాగము - 4

కుండలినీ శక్తి

నేటి ప్రపంచంలో కుండలినీ శక్తి గురించిన సాహిత్యం ఎంతో ఎక్కువ మోతాదులో చాలా విరివిగా లభ్యమవుతుంది. ప్రాచీన సంస్కృత గ్రంథాల ప్రకారం కుండలినీ శక్తికి వెయ్యి పేర్లు ఉన్నాయి. నేను ఒక పండితునిగా కుండలినీ శక్తి అనే సంస్కృత పదం యొక్క అర్థాన్ని వివరించడానికి ఎలాంటి ప్రయత్నం చేయను. నేను ఎలాంటి డొంకతిరుగుడు లేకుండా నేరుగా ఆ క్లిష్టమైన అంశం గురించి వివరిస్తాను.

అవును ! నిజానికి కుండలినీ అంటే సాహిత్యపరమైన అర్థం చుట్టచుట్టుకొని ఉన్నది అని. అది విశ్వం యొక్క ఆదిశక్తి. మరొకమాటలో చెప్పాలంటే ఈ అనంతవిశ్వం అసలు ఆ ఆదిశక్తి యొక్క స్థూలస్వరూపం.

అయితే నేటి ఆధునిక శాస్త్రం విశ్వం యొక్క పరిధిని గురించి లెక్కలు వేస్తున్నట్లు ఈ ఆదిశక్తి యొక్క పరిధిని కూడా లెక్కించ వచ్చని అనుకోకండి !

ఈ ఆదిపరాశక్తి యొక్క నిజస్వరూపం లేదా స్వభావం ఊహించలేనిది మరియు అతి రహస్యమైనది.

కాబట్టి ఈ విశ్వశక్తి యొక్క పరిధిని మరియు పరిమాణమును గురించి ఎవరూ చెప్పలేరు.

ఈ ఆదిపరాశక్తి యొక్క అసలు నిజస్వరూపం ఏమిటి అనేది కేవలం ఈ విశ్వశక్తి స్వయంగా పరిచయం ఇవ్వాలి. ఇది కేవలం యోగసాధనలో ఎంతో ఉన్నతమైన స్థాయిలో ఉన్న గొప్ప యోగులకు మాత్రమే తెలుస్తుంది.

అయితే ఇక్కడ నేను ఒక పదాన్ని వాడుతాను. దీనిని బట్టి పాఠకులు విశ్వశక్తి యొక్క నిజస్వరూపాన్ని గ్రహించగలరేమో చూద్దాం. జ్ఞానవతి ఈ శక్తి!

ఇది ఈ విశ్వంలోని పరాశక్తి. ఒక మానవునిలో మరియు భగవంతునిలో

జ్ఞానంతో చైతన్యవంతమైనది ఈ శక్తి. ఎందుకంటే ఇది ఈ అనంతవిశ్వం లోని ఆదిశక్తి కాబట్టి లేదా బీజరూపశక్తి కాబట్టి.

విశ్వశక్తి అయిన ఈ పరాశక్తి, పరబ్రహ్మం కన్నా వేరుగా ఏమీ లేదు. విశ్వశక్తిగా రూపుదాల్చిన బ్రహ్మమే ఈ పరాశక్తి.

కాబట్టి పాఠకులు తమ మనస్సులో నుండి, ఆధునిక విజ్ఞానశాస్త్రం విశ్వశక్తిని గురించి తర్కిస్తున్న ఆలోచనలను తీసిపడేయమని అభ్యర్థిస్తున్నాను. ఆధునిక విజ్ఞానశాస్త్రం చర్చిస్తున్నదంతా కేవలం విశ్వశక్తి యొక్క స్థూలస్వరూపాల గురించి మాత్రమే. ఈ విధంగా అయితే పాఠకులు ఈ పుస్తకాన్ని సరిగ్గా అర్థం చేసుకోగలరు.

విశ్వశక్తి అయిన ఈ ఆదిశక్తి తన సూక్ష్మరూపం నుండి భౌతికమైన స్థూలరూపంగా ఎలా పరిణామం చెందుతుందనేది చాలా సంక్లిష్టంగా ఉంటుంది. నేను ఇంతకు ముందే చెప్పినట్లు, తన సూక్ష్మరూపాలలో, ఈ పరాశక్తి జ్ఞానవతి. అంటే మానవుని మేధస్సు లేదా బుద్ధి కన్నా మించిన సామర్థ్యం కలిగినది మరియు ఒక స్వతంత్రమైనది ఈ విశ్వశక్తి.

తన సూక్ష్మాతి సూక్ష్మమైన బీజరూపంలో లేదా ప్రాథమిక రూపంలో లేదా తన ఆదిస్వరూపంలో, ఈ విశ్వశక్తి సర్వమూ తెలిసిన జ్ఞానవతి మరియు సర్వోన్నతమైన పరాశక్తి కూడా. ప్రాచీన యోగశాస్త్రాలు చెబుతున్నట్లు పరబ్రహ్మం లేదా భగవంతునికి రెండుగుణాలు ఉంటాయని అందరూ నమ్ముతుంటారు. ఒకటి చలనరహితమైనది మరియు రెండవది చైతన్యవంతమైనది. చలన రహితమైనది ఎప్పటికీ మార్పులేనిది మరియు శాశ్వతమైనది అయిన విశ్వాత్మ. చైతన్యవంతమైనది విశ్వం లేదా ఎప్పుడూ మార్పు చెందుతూ ఉండే ప్రకృతి లేదా విశ్వశక్తి. అయితే ఒక నాణానికి రెండువైపులు ఉన్నట్లు, ఈ రెండు గుణాలని కలిగి ఉంటాడు పరబ్రహ్మం ! కాబట్టి విశ్వశక్తి అయినా మరియు పరబ్రహ్మం లేదా భగవంతుడు అయినా రెండూ ఒకటే. ఈ రెండుగుణాలు ఎప్పటికీ విడిపోయి ఉండవు. అందువలన జ్ఞానవతి అయిన విశ్వశక్తి తన స్వభావాన్ని లేదా తన అసలు నిజస్వరూపాన్ని ఒక యోగసాధకునికి తనే

స్వయంగా పరిచయం చేయాల్సిన అవసరం ఉన్నది. అయితే యోగసాధనలో ఉన్నతమైన స్థితిలో ఉన్న యోగికి మాత్రమే విశ్వశక్తి తన పరిచయం ఇస్తుంది. ఈ స్థితిలో ఒక యోగి తన మనస్సునే ఒక ప్రయోగశాలగా మార్చి, తన మనస్సుతోనే మనస్సుని గురించి ధ్యానం చేస్తుంటాడు.

పరాశక్తి అయిన ఈ విశ్వశక్తి మనకు కనిపించే ఈ విశ్వంగా రెండు స్థాయిలలో సృష్టింపబడుతుంది. ఒకటి వ్యక్తిగతస్థాయి మరియు రెండవది సామూహిక స్థాయి. అంటే ఒక మానవుని యొక్క మనస్సాక్షికి కనిపించేది లేదా అనుభవమయ్యేది ఒక విశ్వం మరియు మానవజాతి మొత్తానికి కలిపి సామూహికంగా అనుభవమయ్యేది మరొక విశ్వం. అయితే ఈ రెండు సృష్టి రచనలు ఎలా చేయబడ్డాయి అంటే, రెండూ కలిసిపోయి చూడటానికి ఒకే సృష్టిగా ఈ విశ్వం అందరికీ అనుభవమౌతుంది.

వ్యక్తిగతస్థాయిలో ఈ విశ్వం గురించి మనిషికి కలిగే అనుభవం లేదా అనుభవమయ్యే సత్యం కేవలం ఆ వ్యక్తికి మాత్రమే నిజం అవుతుంది. ఆ వ్యక్తి యొక్క మనస్సులో కూడబెట్టుకొని ఉన్న కర్మలు మరియు సంస్కారాల మీద ఆధారపడి ఈ విశ్వం ఆ వ్యక్తికి ఒక ప్రత్యేకరూపంలో అనుభవం కలిగిస్తుంది. అయితే ఇక్కడ పాఠకులు ఒక విషయాన్ని గమనించాలి. ఒక మానవునికి ఈ విశ్వం ఏ విధంగా కనిపిస్తుందో, మిగిలిన తోటి మానవులకు కూడా దాదాపు అదే విధంగా కనిపిస్తూ ఉండటం మనం చూస్తున్నాం. ఇలా జరగడానికి కారణం మానవుని యొక్క శారీరక నిర్మాణం. అందరి మానవులలో ఒకే రకమైన శారీరక నిర్మాణం ఉన్న కారణంచేత, ఇంద్రియాల మాధ్యమంగా అనుభవమయ్యే ప్రపంచం కూడా దాదాపు ఒకేవిధంగా ఉంటుంది. ఒకవ్యక్తికి ప్రపంచం గురించి ఉన్న భావన మానవజాతి యొక్క సామూహిక అనుభవం చేత ఇంకా బాగా దృఢపడుతుంది. అయితే ఒక మానవుని యొక్క మేధస్సులో లేదా బుద్ధిలో కూడివున్న సంస్కారాలు లేదా కర్మల యొక్క ఏకైక అనుభవం మాత్రం, కేవలం ఆ వ్యక్తి యొక్క ఏకైక అనుభవమౌతుంది. ఈ కారణంచేత ఒక వ్యక్తికి కనిపించే ఈ ప్రపంచం లేదా అనుభవమయ్యే ఈ లోకం కూడా కేవలం ఆ వ్యక్తి యొక్క

ఏకైక అనుభవమౌతుంది. ఒక వ్యక్తికి ఈ లోకంలో మంచిగా అనుభవమయ్యేది మరొక వ్యక్తికి చెడుగా అనిపించవచ్చును.

భ్రమపూరితమైన ఈ ప్రపంచంలో ఇది మాయగాక యింకేమిటి ?

ఇప్పుడు నేను ఈ భ్రమపూరితమైన ప్రపంచం యొక్క స్వభావం లేదా మాయచేత మానవులు ఎలా ప్రభావితం అవుతారనే విషయం మీద చర్చిస్తాను. మానవుని యొక్క అన్ని భ్రమలకు కారణం ఈ విశ్వశక్తి. అలాగే ఆ భ్రమలను పుట్టించేది కూడా ఈ విశ్వశక్తి. అందువలన ఈ విశ్వశక్తి ఎలా పనిచేసుకుంటూ పోతుందంటే, మానవుని యొక్క భ్రమలను ప్రతిక్షణం ప్రభావితం చేస్తుంది. అంటే మానవునికి ఎల్లవేళలా ఈ భ్రమపూరిత ప్రపంచాన్ని మనస్సులో ధారణ చేస్తూ ఉంటుంది.

అయితే ఈ భ్రమపూరితమైన మాయా ప్రపంచం మనిషి గాఢమైన నిద్రలోకి జారుకున్నాక, మాయమవుతుంది లేదా విలీనమైపోయి కేవలం బీజరూపంలో ఉండి పోతుంది. తిరిగి మనిషి నిద్రనుండి మేల్కొనగానే లేదా మనస్సు నిద్రనుండి లేదా సుషుప్తి నుండి జాగ్రదావస్థలోకి జారుకోగానే, ఈ భ్రమపూరితమైన ప్రపంచం వ్యక్తిగతస్థాయిలో పునరావృతమవుతుంది. సామూహికంగా మానవజాతి మొత్తానికి మాత్రం, కేవలం ఒకయుగం యొక్క అంతంలో మాత్రమే సృష్టి విలీనమయిపోతుంది. తిరిగి మరొక క్రొత్తయుగం ఆరంభం కాగానే సమిష్టిస్థాయిలో సృష్టిరచన సామూహికంగా మానవజాతి కోసం జరుగుతుంది.

ఈ విషయం గురించి ఇంకా విపులంగా వివరిస్తాను.

ఒక మనిషికి అనుభవమయ్యే ఈ బాహ్యప్రపంచం అనేది ఆ వ్యక్తి యొక్క అంతరం యొక్క ఛాయ లేదా ఆ వ్యక్తి యొక్క మనస్సులో ముద్రింపబడి ఉన్న సంస్కారాలే ! ఒక మనిషి అద్దం ముందు నిలబడి ఎలా తన శరీరం యొక్క రూపాన్ని తిలకిస్తాడో, అదేవిధంగా తన మనస్సులో ఉన్న సంస్కారాలే ఆ వ్యక్తికి భ్రమపూరితమైన మాయాప్రపంచంగా తన యొక్క దైనందిన జీవితంలో అనుభవమవుతూ ఉంటుంది. ఇక్కడ ప్రపంచం భ్రమపూరితమైనదని ఎందుకు అనబడుతుందంటే, ఆ వ్యక్తికి అనుభవమయ్యేది అంతా అద్దంలోని తన

ప్రతిబింబం లాంటిదే. అంటే బయట ఏమీలేదన్నమాట. అది కేవలం మానసికమైన అనుభూతి మాత్రమే.

ఒక వ్యక్తి తన ఇంద్రియాల మాధ్యమంగా ప్రతిక్షణం మానసికమైన మరియు భౌతికమైన ఎన్నో అనుభూతులకు లోనవుతూ ఉంటాడు. ఈ అనుభూతులన్నీ సంస్కారాల రూపంలో మనస్సు మీద ముద్రింపబడతాయి. ఈ విధంగా ఒక వ్యక్తి ఎన్నో సంస్కారాలని తన ప్రస్తుతజన్మ లోనే గాక ఎన్నో జన్మలనుండి కూడబెట్టుకొని ఉంటాడు. ఈ సంస్కారాలే ఒక మనిషి యొక్క విధిరాతకు కారణాలు. వాటి ఫలితంగానే ఆ వ్యక్తికి జీవితం అనుభవమవుతూ ఉంటుంది. కాబట్టి ఒక మనిషికి తన దైనందిన జీవితంలో కలిగే అనుభవమంతా బయట శూన్యంలో ప్రతిబింబించే తన మనస్సే. అంటే ఇక్కడ అనుభవమయ్యేది అంతా మానసికమైన విషయం మరియు అనుభవాలు కూడా మళ్లీ తిరిగి ఇంద్రియాల మాధ్యమంగా మనస్సు మీద ముద్రింపబడతాయి. అందువలన ఈ బాహ్యప్రపంచం యొక్క అస్థిత్వం కేవలం మానసికంగా అనుభవమయ్యేది మాత్రమే. ఇంతకు మించి దీనికి మనుగడ అనేది లేదు. అయితే పాఠకులందరినీ ఒక విషయం మాత్రం గుర్తుంచుకోమని అభ్యర్థిస్తున్నాను. ప్రతిమనిషి ఇంతకు పూర్వం ఎన్నో జన్మలెత్తి ఉంటాడు. ఆత్మసాక్షాత్కారం లేదా మోక్షం పొందేవరకు తిరిగి మళ్లీ మళ్లీ జన్మలు ఎత్తుతూనే ఉంటాడు. కాబట్టి ఒక వ్యక్తి అనుభవించే జీవితం లేదా భ్రమపూరితమైన మాయా ప్రపంచం ఆ వ్యక్తికి మాత్రమే సంబంధించిన ఒక విశేషమైన సృష్టిరచన అనవచ్చు మరియు అది ఆ వ్యక్తికి మాత్రమే నిజం అవుతుంది.

ఉదాహరణకు ఒక వ్యక్తి ప్రతిరోజూ ఎంతోమందిని కలుస్తూ ఉంటాడు. అతడిని కలిసే ఆ వ్యక్తులందరూ కేవలం ఒక మాధ్యమం మాత్రమే. అంటే ఆ వ్యక్తి తన యొక్క వ్యక్తిగత ప్రపంచాన్ని అనుభూతిగా పొందడానికి మిగిలిన వ్యక్తులందరూ ఒక మాధ్యమంగా ఉపయోగపడుతున్నారన్నమాట. ఇంతకు మించి బాహ్యప్రపంచం అనేది ఆ వ్యక్తిని ఏ విధంగానూ ప్రభావితం చేయలేదు. అసలు బాహ్యంగా ఏదైనా ఉంటేగా ప్రభావితం చేయడానికి ! ఒక వ్యక్తికి తన

మనసులోని సంస్కారాల ఫలితంగా కలిగే అనుభూతి మాత్రమే నిజం. అయితే ఈ నిజం అనేది శాశ్వతమైనది కాదు. కేవలం భ్రమపూరితమైన అనుభవం మాత్రమే అవుతుంది. ఈ అనుభూతి అనేది మరలా ఆ వ్యక్తి తన మనస్సులో కూడబెట్టుకుని ఉన్న సంస్కారాల మీద ఆధారపడి ఉంటుంది. కనుక ఒక వ్యక్తి ఈ ప్రపంచంలో తను అనుభవిస్తున్న విషయాలకు మిగిలిన మానవులనెవరినీ కారణం అనలేడు. ఎందుకంటే వాళ్లంతా ఆ వ్యక్తికి కేవలం ఒక మాధ్యమం మాత్రమే అవుతారు కాబట్టి. ఇది ప్రతిమనిషి తన మనస్సులో జీర్ణించుకోవలసిన ఒక చేదునిజం. అసలు ఒక మానవుడు ఈ పద్ధతి ప్రకారం తప్ప ఇక ఏ ఇతరమైన పద్ధతి ద్వారా నిర్మితం కాలేదు. ఇదేవిధంగా ఒక మనిషి తన తోటి మానవులకు కూడా ఒక మాధ్యమం అవుతాడు తప్ప, ఎవరికీ కావాలనుకున్నా ఎలాంటి సహాయం లేదా కీడు చేయలేడు. ఇంకా చెప్పాలంటే ఈ ప్రపంచంలో ఏ మనిషికి ఎవరి సహాయం అవసరం లేదు.

ఇప్పుడు పాఠకులందరూ మానవులకు అనుభవమయ్యే ఈ బాహ్యప్రపంచం అనేది భ్రమపూరితమైనదని మరియు మాయా ప్రపంచం అని సులువుగా అర్థం చేసుకోగలరని భావిస్తున్నాను. ఈ బాహ్యప్రపంచానికి లేదా దీని మనుగడకు శాశ్వతమైన ఆధారం అనేది ఏమీలేదు. కేవలం ప్రతిక్షణం మారుతూ ఉండే ఒక భ్రమపూరితమైన అనుభూతి మాత్రమే. దీని అస్తిత్వానికి ఉన్న అసలు కారణం మాత్రం సంస్కారాల రూపంలో ఒక మనిషి యొక్క అంతరంలోనే ఉన్నది మరియు ఆ వ్యక్తి యొక్క ఇంద్రియాల మాధ్యమంగా శూన్యంలోకి పంపించబడి, ఆ వ్యక్తి యొక్క మనస్సు మీదకు మళ్లీ ఒక అనుభూతిగా ప్రతిబింబించబడుతుంది. కాబట్టి ఈ విధంగా శూన్యంలోకి పంపించబడినవి మరియు శూన్యం అనే అద్దంలో ప్రతిబింబించే మానవుని యొక్క సంస్కారాలే ఆ వ్యక్తికి ఒక మాయాప్రపంచాన్ని వ్యక్తిగత స్థాయిలో సృష్టిస్తాయి.

ఒక వ్యక్తి నిద్రలో స్వప్నంలోకి జారినపుడు ఆ వ్యక్తికి ఒక క్రొత్త ప్రపంచం సృష్టింపబడుతుంది. స్వప్నం మారినపుడు మరొక క్రొత్త ప్రపంచం సృష్టింప బడుతుంది. స్వప్నం యొక్క అనుభూతి ఉన్నంత వరకు, భౌతికప్రపంచం ఎంత

నిజమైనదో స్వప్నప్రపంచం కూడా అంతే నిజం. రెండింటి యొక్క స్వభావం ఒక్కటే. అయితే మనం జాగృతస్థితిలో ఉన్నపుడు స్వప్నం గురించి ఈ విషయాన్ని అంగీకరించలేకపోతాము. అది కేవలం ఒక మానసిక అనుభవం మాత్రమే అని కొట్టి పారేస్తాం. అంటే స్వప్నం కూడా భౌతికప్రపంచం వంటిదే అన్న విషయాన్ని మనిషి జాగృతస్థితిలో అంగీకరించలేదన్నమాట.

ఒక వ్యక్తి గాఢమైన నిద్రలోకి వెళ్ళినపుడు, స్వప్న ప్రపంచం మరియు జాగృతస్థితిలో అనుభవంలోకి వచ్చే భౌతికప్రపంచం రెండూ విలీనమైపోతాయి. ఆ వ్యక్తికి గాఢమైన నిద్రలో తన మనుగడకు సంబంధించిన వివేకం అసలు ఉండనే ఉండదు. ఎందుకంటే ఆ వ్యక్తి యొక్క అహం నిద్రలో సంపూర్ణంగా విలీనమైపోతుంది కాబట్టి. కనుక ఒక ప్రత్యేకమైన సృష్టి యొక్క (స్వప్నం లేదా భౌతికప్రపంచం) అనుభవం అనేది అసలు ఉండనే ఉండదు. 'నేను' లేదా 'నా' అనే భావన విలీనమైపోతుంది. లేదా తాను భగవంతుని నుండి వేరుగా మనుగడ సాగిస్తున్నాననే భావన విలీనమైపోతుంది.

ఆ వ్యక్తి మళ్ళీ తిరిగి జాగ్రదావస్థలోకి వచ్చినపుడు భౌతికప్రపంచం ఎప్పటివలె మళ్ళీ సృష్టింపబడుతుంది. అయితే ఆ వ్యక్తి యొక్క జ్ఞానావస్థలో ఎలాంటి మార్పు ఉండదు. ఏ జ్ఞానంతో సుషుప్తి లేదా నిద్రలోకి జారుకున్నాడో ఆ వ్యక్తి తిరిగి మరలా అదే జ్ఞానంతో మరియు భౌతికప్రపంచం యొక్క స్మృతులతో జాగ్రదావస్థలోకి వస్తాడు. ఇక్కడ పాఠకులు ఒక విషయాన్ని గుర్తించాలి. నిద్రలో భౌతికప్రపంచం విలీనమవడమంటే అది సమాధితో సమానమైన అవస్థ ఏమీ కాదు. నిద్రలో భౌతికప్రపంచం బీజరూపంలో ఉండి పోతుంది. అందువలన సమాధిస్థితి యొక్క లాభం ఉండదు. ఒక వ్యక్తి సమాధిస్థితి లోకి వెళ్ళి తిరిగి మరలా భౌతికప్రపంచంలోకి వచ్చినపుడు, ఆ వ్యక్తి యొక్క జ్ఞానంలో ఎంతో మార్పు వస్తుంది. ఆధ్యాత్మికంగా ఎంతో ఉన్నతమైన స్థాయికి చేరుతాడు. అయితే నిద్ర అనేది కూడా సమాధిస్థాయికి వ్యతిరేకమైన సమాధి లాంటి అవస్థ అని చెప్పవచ్చును.

అదేవిధంగా ఒక వ్యక్తి స్వప్నం నుండి జాగ్రదావస్థలోకి ప్రవేశించగానే,

ఆ స్వప్నం యొక్క అనుభూతి మనస్సు మీద ముద్రింపబడి ఉంటుంది. అయితే మనం దైనందిన జీవితంలో జరిగే ఎన్నో విషయాలను గురించి ఎలా మరచి పోతామో, అదేవిధంగా స్వప్నం యొక్క స్మృతులు కూడా మరచిపోబడతాయి. ఈ కారణంచేతనే మనుషులలో తమ యొక్క గతజన్మల జ్ఞానం ఉండదు. కాలం గడిచేకొద్దీ గతజన్మల జ్ఞాపకాలు కూడా మసకబారిపోతాయి. ఈ చిన్న కారణంచేతనే మానవులకు తమ గతజన్మల అనుభూతి గుర్తుండదు. అంతేతప్ప కారణం మరేమీ కాదు. ఈ విషయం గురించి మరీ ఎక్కువగా ఆలోచించవలసిన అవసరం కూడా లేదు.

కాబట్టి ఈ భ్రమపూరితమైనది మరియు అశాశ్వతమైనది అయిన వ్యక్తిగత స్థాయిలోని మాయాప్రపంచాన్నే ఈ భూమిమీద చలామణిలో ఉన్న భాషలలో 'జీవితం' అంటారు. ఒక మానవుని ఆత్మలో నుండి అదే మానవునికి ధారణ చేయబడిన సృష్టిని వ్యక్తిగతస్థాయిలోని సృష్టి అని మరియు పరబ్రహ్మం నుండి అదే పరబ్రహ్మానికి ధారణ చేయబడిన సృష్టిని సామూహికస్థాయిలోని సృష్టి అని అంటారు. అయితే ఇక్కడ పాఠకులందరి దృష్టిని ఒక ముఖ్యమైన విషయం మీదకు తీసుకువస్తాను. అది ఈ విశ్వంగా పరిణామం చెందిన ఆదిశక్తి గురించి. శక్తి ఎప్పుడూ తన మూలం అయిన బ్రహ్మం లేదా ఆత్మ నుండి వేరుపడుట అనేది ఎప్పటికీ జరుగదు. ఎప్పుడూ రెండూ కలిసే ఉంటాయి. ఒక మానవునికి తన వ్యక్తిగతస్థాయిలో భ్రమపూరితమైన మాయాప్రపంచంగా రూపుదాల్చే విశ్వశక్తి ఆ మానవుని యొక్క జీవితం. అయితే ఇది ప్రతిక్షణం మారుతూ ఉంటుంది. ఇది తెరమీద ప్రదర్శింపబడే చలనచిత్రం మాదిరిగా ఉంటుంది. అయితే యంత్రం, కిరణాలు మరియు తెర అన్నీ ఒకటే. దానినే వ్యక్తిగతస్థాయిలో ఆత్మ మరియు సమిష్టిస్థాయిలో బ్రహ్మం అంటారు. అంటే ఒక మానవునికి తన అంతరంలో ఆత్మ నుండి విశ్వశక్తి ముందు శరీరంగా రూపందాల్చి, ఆ తరువాత శరీరంలోని ఇంద్రియాల మాధ్యమంగా బయట శూన్యంలోకి ప్రసరింపబడే నాటకాన్ని 'జీవితం' అని చెప్పవచ్చును.

ఈ భాగంలో పైన వ్రాసిన విషయాన్ని సంక్షిప్తంగా చెబుతాను. ఒక

గురువు యొక్క కృప వలన, మానవుని అంతరంలో భ్రమపూరితమైన ప్రపంచాన్ని లేదా సృష్టిని ధారణ చేస్తున్న విశ్వశక్తిని వ్యతిరేకదిశ లోకి మళ్ళించినపుడు ఆ విశ్వశక్తి నిదానంగా తన సృష్టి కార్యక్రమాన్ని విరమించుకొని, తన మూలం అయిన ఆత్మలో విలీనం లేదా లయమైపోవడం ప్రారంభిస్తుంది. దీర్ఘకాలిక యోగసాధన తరువాత ఆ వ్యక్తి సమాధి అనే స్థితిలోకి అడుగుపెట్టడం మొదలుపెడతాడు. వ్యక్తిగతస్థాయిలో ఆ వ్యక్తి కోసం సృష్టింపబడిన చలనచిత్రం లాంటి జీవితం అనే నాటకం తొలగింపబడటం మొదలవుతుంది. తెరమీద ప్రసరింపబడే జీవితం అనే నాటకం తొలగిపోయే కొలదీ, ఆ వ్యక్తి అంతరంలో ఆత్మజ్ఞానం లేదా పరబ్రహ్మ జ్ఞానం నిండిపోవడం లేదా సాక్షాత్కరింపబడుట మొదలవుతుంది.

ఈ శక్తి ఒక మానవశరీరంలో, వెన్నెముక క్రిందిభాగంలో గుదము మరియు జననేంద్రియాల నడిమధ్య కేంద్రీకృతమై ఉన్నది.

ఈ శక్తి ఒకవైపు సమిష్టిస్థాయిలో మానవజాతికి భ్రమపూరితమైన మాయా ప్రపంచాన్ని ధారణ చేస్తుంది మరియు మరోవైపు వ్యక్తిగతస్థాయిలో ఒక మానవునికి కూడా మరొక ప్రపంచాన్ని ధారణ చేస్తుంది. ఒక మానవుడు ఏ విధంగా తనను తన శరీరం యొక్క నాథుడని భ్రమపడతాడో, అదే విధంగా భగవంతుడు కూడా తనను జగత్తు అనే ఈ ప్రపంచానికి తాను జగన్నాథుడని భ్రమపడుతూ ఉండవచ్చును. ఆదిపరాశక్తి యొక్క భ్రమింపజేసే స్వభావం లేదా మాయ వలన, బ్రహ్మాన్ని లేదా భగవంతుణ్ణి ఎన్నో సంస్కృతగ్రంథాలలో జగన్నాథుడని కూడా అనడం జరిగింది. అందువలన సంస్కృతగ్రంథాలన్నీ ఈ శక్తిని 'మహామాయ' అనికూడా ప్రస్తుతించాయి. కనుక విశ్వం యొక్క తల్లి అయిన ఈ పరాశక్తికి వినయపూర్వక ప్రణామములతో, ఆమెను భగవంతునికి సైతం తెలియని ఆదిపరాశక్తి అని లేదా 'ది పవర్ అన్నోన్ టు గాడ్' అని పిలుస్తూ వందనం చేస్తున్నాను.

మానవుడు నిజానికి భగవంతుని యొక్క లేదా బ్రహ్మాండం యొక్క సూక్ష్మ స్వరూపం.

కనుక భగవంతుని శక్తి యొక్క ఈ విశ్వలీలను గమనించండి. మరలా ఈ విశ్వలీల అంతా భగవంతునిదే. అంటే భగవంతుడే స్వయంగా తన సొంతశక్తిని తననే భ్రమింపజేసే విధంగా మరియు తను భ్రమపడినట్లు నాటకం ఆడుచూ ఉన్నాడని అర్థం చేసుకోవచ్చును.

అందువలన బ్రహ్మం యొక్క స్వభావాన్ని అర్థం చేసుకోవడం లేదా ఆత్మసాక్షాత్కారం పొందటం అనేది అంత కఠినంగా ఉంటుంది.

అన్నింటికన్నా ముందు ఈ పరాశక్తి, పరబ్రహ్మం నుండి ఉద్భవించి సమిష్టిస్థాయిలో ఈ విశ్వంగా పరిణామం చెందుతుంది. ఆ తరువాత భగవంతుడు తనకు తానే అనేకమైన మానవులుగా అవతారాలు ఎత్తుతాడు. ఆ తరువాత భగవంతుని యొక్క ఈ శక్తి ప్రతి మానవునికి వ్యక్తిగతస్థాయిలో ఒక ప్రపంచాన్ని సృష్టిస్తుంది. వ్యక్తిగతస్థాయిలో మానవజాతికి సృష్టింపబడిన ఈ ప్రపంచాలన్నీ ఒక దానితో మరొకటి కలుపబడి, అన్నీ కలసి ఒకేఒక భ్రమపూరిత ప్రపంచంగా కనిపించేటట్లు లేదా అనుభవమయ్యే విధంగా చేయబడతాయి. ఆ తరువాత ఈ పరాశక్తి ఎందరో దేవుళ్లను ఈ అనంతవిశ్వంలో సృష్టిస్తుంది. లేదా పరబ్రహ్మమే వీళ్ల మాదిరిగా అవతరించడం జరుగుతుంది. వీళ్లందరినీ ఈ అనంతవిశ్వంలో ఒక్కొక్క ప్రాంతానికి జగన్నాథుడనే రూపంలో నియమించడం జరుగుతుంది. ఆఖరిగా ఈ పరాశక్తి లేదా విశ్వశక్తి సంస్కృత గ్రంథాల ప్రకారం ఈ అనంతవిశ్వం యొక్క నిగూఢమైన లోతుల్లో లెక్కకు మించిన జగత్తులు లేదా ప్రపంచవ్యవస్థలు దాటిన తరువాత, ఆనందసాగరం లేదా పాలసముద్రం నడుమ 'మణిద్వీపం' అనే దీవిలో కేంద్రీకృతమై ఉన్నది.

దీనినిబట్టి పాఠకులందరూ ఏమని అర్థం చేసుకోగలరు ?

ఈ విశ్వశక్తిని గురించి ఊహించడానికి మరియు అర్థం చేసుకోవడానికి అతి కష్టమైనా, సిద్ధాంతపరంగా చూస్తే ఆత్మసాక్షాత్కారం అనేది ఎవరికైనా ఏ క్షణంలో అయినా జరగడానికి అవకాశం ఉన్నది. ఆత్మసాక్షాత్కారం లేదా ఆత్మజ్ఞానం వలన ఈ విశ్వశక్తి లేదా పరాశక్తి యొక్క స్వభావం అనేది ఏ వ్యక్తికైనా పరిచయం అవడం జరుగుతుంది లేదా ఈ శక్తి యొక్క జ్ఞానం

ప్రత్యక్షంగా అనుభవమౌతుంది.

ఆకాశం ఈ శక్తి! సమయం ఈ శక్తి! ప్రాణం ఈ శక్తి! సత్యం ఈ శక్తి! చిత్తం ఈ శక్తి! ఆనందం ఈ శక్తి! మనస్సు ఈ శక్తి! బుద్ధి ఈ శక్తి! అహం ఈ శక్తి! ప్రేమ ఈ శక్తి! నా వినయం ఈ శక్తి! నా శ్వాస ఈ శక్తి!

ఈ శక్తికి నా ప్రణామములు!

ఈ శక్తి స్వాభావికంగా రహస్యమైనది! ఆఖరిగా అనంతమైనది ఈ శక్తి!

ఈ భాగంలో పైన వివరించినట్లు, ఒక మానవశరీరంలో ఈ శక్తి వెన్నెముక క్రిందిభాగాన, గుదము మరియు జననేంద్రియాల నడిమధ్య కేంద్రీకృతమై ఉన్నది.

ఈ శక్తిని చుట్టచుట్టుకొని ఉన్న కుండలినీ శక్తి అంటారు!

ఈ శక్తిని ఒక గురువు ద్వారా మేల్కొలపడం లేదా సృష్టి కార్యక్రమం నుండి వ్యతిరేకదిశలోకి మరల్చడం జరిపినపుడు, ఈ శక్తి ఒక వ్యక్తి యొక్క వ్యక్తిగత ప్రపంచాన్ని వినాశనం చేసి, ఆ వ్యక్తిలో ఆత్మజ్ఞానాన్ని ఉదయింప జేస్తుంది! వెన్నెముక – మెదడు వ్యవస్థ మాధ్యమంగా ఒక మానవశరీరంలో ఈ శక్తి ఆరోహణం చేసినపుడు, ఆ వ్యక్తి యొక్క మనస్సును ఉన్నత భూమికలకు తీసుకువెళుతుంది మరియు ఆ జీవాత్మ పరమాత్మలో ఐక్యంగావడం జరిగి తీరుతుంది.

ఈ శక్తి సృష్టికి వ్యతిరేకదిశలో ఒక మానవుడిని అమరత్వం వైపు ఎలా నెడుతుంది అనే దానిని యోగము అంటారు.

<hr/>

భాగము - 5
శక్తిపాతము

శక్తిపాతము అంటే శక్తి క్రిందికి దిగి రావడం అని అర్థం. ఇది 'శక్తిపాత పరంపర'లో గురువులు తమ శిష్యుల శరీరంలో నిద్రాణమై ఉన్న విశ్వశక్తిని మేల్కొలుపుటకు జరిపే యోగప్రక్రియలో ఉపయోగించే ఒక ఉపాయము.

ఈ శక్తిపాతమును ఎవరు చేయగలరు ?

ఈ శక్తిపాతమును ఎవరి మీద చేస్తారు ?

శక్తిపాతమును చేస్తే ఏమి జరుగుతుంది ?

శక్తిపాత పరంపర గురించి మరియు శక్తిపాతమనే యోగప్రక్రియ గురించి ఏమీ తెలియని పాఠకుల లాభం కోసం పై ప్రశ్నలకు సమాధానాలను క్లుప్తంగా వివరిస్తాను.

ఒక పూజనీయమైన గురువు ఏ మనిషి మీద తన కృప చూపించాలని సంకల్పించడం జరుగుతుందో అలాంటి సమర్థవంతమైన గురువు మాత్రమే ఈ శక్తిపాతము చేయగలరు.

అయితే ఒక గురువుని శక్తిపాతం చేయమని ఎవరూ బలవంత పెట్టలేరు మరియు అది అసాధ్యం. ఒక గురువు అనే వ్యక్తి ఈ భూమి మీద ఆత్మసాక్షాత్కారం పొందివున్న మరియు మానవశరీరంగా పరిణామం చెందిన ఆదిపరాశక్తి స్వరూపం. కనుక ఆయన కృప లేకుండా ఆయన చేత శక్తిపాతము చేయించినా అది పనిచేయదు. ఒక వ్యక్తి మీద గురువు తన కృప చూపించాలని సంకల్పించడం ముఖ్యం.

ఈ విషయం గురించి నేను మరింత వివరంగా వ్రాస్తాను.

ఒక గురువు అనే వ్యక్తి, ఆత్మజ్ఞానాన్ని పొందివున్న మానవుడై ఉండడం చేత సాంకేతికపరంగా లేదా యోగనియమానుసారంగా చూస్తే మానవశరీరంలో ఇంకా జీవించి ఉంటున్నాడు అంటే దానికి కారణం మానవజాతి శ్రేయస్సు కోసం ఈ భూమి మీద పరబ్రహ్మం స్వయంగా అవతరించడమే. గురువు

యొక్క శరీరం మాధ్యమంగా పరాశక్తి ఈ భూమి మీద మానవులపై కృప చూపిస్తూ ఉంటుంది. గురువు యొక్క మానవశరీరం ఆదిపరాశక్తి అయిన విశ్వశక్తి మానవుల మోక్షం కోసం మానవజాతికి అందించిన ఒక బహుమతి. అయితే యోగశాస్త్రానికి సంబంధించిన కొన్ని సాంకేతిక కారణాలవల్ల ఒక గురువు కూడా యోగనియమాలకు కట్టుబడి ఉండటం అనేది అవసరం అవుతుంది. ఎందుకంటే యోగనియమాల విచ్ఛిన్నం జరిగితే ఒక గురువు మానవశరీరంలో ఉండటం సాంకేతికంగా సాధ్యం కాదు. ఇలాంటి పరిస్థితులలో ఎవరైనా శక్తిపాతము చేయమని ఒక గురువుని బలవంతం చేసినా, స్వయంగా ఆ ఆదిపరాశక్తి సైతం దానికి అనుమతించడం జరుగదు. ఇంకా చెప్పాలంటే ఒక గురువుకి ఈ భూమిమీద కొన్ని దైవికమైన హక్కులు ఉన్నాయని అన్ని యోగశాస్త్రాలు ఏకగ్రీవంగా అంగీకరిస్తాయి.

ఒక గురువుకి ఉన్న ఈ దైవికమైన హక్కులు ఏమిటి అన్న విషయం గురించి నేను వ్రాసిన తరువాత పాఠకులు ఆశ్చర్యపోవచ్చును.

అన్ని యోగశాస్త్రాల ప్రకారం, ఒక గురువు ఒక మానవుడిని పరబ్రహ్మం యొక్క కోపాగ్ని నుండి సైతం రక్షించడం అనేది జరుగుతుంది. ఎందుకంటే ఆ భగవంతుడే స్వయంగా అతి ప్రాచీనకాలం నుండి ప్రతి గురువుకి ఈ దైవికమైన హక్కుని ఇవ్వడం జరిగింది.

అయితే ఒక గురువు యొక్క కోపాగ్ని నుండి, భగవంతుడు సైతం ఒక మానవుని రక్షించడం అనేది జరుగదు. ఎందుకంటే ఆ భగవంతుడే స్వయంగా అతి ప్రాచీనకాలం నుండి ప్రతి గురువుకు ఈ దైవికమైన హక్కును ఇవ్వడం జరిగింది.

కనుక ఏదో ఉపాయంతో పరబ్రహ్మం యొక్క అనుగ్రహాన్ని మానవుడు తన సంకల్పంతో పొందలేడు. ఎందుకంటే కేవలం పరబ్రహ్మమే ఈ విశ్వంలో ఉన్న ఒకే ఒక సత్యం. అంతేగాని అహంకారంతో పూరితమైన మానవ సంకల్పానికి ఏమాత్రం శక్తి లేదు. మానవుని యొక్క అహంతో కలుషితం కానపుడు, దివ్యసంకల్పం అనేది ఎప్పుడూ ఉంటుంది. అయితే మానవుని

యొక్క అహం కలిస్తే మాత్రం ఈ సంకల్పం అనేది కేవలం ఒక భ్రమగా మిగిలిపోతుంది.

ఒక గురువు ఒక మానవుని మీద తన కృప చూపించాలనే ఉద్దేశ్యంతో శక్తిపాతం చేయడం జరిగినపుడు, నిజానికి ఆయన స్వయంగా భగవంతునికే మానవరూపంలో ఒక మాధ్యమంగా పనిచేయడం జరుగుతుంది. ఒక గురువు తన శక్తిని ఒక మానవుని యొక్క శరీరంలోకి పంపించి, అతని శరీరంలో నిద్రాణమై ఉన్నది మరియు మరొక రూపంలో ఉన్న పరమాత్మ యొక్క శక్తి అయిన విశ్వశక్తిని జాగృతం చేయడం జరుగుతుంది.

ఇప్పుడు భగవంతుని యొక్క సృష్టి తిరిగి భగవంతునిచే మరియు భగవంతుని లోనే లయమవడానికి అన్ని విధాల సిద్ధమౌతుంది. ఇక్కడ పాఠకులకు ఒక విషయం వివరిస్తాను. పరబ్రహ్మాన్ని లేదా భగవంతుణ్ణి ఈ భూమిమీద ఉన్న ఏ భాషా పదజాలంతో అయినా పిలువవచ్చును. కొన్ని మతవ్యవస్థలలో పరబ్రహ్మాన్ని మగవానిగా, ఒక తండ్రిగా లేదా ప్రియునిగా చిత్రించడం జరిగింది. మరికొన్ని మతవ్యవస్థలలో మరియు సిద్ధాంతాలలో భగవంతుణ్ణి లేదా పరబ్రహ్మాన్ని స్త్రీరూపంలో ఒక అమ్మగా చిత్రించడం జరిగింది. అయితే ఆధునిక శాస్త్రవేత్తల ఆలోచనలు ఏ విధంగా ఉన్నాయో నాకు తెలియదు. వాళ్లు పరబ్రహ్మాన్ని కేవలం ఒక భౌతికమైన శక్తిగా భావిస్తూ ఉండి ఉండవచ్చును. అందువలననే గణితసూత్రాల ఆధారంగా, సృష్టిరచన ఎలా జరిగిందో వివరిస్తూ అందమైన సిద్ధాంతాలను తయారుజేయడం జరిగింది.

ఒక గురువు మానవుని శరీరంలో మాయా ప్రపంచాన్ని ధారణ చేస్తూవున్న విశ్వశక్తిని వ్యతిరేకదిశలో అంటే మానవుని ఆత్మవైపు లయమైపోవడానికి ప్రేరేపించుటకు ప్రయత్నం చేసినపుడు, అది స్పర్శ ద్వారా లేదా కంటిచూపు ద్వారా లేదా ఒక మంత్రం ద్వారా లేదా కేవలం దివ్య సంకల్పం ద్వారా చేయడం జరుగుతుంది. ఒక్కోసారి గురువు ఈ అన్ని పద్ధతులను లేదా కొన్ని పద్ధతులను అవసరాన్ని బట్టి కలిపి ఉపయోగించటం జరుగుతుంది.

ఇప్పుడు నేను ఈ శక్తిపాతాన్ని ఎవరి మీద చేయడానికి వీలవుతుంది

అనే విషయం గురించి వివరిస్తాను.

ఈ దైవికమైన కృప పొందడానికి ప్రతి మానవునికి అర్హత ఉన్నదా ? అవును తప్పకుండా ఉన్నది. ఈ విషయంలో మతానికి, జాతికి మరియు కులానికి ఎలాంటి తావులేదు. భగవంతుడు ఎవరి మీదనైనా, ఏ సమయంలోనైనా తన కృపను ప్రసాదించవచ్చును. ఈ విషయాన్ని ఒప్పుకోవడానికి ఎవరికైనా కేవలం ప్రాపంచిక తర్కజ్ఞానం సరిపోతుంది.

అయితే భగవంతుడు మానవులందరి మీద తన కృపను ప్రసాదించి, అందరినీ ఈ జనన మరణ చక్రం నుండి విముక్తిజేసి మోక్షం ఎందుకు ప్రసాదించడు ?

పై ప్రశ్నకన్నా ఇంకా ముఖ్యమైన ప్రశ్న. భగవంతుడు అసలు ఎందుకు మోక్షాన్ని ఇవ్వాలి ?

భగవంతుడు తన దివ్యసంకల్పం ద్వారా ఒక వ్యక్తిని సృష్టించాడు లేదా అనేకమంది మానవులుగా తనే బహురూపాలలో ఈ భూమిమీద అవతరించాడు. అయితే ఒక మానవుడు ఈ దివ్యసంకల్పానికి వ్యతిరేకంగా తనకు మోక్షం కావాలని కోరుకోవడం అర్ధరహితం కాదా !

ఒక మానవుడు భగవంతుని కన్నా వేరుగా ఈ విశ్వంలో తనకు స్వతంత్రమైన ఉనికి ఉందని భావిస్తున్నాడా ?

ఈ భూమి మీద ఉన్న మానవజాతి మొత్తం, బాగా జీర్ణించుకొని అర్థం చేసుకోవలసిన ప్రాథమిక ప్రశ్న ఇది.

ఒకవేళ ఎవరైనా ఒక బొమ్మని సృష్టించడం లేదా నిర్మించడం జరిగిందనుకోండి. లేదా తన దివ్యశక్తిని ఉపయోగించి తనే ఆ బొమ్మగా తన దివ్య విలాసం కోసం అవతరించడం జరిగిందనుకోండి. ఇంకా ఆ బొమ్మకు తన సొంత శక్తులన్నింటినీ ఇచ్చి, మరలా కొన్ని నియమాల మధ్య ఇరికించి, ఒక భ్రమను కూడా సృష్టించి, ఆ భ్రమలో ఆ బొమ్మని పడేయడం జరిగిందనుకోండి! అయితే ఇప్పుడు ఆ బొమ్మకి తన సృష్టికర్తను ప్రశ్నించే హక్కు అంటూ ఉంటుందా ? ఆ బొమ్మ మరియు ఆ బొమ్మ యొక్క సృష్టికర్త ఒకటే ! బొమ్మ

యొక్క సృష్టికర్త లేకుండా అసలు బొమ్మ అనేది సృష్టింపబడదు లేదా నిర్మితం అవదు. అయితే ఆ బొమ్మకు తన గురించిన అసలు నిజం లేదా ఆత్మజ్ఞానం పొందడానికి అవసరమైన శక్తిని కూడా ఆ బొమ్మ యొక్క సృష్టికర్త ఇవ్వడం జరిగింది.

అంటే తన దివ్యవిలాసం కోసం భగవంతుడు ఈ విధంగా మానవులను బొమ్మల మాదిరిగా సృష్టించడం జరిగింది. కాబట్టి ఆ బొమ్మలకు లేదా మానవులకు తమ భౌతికమైన సంకల్పం ద్వారా భగవంతుణ్ణి ప్రశ్నించే హక్కు ప్రత్యేకంగా ఎక్కడనుండి వచ్చినది ?

మానవునికి ఉన్న సంకల్పశక్తి అనేది సత్యం లేదా నిజం ఎప్పుడవుతుంది అంటే, అహం అనేది ఆ వ్యక్తిలో సంపూర్ణంగా విలీనం అయిపోయినప్పుడు. అంటే ఒక మానవుడు, మానవత్వాన్ని త్యజించి తనలోని దైవత్వాన్ని సాక్షాత్కరింప జేసినపుడన్నమాట! ఆత్మసాక్షాత్కారాన్ని పొందినపుడన్నమాట ! అహం ఉన్నంత వరకూ మానవుని యొక్క సంకల్పశక్తి కేవలం భ్రమపూరితమైనదే అవుతుంది. ఒక మానవ సంకల్పశక్తికి నిజంగా ఉండాల్సిన శక్తి చేకూరదు.

అయితే ప్రతి మానవుడు బ్రహ్మం యొక్క అవతారమే. బ్రహ్మం ప్రతి మనిషి యొక్క హృదయంలో విరాజిల్లుచున్నది. ఈ కారణంచేత బ్రహ్మం లేదా ఆత్మ యొక్క దివ్యసంకల్పశక్తి మనస్సులో ప్రకాశించడానికి ప్రయత్నిస్తూ ఉంటుంది. అయితే మానవుని యొక్క అహంతో పూరితమై ఉంటుంది.

ఇది అర్థం చేసుకోవలసిన ముఖ్యమైన మరియు కీలకమైన విషయం.

మానవుని సంకల్పశక్తిని పరాశక్తిగా తప్పుగా అర్థం చేసుకొని, అహంతో పూరితమైన ఈ శక్తిని చిన్నచిన్న ప్రాపంచిక కోరికలను ప్రాప్తించుకొనుటకు మానవులందరూ ప్రయత్నిస్తుంటారు.

మానవుని యొక్క సంకల్పశక్తి స్వాభావికంగా భ్రమపూరితమైనదా లేక శాశ్వతమైన సత్యమా అనే విషయం తెలుసుకుందామని గాని లేదా కనీసం ప్రయోగాత్మకంగా విశ్లేషణ చేసిచూద్దామని గాని ఎవరికీ అసలు అవసరమని కూడా అనిపించడం లేదు. భ్రమపూరితమైన ఈ సంకల్పశక్తి కల్పిస్తున్న

భ్రమపూరిత స్వేచ్ఛాభావన నుండి బయటపడడానికి కూడా ఎవరికీ ఇష్టం ఉన్నట్లు లేదు. సంకల్పశక్తి అనేది శాశ్వతమైన సత్యం లేదా దివ్యసంకల్పశక్తిగా ఎప్పుడు మారుతుందంటే, మానవుని యొక్క అహం తొలగించబడినపుడు. అప్పటి వరకూ అది కేవలం ఒక భ్రమ మాత్రమే.

కాబట్టి ఒక మానవుడు తన మీద భగవంతుని యొక్క కృప ఎందుకు ప్రసాదింపబడుట లేదని భగవంతుణ్ణి ప్రశ్నించలేడు. సరిగ్గా ఈ కారణంచేతనే ఒక గురువుని శక్తిపాతం చేయమని ఎవరూ బలవంతపెట్టలేరు.

నేను ఈ భాగంలో పైన వ్రాసిన ఈ విషయాలన్నీ చదివిన తరువాత పాఠకులందరికీ నేను చెప్పదలచుకున్న విషయం గురించి ఏదో ఒక స్పష్టమైన అర్థం తప్పకుండా స్ఫురించి ఉంటుందని భావిస్తున్నాను.

ఎన్నో ప్రాచీన సంస్కృత గ్రంథాలలో వివరించినట్లు, ఒక వ్యక్తి యొక్క మానసికస్థితి అవసరమైన మేర పరిపక్వం అయినపుడు, ఆ వ్యక్తికి ఒక గురువు లేదా భగవంతుడు తప్పక ప్రత్యక్షమవడం జరుగుతుంది.

ఇది చాలా ప్రకృతి సహజంగా జరిగే ఒక విశ్వ ప్రక్రియ వలె అనిపిస్తుంది. ఈ విషయం గురించి ప్రాపంచిక భాషా పరిజ్ఞానంతో ఏ రకమైన వివరణ ఇవ్వడం కుదరదు. ఈ విషయాన్ని సమ్మతించండి లేదా వదిలేయండి.

ఇక ఈ విషయంలో ఎప్పుడో ప్రాచీనకాలం నుండి నిర్ధారితం చేయబడి ఉన్న చర్చను గురించి, మరలా మరలా చర్చిస్తూ సమయాన్ని వృథా చేయదలచు కోవడం లేదు. అహంతో పూరితమైన మానవ సంకల్పశక్తి ఉపయోగించు కొనుటకు అన్నివేళలా ఎలాగూ అందరికీ అందుబాటులోనే ఉన్నది. కాబట్టి ఇక మీ ఇష్టం.

ఇక ఇప్పుడు నేను మానవునిలో 'నమ్మకం' అనే గుణం ఎలా నిర్మిత మౌతుంది అనే విషయం మీద దృష్టిని కేంద్రీకరిస్తాను. ఈ ప్రపంచంలో మనం ఎన్నో విషయాలను చాలా సహజంగా మరియు పెద్దగా ఆలోచించకుండా నమ్మేస్తాం. ఉదాహరణకు ఆహారం ఒక మనిషి యొక్క ఆకలి తీరుస్తుందని, నీరు దాహం తీరుస్తుందని, వేడి చలినుండి కాపాడి వెచ్చదనాన్ని ఇస్తుందని

మొదలైనవి ! కొన్నిసార్లు కొన్ని విషయాలలో ప్రయోగం చేసి, అది నిజం అని ఋజువైన తరువాత ఆ విషయం మీద మనకు నమ్మకం ఏర్పడుతుంది. మరికొన్ని సార్లు ఇంద్రియాతీతంగా మరియు ఎలాంటి కారణం లేకపోయినా కేవలం ఊహించి ఒక విషయాన్ని నమ్మేస్తాం లేదా ఆ విషయం మీద మనకు నమ్మకం ఏర్పడుతుంది. నమ్మకం అనేది సహేతుకమైనా లేదా అహేతుకమైనా 'జీవితం' అనే వస్త్రంలో ఒక దారం లాంటిది ! జీవితంలో ఎన్నో విషయాలలో మనం నమ్మకం ఏర్పరచుకొనే ముందుగానే, ఆ విషయాన్ని గురించి ప్రయోగాత్మకంగా ఋజువులతో సహా ముందే నిరూపించలేక పోవచ్చును. ఉదాహరణకు ఒక పసిపిల్లవాడికి తన తల్లి మీద ప్రకృతి సహజంగానే ఈ నమ్మకం అనేది ఉంటుంది. లేదా ఒక సైనికుడు యుద్ధభూమిలో అడుగుపెట్టే ముందు తన ఇష్టదైవం తనను కాపాడుతుందనే నమ్మకం పెంచుకుంటాడు. కనుక మానవ జీవితాన్ని ముందుకు నడిపించేది అసలు ఈ నమ్మకమే.

ఒక మనిషి మీద శక్తిపాతం చేయుటకు లేదా ఆ వ్యక్తికి శక్తిపాతము ద్వారా దీక్ష ఇవ్వడానికి అతనికి అర్హత ఉన్నదా లేదా అనే విషయం నిర్ధారించడం అనేది ఆ వ్యక్తి యొక్క మనస్సు ఎలా నిర్మితమై ఉన్నది అనే దానిని బట్టి ఉంటుంది. ఒక వ్యక్తికి పరబ్రహ్మం మీద అవసరమైనంత మోతాదులో నమ్మకం ఏర్పడి ఉంటే, ఆ వ్యక్తికి శక్తిపాతము ద్వారా దీక్ష ఇవ్వడం జరుగుతుంది.

ఈ విషయం గురించి ఇంకా వివరంగా చెబుతాను !

ప్రతి మానవుని యొక్క మనస్సు మూడుగుణాల మిశ్రమంతో నిర్మితమై ఉంటుందని యోగశాస్త్రాలు చెబుతున్నాయి. అవి రజోగుణము, తమోగుణము మరియు సత్వగుణము !

రజోగుణము చైతన్యవంతమైనది. తమోగుణము సోమరితనంతో కూడి ఉంటుంది. మరియు సత్వగుణము సాత్వికమైనది లేదా సమతుల్యతతో కూడి ఉంటుంది.

ఈ విశ్వంలో అన్నివిధాల మరియు అన్ని రూపాలలో జరిగే సృష్టిరచన అంతా కేవలం రజోగుణము యొక్క కారణంగా జరుగుతుంది. దీనికి విరుద్ధంగా

జరిగే సృష్టి విలీనం లేదా విధ్వంసం అనేది తమోగుణము వలన జరుగుతుంది. అయితే ఈ రెండూగాక సృష్టి యొక్క సంరక్షణ మరియు దాని పోషణ అనేవి సత్వగుణము వలన జరుగుతాయి.

పరాశక్తి అయిన విశ్వశక్తి యొక్క ఈ మూడుగుణాల మిశ్రమంతో ప్రతి మానవుని మనస్సు ఒక విశేషమైనదిగా నిర్మితమై ఉంటుంది.

ఇంకా చెప్పాలంటే ఈ మూడుగుణాల మిశ్రమం ఒక వ్యక్తి యొక్క మనస్సులో అనుక్షణం మారుతూ ఉంటుంది. దీనివలన ఆ వ్యక్తి యొక్క మనస్సు కూడా అనేక రూపాలలో ఎప్పుడూ మారుతూ ఉంటుంది. ఎప్పుడూ మారుతూ ఉండే మనస్సు యొక్క రూపాలనే వృత్తులు అంటారు. మనస్సు యొక్క ఈ వృత్తులనే మనం ఆలోచనలు లేదా భావోద్వేగాలు అంటాము.

మానవుని యొక్క మనస్సు ఏ మూడుగుణాలతో నిర్మితమై ఉన్నదో, ఆ మూడుగుణాల మధ్య సంపూర్ణమైన సమతుల్యత ఏర్పడినపుడు, ఆ వ్యక్తి విశ్వశక్తి యొక్క మాయాబంధం నుండి ముక్తుడగుట ప్రారంభమౌతుంది. ఆ వ్యక్తి యొక్క మనస్సు ఒక ప్రశాంతమైన స్థితిలోకి వెళ్లడం మొదలు పెడుతుంది లేదా మనస్సు లోని ఆలోచనలు అన్నీ ఆగిపోయి మనస్సు నిర్మలమైన స్థితిలోకి వెళ్లడం మొదలౌతుంది. దీనిని యోగశాస్త్రాలలో సమాధిస్థితి అని అంటారు.

ఇప్పుడు ఈ స్థితిలో కనీసం సిద్ధాంతపరంగానైనా ఆత్మసాక్షాత్కారం జరగాలి.

ఒక మానవునిలో గుణాల యొక్క ఈ సమతుల్యతా స్థితి అనేది ప్రతిరోజూ ఎన్నోసార్లు జరుగుతుంది. అయితే ఆ స్థితిలో మనస్సు ఎక్కువసేపు ఉండదు మరియు ఆ వ్యక్తి కూడా ఆ స్థితి ఏమిటి అనేది గుర్తించలేడు. ఎప్పుడూ ఒక మణిని చూడని వ్యక్తి అకస్మాత్తుగా ఒక మణిని చూడడం జరిగితే దానిని గుర్తించలేడు. ఇదేవిధంగా ప్రతిరోజూ చేకూరే సమతుల్యతా స్థితి వలన అకస్మాత్తుగా ఎవరికీ ఆత్మసాక్షాత్కారం యొక్క లాభం చేకూరదు !

ఇప్పుడు నన్ను పైన వివరిస్తున్న మూడుగుణాల మిశ్రమంతో నిర్మితమైన మానవుని యొక్క మనస్సు అనే విషయం మీదకు తిరిగి వెళ్లనివ్వండి !

ఒక మతవ్యవస్థను క్రమపద్ధతిలో పాటించడం లేదా నిరంతర యోగసాధన ద్వారా మానవుని యొక్క మనస్సు నెమ్మదిగా సమతుల్యతా స్థితిలో స్థిరమవడం ప్రారంభిస్తుంది. అయితే ఈ స్థితిలో స్థిరత్వం లేదా నిలకడ అనేది అప్పుడే ఏర్పడదు. ఆ వ్యక్తి యొక్క మనస్సు ఒకస్థితి నుండి మరొక స్థితికి వేగంగా మరియు ఎలాంటి క్రమపద్ధతి లేకుండా ఊగుతూ ఉంటుంది. ఈ విధంగా ఏ క్రమపద్ధతి లేకుండా ఊగుతూ ఉండే మనస్సు యొక్క స్వరూపం ఆ వ్యక్తి యొక్క దైనందిన జీవితంలో బాహ్యప్రపంచంలో ఆ వ్యక్తి చేసే పనుల రూపంలో ప్రతిబింబిస్తూ ఉంటుంది.

అలాంటి వ్యక్తి యొక్క స్వభావం ఎలా ఉంటుందో పాఠకులు ఎవరైనా ఊహించగలరా ?

ఆ వ్యక్తి తను చేసే ప్రతి మంచిపనికి సరి సమానమైన మరొక చెడుపని చేస్తాడు. దానివలన మంచిపనుల వలన చేకూరే లాభం అంతా చేసిన చెడుపనుల వలన కలిగే నష్టంతో సరిసమానమై ఆఖరికి ఏమీ మిగలకుండా పోతుంది. ఈ విధంగా తను చేసే ప్రతిపాపానికి సరిసమానమైన పుణ్యాలను కూడబెట్టు కుంటూ ఉంటాడు. దాని ఫలితంగా ఆ వ్యక్తి యొక్క స్వభావం ఒక పాపిలాంటి యోగిగా వృద్ధి చెందుతూ ఉంటుంది. మరొకవిధంగా చెప్పాలంటే అలాంటి వ్యక్తి ఎప్పుడూ ఏ మంచిమార్గం లోనూ లేదా చెడుమార్గం లోనూ ఎంతోదూరం ప్రయాణించడు. ఏదో విధంగా తనలో తను మానసికమైన యుద్ధం చేసి, సమతుల్యతా స్థితివైపు రావడానికి ప్రయత్నిస్తూ ఉంటాడు. అయితే శాశ్వతమైన సమతుల్యతా స్థితి మాత్రం ఆ వ్యక్తికి నిరంతరం అందకుండా జారిపోతుంది.

ఇలాంటి వ్యక్తి ఏదో ఒకటి చేసి ఎలాగైనా సరే పైన చెప్పిన విధంగా ఎప్పుడూ ఎలాంటిస్థితిలో ఉంటాడంటే, తను భగవంతుని యొక్క దివ్యవిలాసానికి పనికిరానివాడిగా తయారవుతాడు. అసలు భగవంతుడు మానవులను సృష్టించేది తన విలాసానికి. ఇలాంటి పరిస్థితులలో భగవంతునికి పనికిరాని వ్యక్తి మానవ శరీరంలో ఉండిపోవడం అర్థరహితమౌతుంది. ఇక అతనికి మిగిలి ఉన్న మార్గం ఒకే ఒకటి. అది తిరిగి వెళ్ళి పరబ్రహ్మంలో ఐక్యం చెందటం !

ఇలాంటి వ్యక్తి ఒక పసిపిల్లవాని మాదిరిగా భగవంతుని మీద అలుక ప్రారంభిస్తాడు !

పరబ్రహ్మం మీద అలుకతో కలసిన ఈ నమ్మకమే శక్తిపాతము ద్వారా దీక్ష పొందడానికి కావలసిన అతి ముఖ్యమైన పదార్థం. అలాంటి వ్యక్తిలో, ఆ స్థితిలో కుండలినీ శక్తి సులభంగా జాగృతం అవడం జరుగుతుంది. ఏ విశ్వశక్తి ఆ వ్యక్తి యొక్క వ్యక్తిగత ప్రపంచాన్ని సృష్టిరచన చేసిందో, స్వయంగా ఆపరాశక్తే ఆ వ్యక్తి యొక్క ప్రపంచాన్ని విధ్వంసం చేయడానికి అన్నివిధాల సిద్ధమౌతుంది. మోక్షమార్గపు ద్వారాన్ని తెరుస్తుంది !

ఈ శక్తిపాతము ఎలా చేయబడుతుంది ?

నా గురుదేవుల యొక్క ఉపదేశం ప్రకారం, శక్తిపాతాన్ని చేయడానికి నాలుగు పద్ధతులను ఎక్కువగా వాడుతుంటారు. అవి స్పర్శ, కంటిచూపు, దివ్యసంకల్పం మరియు మంత్రం. కొన్నిసార్లు అవసరమైతే ఒకటికంటే ఎక్కువ పద్ధతులను కలిపి కూడా ఉపయోగించవచ్చును.

భాగము - 6

శక్తిపాత రహస్య పరంపర యొక్క క్లుప్త చరిత్ర

శక్తిపాత పరంపర అతి ప్రాచీనకాలం నుండి భారతదేశంలో రహస్యంగా కొనసాగుతూ వస్తుంది.

యోగవాశిష్టమనే ప్రాచీన సంస్కృత గ్రంథంలో, రామాయణం నాటి కాలంలో శ్రీరాముని మీద ఆయన గురుదేవులు అయిన వశిష్ఠమహర్షి శక్తిపాతం చేశాడని వ్రాసి ఉన్నది. శ్రీరాముడు భారతదేశంలోని ఒక ప్రాచీనమైన రాజ్యానికి రాకుమారుడు మరియు స్వయంగా భగవంతుని యొక్క అవతారమేనని అందరూ నమ్ముతారు. మానవజాతిలో ఎక్కువ మందికి తెలియకుండా శక్తిపాత పరంపర ఆనాటి కాలం నుండే కొనసాగుతూ వస్తోంది. బహుశః శ్రీరాముని కన్నా ముందుకాలం నుండే ఈ పరంపర కొనసాగుతూ ఉండి ఉండవచ్చును !

పాఠకులు ఈ పుస్తకాన్ని చదివిన తరువాత బహుశః ఈ శక్తిపాత పరంపర ఎందుకు రహస్యంగా కొనసాగుతూ వస్తుందనే దానికి గల కారణం తెలుసు కుంటారు.

ప్రతి ఆరువందల సంవత్సరాలకొకసారి ఈ శక్తిపాత పరంపర బహిరంగమై తిరిగి మరో ఆరువందల సంవత్సరాలపాటు రహస్యంగా ఉండిపోతుందని అందరూ నమ్ముతారు. అంటే మొత్తం 1200 సంవత్సరాలలో కేవలం ఆరువందల సంవత్సరాలపాటే ఇది బహిరంగంగా ఉంటుంది. అయితే రహస్యంగా ఉండిపోయినా పరంపర మాత్రం కొనసాగుతూనే ఉంటుంది.

ఈ శక్తిపాత పరంపరలో ఏడువందల సంవత్సరాల క్రిందట భారతదేశం లోని కాశ్మీరు లోయలో, శ్రీనగర్ పట్టణానికి దగ్గరలోఉన్న పద్మాన్‌పురా అనే ఒక గ్రామంలో ఒక యోగిని నివసించేది. ఆమెకు ముందు ఈ పరంపరలోని యోగుల గురించిన సమాచారం ఎవరికీ తెలియదు. ఈ పరంపరలో ఆధునిక కాలంలో ప్రస్తుతం తెలిసినవాళ్లలో ఆమె మొదటి వ్యక్తి. ఆమె నివసించిన

గ్రామం ఇపుడు శ్రీనగర్ పట్టణపు సరిహద్దులో దాదాపు కలిసిపోయింది. ప్రస్తుతం ఆ గ్రామాన్ని 'పాంపోర్' అనే పేరుతో పిలుస్తారు.

ఈ మహాయోగిని చిరిగిన దుస్తులలో అర్ధనగ్నంగా నగర వీథులలో తిరుగుతూ ఉండేది. ఆమెకు లల్లేశ్వరి, లల్లా, లాల్ డేడ్ అనే పేర్లు ఉన్నాయి. ప్రస్తుత కాలంలో లాల్ డేడ్ అనే పేరుతో కాశ్మీరు లోయలో ఆమె అందరికీ తెలిసినదే.

పాఠకులు ఆమె యొక్క ఉపదేశాల గురించి చాలా సులభంగా ఇంటర్‌నెట్ ద్వారా తెలుసుకోవచ్చును. అయితే ఆమెను ప్రస్తుతకాలంలో 'లాల్ డేడ్' అంటారనే విషయం గుర్తుంచుకోవాలి.

అయితే ఆమె శక్తిపాత పరంపరకి సంబంధించిన యోగిని అనే విషయం మాత్రం కేవలం ఈ పరంపరలో యోగాభ్యాసం చేస్తున్న వారికి మాత్రమే ఎక్కువగా తెలుసు.

ఆమె తరువాత మరొక ఆరువందల సంవత్సరాల కాలంలో ఈ పరంపర ఏమైపోయిందనే విషయం ఎవరికీ తెలియదు. కేవలం ముగ్గురు యోగుల గురించి మాత్రం చాలా తక్కువగా సమాచారం లభ్యమౌతుంది. వారి పేర్లు శ్రీ స్వామి పరమానందతీర్థ, త్రైలోకీబాబా మరియు శ్రీ స్వామి ముకుందానందతీర్థ అని మాత్రమే తెలుసు. అందువలన వారిని గురించిన సమాచారం ఎక్కడా దొరకని కారణంచేత, వాళ్ళ గురించి నేనేమీ వ్రాయలేను.

ఇక్కడ నేను పాఠకులందరికీ ఒక విషయాన్ని గుర్తుచేయదలచుకున్నాను. అది నేను వ్రాస్తున్నది యోగుల గురించి అనే విషయం. యోగులు అంటే మతప్రవక్తలు మరియు మతబోధకులు కాదు. అలాగే వారు మనం సాధారణంగా వినే మతాధికారులు లేదా పెద్దపెద్ద సంస్థలను నడిపే స్వాములు కూడా కాదు. వాళ్లు ఒక ప్రత్యేకమైన వారు. ప్రాచీన సంస్కృత గ్రంథాలలో వ్రాసినదాన్ని బట్టి వారు దేవతల కన్నా మరియు ఇతర లోకపువారి కన్నా కూడా ఎంతో గొప్పవారు. వారు మానవరూపంలో ఉన్న పరబ్రహ్మం యొక్క స్వచ్ఛమైన అవతారాలు. వారి ఆధ్యాత్మిక ప్రకాశానికి ఏదీ సాటిలేదు. వారు ఎంతటి

దివ్యశక్తులు కలిగి ఉంటారంటే, వారు తలచుకుంటే మనం నివసించే ప్రపంచానికి సమాంతరంగా మరొక ప్రపంచాన్ని సృష్టించగలరు లేదా మరొక విశ్వాన్ని సైతం సృష్టించగలరు. ఈ కారణంచేత చిన్నచిన్న లౌకికమైన విషయాలను గురించి వారు పట్టించుకోరు. వారు ఎంతటి ప్రకాశవంతమైన ప్రజ్ఞ కలిగినవారనే విషయం ఇప్పటికి పాఠకులందరికీ అర్థమయ్యే ఉంటుందని భావిస్తున్నాను.

శక్తిపాత పరంపర ఆధునిక కాలంలో శ్రీ స్వామి గంగాధర తీర్థులు అనే ఒక యోగి ద్వారా బహిరంగపరచబడింది. ఆయన ఒడిషా రాష్ట్రంలోని పూరి అనే నగరంలో దాదాపు వందసంవత్సరాల క్రితం నివసించేవారు. ఆయన తన జీవితకాలంలో ఒకే ఒక శిష్యునికి శక్తిపాతము ద్వారా సిద్ధమహాయోగములో దీక్ష ఇచ్చినట్లు తెలుస్తుంది.

శ్రీ స్వామి నారాయణ దేవ్ తీర్థులు అనే ఒకే ఒక యోగికి మాత్రమే ఈ మహాయోగంలో దీక్ష ఇవ్వడం జరిగింది. ఈ యోగి ఇప్పటి బంగ్లాదేశ్ దేశంలో జన్మించారు. ఆయన తరువాత ఈ శక్తిపాత పరంపరలో మూడవ తరానికి చెందిన యోగులకు సిద్ధమహాయోగంలో దీక్ష ఇచ్చారు.

ఈ మూడవతరానికి చెందిన యోగులు తరువాత నాల్గవతరానికి చెందిన యోగులకు ఈ మహాయోగంలో దీక్ష ఇవ్వడం జరిగింది. దీనితోపాటు వారు వారి యొక్క సొంత గురువంశాలను స్థాపించడం కూడా జరిగింది.

నేను వెలికితీయగలిగినంత వరకు మరియు నాకు తెలిసినంత వరకు ఈ గురుపరంపర యొక్క వృక్షాన్ని మరియు కొన్ని ఆశ్రమముల యొక్క చిరునామాలను ఈ పుస్తకం చివరిలో వ్రాయడం జరిగింది.

అయితే ఈ శక్తిపాత పరంపరలోని యోగులందరి గురించి ఈ పుస్తకంలో వ్రాయడం కష్టం కాబట్టి, ఇక ఇక్కడినుండి నా దృష్టిని ఒక గురువంశం మీదనే కేంద్రీకరిస్తాను. అది మూడవ తరానికి చెందిన శ్రీ యోగానందులు అనే యోగి యొక్క గురువంశం గురించి ! ఈ యోగి గుజరాత్ రాష్ట్రంలోని జునాఘడ్ అనే నగరంలో జన్మించారు. ఆయన ఎందరో యోగాభ్యాసకులకు ఈ

మహాయోగంలో దీక్ష ఇచ్చారు. అయితే ఆయన దీక్ష యిచ్చిన యోగులందరి గురించి ఈ పుస్తకంలో వ్రాయడం కష్టం కనుక ఇక ఇక్కడి నుండి ఆయన దీక్ష ఇచ్చిన ఒక యోగి యొక్క గురువంశం మీదే నా దృష్టిని కేంద్రీకరిస్తాను. అయన నాల్గవతరానికి చెందిన శ్రీ స్వామి విష్ణుతీర్థుల వారు !

అయితే ఈ నాల్గవతరానికి చెందిన యోగుల గురించి వివరించే ముందు, నేను మూడవతరానికి చెందిన శ్రీ యోగానందులవారిని గురించి ఒకమాట చెప్పదలచుకొన్నాను. తన సమకాలీనులైన తోటి యోగాభ్యాసకుల వలె ఆయన కాషాయవస్త్రాలు ధరించడానికి నిరాకరించారు. ఇక్కడ నేను ఈ విధమైన సన్యాసజీవితం గురించి కొంచెం వివరంగా చెబుతాను.

యోగులు రెండురకాలుగా ఉంటారు !

సాధారణంగా ఎక్కువమంది యోగులు ఈ ప్రాపంచిక జీవితాన్ని పరిత్యజిస్తారు. కాషాయవస్త్రాలు ధరిస్తారు. మరియు జనసమాజం నుండి దూరంగా అడవులలో నివసిస్తారు. వారు తమ మనసులను అన్ని ఇంద్రియ స్మృతుల నుండి ముక్తిపొందటం మీద దృష్టిపెట్టి సమాధిస్థితిలోకి వెళ్లాలని ప్రయత్నిస్తుంటారు.

వారియొక్క సన్యాసజీవితం మరియు యోగసాధన వలన ప్రపంచానికి మంచి జరుగుటకు, శక్తివంతమైన స్పందనలు సృష్టింపబడి అవి తమ ప్రభావాన్ని ఈ భూమి మీద చూపిస్తాయి. ఈ స్పందనలు మానవజాతి మొత్తం మీద, పశు పక్ష్యాదులలో మరియు ప్రకృతి మీద లోకకల్యాణానికి అవసరమైన శక్తిని సృష్టిస్తాయి. క్లుప్తంగా చెప్పాలంటే ఈ ప్రపంచమంతా వారియొక్క యోగసాధన వలన కంటికి కనిపించని సూక్ష్మమైన రీతిలో లాభపడుతుంది.

వారు ఈ భౌతిక ప్రపంచాన్ని ఏదోవిధంగా వదిలివేయ గలిగారు మరియు అంతర జగత్తు మీద తమ దృష్టిని కేంద్రీకరించారు. అన్ని యోగమార్గాలకు గమ్యం అయిన నిర్విచారసమాధి అనే స్థితికి మనసును తీసుకువెళ్లడానికి అంతరికంగా సంఘర్షణ చేస్తూ ఉంటారు.

అయితే ఈ విధంగా యోగసాధన చేసేవారిలో ఎంతోమంది ప్రాపంచిక

కోరికలను వదలలేక మరియు ఇంద్రియాల ప్రభావంచేత యోగసాధనలో విఫలమౌతూ ఉంటారు ! అలా విఫలమైన కారణంచేత వారు తిరిగి మామూలు ప్రాపంచిక జీవితంలో వచ్చిపడతారు. అయితే యోగమార్గాన్ని వదలి తిరిగి ప్రాపంచిక జీవితంలో పడినప్పుడు ఆధ్యాత్మికంగా దెబ్బతగులుతుంది.

ఆధ్యాత్మిక మార్గం నుండి క్రిందపడి దెబ్బతిన్న యోగికి ఏ యోగప్రక్రియ ద్వారానైనా లేదా మరే ఇతర మతసంబంధిత ఆచారాల ద్వారానైనా వెంటనే చేయగలిగిన ప్రాయశ్చిత్తం అంటూ ఏమీలేదు. ప్రాచీన సంస్కృత గ్రంథాలు చెబుతున్నట్లు, ఆ క్రిందపడిన యోగి తిరిగి యోగమార్గంలోకి రావడానికి చాలాకాలం పడుతుంది. ఇది అహేతుకం అనిపించవచ్చును ! కాని సంస్కృత గ్రంథాలను ప్రామాణికంగా తీసుకుంటే, ఇలా జరుగుతుందని తెలుస్తుంది.

దీనికి భయపడి కొందరు యోగులు మామూలుగా జనసమాజం మధ్యనే ఉండి యోగసాధన చెయ్యాలనుకుంటారు. అంటే ఏ సన్యాసజీవితం లోకి భౌతికంగా వెళ్లకుండా, అన్ని గృహస్థధర్మాలు పాటిస్తూ, జనంమధ్యలోనే ఉండి మానసికంగా యోగసాధన చేయాలనుకుంటారు. దీనివలన యోగమార్గం నుండి క్రిందపడిపోతామనే భయం లేకుండా ఉండవచ్చని బహుశః వారి అభిప్రాయం! ఎందుకంటే అసలు సన్యాసం తీసుకుంటేగా తిరిగి క్రింద పడటానికి !

అయితే ఇక్కడ పాఠకులు ఒక విషయాన్ని గమనించాలి. ఇది మనం అర్థం చేసుకునే దానినిబట్టి ఉంటుంది. ఎలా అనేది వివరిస్తాను !

ఇంతకుముందు చెప్పినట్లు సన్యాసం తీసుకున్న ఒక యోగి యోగమార్గాన్ని వదలి తిరిగి ప్రాపంచిక జీవితంలోకి వచ్చాడు అంటే దానికి కారణం బలహీనమైన మానసిక సంకల్పం అయివుండవచ్చు. దానివలన క్రూరమృగాల రూపమైన భౌతిక ప్రాపంచిక కోరికలకు ఆహారంగా మారుట జరుగుతుంది. అయితే ఒక వ్యక్తి సన్యాసం తీసుకుని కాషాయవస్త్రాలు ధరించి అడవులలోకి వెళ్లి యోగాభ్యాసం చేయగలిగాడంటే, భగవంతుడు ఆ వ్యక్తికి యోగసాధనకు అనువైన ఒక మంచి అవకాశాన్ని ఇవ్వడం జరిగిందని చెప్పవచ్చును. ఎందుకంటే ఆ యోగి ఒంటరిగా అడవులలో తిరుగుతూ ఉన్నపుడు, ఆకర్షింపబడటానికి

ప్రాపంచిక వ్యవహారాలు ఏవీకూడా దగ్గరలో ఉండవు కాబట్టి. సహేతుకంగా ఆలోచిస్తే యోగమార్గంలో ఉన్నతిని సాధించడానికి సులభం అయివుండాల్సింది!

ఇక రెండవరకానికి చెందిన యోగుల విషయంలో, ఒక వ్యక్తి జన సమాజాన్ని వదలడానికి నిరాకరిస్తాడు. అయితే ఇక్కడ దాటడానికి అతికష్టమైన అడ్డంకులను ఎన్నో ఎదుర్కొనవలసి వస్తుంది. నిరంతరం ఆకర్షిస్తుండే భౌతికమైన ప్రాపంచికపు కోరికలకు బలి కాకుండా ఉండాల్సివస్తుంది. కాని ఈ రెండవ రకానికి చెందిన యోగికి కూడా భగవంతుడు మంచి అనువైన పరిసరాలను కల్పించాడనే చెప్పవచ్చును. ఈ విధమైన జీవితం గడిపే సమయంలో ఒక వ్యక్తికి తను చేసిన కర్మలను లేదా పాపపుణ్యాల ఫలితాలను భౌతికంగా ఎలాంటి భావోద్వేగాలకు లోను గాకుండా అనుభవించి, తన మనస్సును అన్ని సంస్కారాల నుండి శుభ్రం చేసుకోవడానికి చాలా మంచి అవకాశం అని చెప్పవచ్చును.

మొదటిరకానికి చెందిన యోగి, జనసమాజం నుండి దూరంగా ఉంటూ జీవితం గడిపే సమయంలో కేవలం యోగసాధన మీదే ఆధారపడి, తన యొక్క సంస్కారాలన్నింటినీ పరిసమాప్తం చేయాల్సిన అవసరం ఉన్నది.

అయితే ఇక్కడ పాఠకులంతా ఒక విషయాన్ని గమనించాలి. జనసమాజం మధ్యలో ఉండి చేసిన కర్మల యొక్క ఫలితాలను భౌతికంగా అనుభవిస్తున్న వ్యక్తిని కూడా యోగసాధన చేస్తున్నట్లే పరిగణనలోకి తీసుకోవాలి. ఎందుకంటే ఒక వ్యక్తి యొక్క మానసికస్థితి అనేది ఇక్కడ పరిగణనలోకి వస్తుంది. యోగాభ్యాసంలో ఒక వ్యక్తి జనసమాజం నుండి దూరంగా లేదా మధ్యన ఉండుట అనేది ఇక్కడ ముఖ్యం కాదు.

యోగసాధన వేరు మరియు సన్యాసం వేరు. సన్యాసం తీసుకున్నవారంతా లేదా కాషాయవస్త్రాలు ధరించిన వారంతా యోగులు అయివుంటారనే నియమం కూడా ఏమీలేదు. ఒకవైపు ప్రాపంచికపు కోరికలతో మనస్సు భావోద్వేగాలకు లోనవుతూ ఉంటే, కాషాయవస్త్రాలు మరియు అడవులు ఒక వ్యక్తిని రక్షించలేవు. అవి కేవలం మాధ్యమం మాత్రమే లేదా పరికరాలు వంటివి. నిజంగా యోగ సాధన చేసేవారికి ఇలాంటి పరికరాలు తప్పనిసరి అనే నియమం ఏమీ లేదు.

అందువలన నేను ఇంతకుముందే చెప్పినట్లు, ఈ విషయం మనం అర్థం చేసుకునేదాన్ని బట్టి ఉంటుంది.

పై రెండు యోగ జీవనవిధానాలలో, వాటి యొక్క బలహీనతలు మరియు బలం రెండూ ఉన్నాయి. అందువలన రెండింటిలో ఏది మంచి యోగ జీవన విధానం అనేది చెప్పలేము.

బహుశః విధిరాత ప్రకారం ఒక యోగి యొక్క జీవనవిధానం నిర్ణయింప బడుతూ ఉండి ఉంటుంది !

కనుక 'శ్రీ యోగానందుల వారు' కాషాయవస్త్రాలు ధరించి సన్యాసం తీసుకోవడానికి నిరాకరించిన ఒక మహాయోగి. జనసమాజం మధ్యన ఉంటూనే, గృహస్థజీవనం సాగిస్తూనే ఆధ్యాత్మిక ఉన్నత శిఖరాలు చేరిన మహాయోగి !

ఇక నేను శ్రీ యోగానందుల వారి శిష్యులు మరియు శక్తిపాత పరంపరలో నాల్గవతరానికి చెందిన శ్రీ స్వామి విష్ణు తీర్థుల వారి యొక్క యోగవంశం గురించి వ్రాస్తాను.

ఈ యోగి భారతదేశంలోని హర్యానా రాష్ట్రంలో, భివాని అనే పట్టణానికి దగ్గరలో ఉన్న 'జజ్జర్' అనే ఊరిలో జన్మించారు. ఆయన వృత్తిరీత్యా న్యాయవాది. ఆయనకు శ్రీ యోగానందుల వారు సిద్ధమహాయోగంలో దీక్ష ఇవ్వడం జరిగింది.

శ్రీ స్వామి విష్ణుతీర్థుల వారు మధ్యప్రదేశ్ రాష్ట్రం లోని దేవాస్ అనే నగరంలో ఉన్న ఒక ఆశ్రమాన్ని తనే తీసుకుని, దానిని బాగా వృద్ధి చేశారు. ప్రస్తుతం ఆ ఆశ్రమాన్ని 'నారాయణ కుటి సన్యాస్ ఆశ్రమము' అని పిలుస్తారు.

ఆ తరువాత ఆయన 'ఋషీకేశ్' అనే నగరంలో గంగానదీ తీరాన మరొక ఆశ్రమాన్ని స్థాపించారు. ప్రస్తుతం ఈ ఆశ్రమాన్ని 'యోగ శ్రీ పీఠము' అని పిలుస్తారు.

ఆయన సిద్ధమహాయోగ మార్గం గురించి ఎన్నో పుస్తకాలు వ్రాసి ఆధునిక కాలంలో ఈ మహాయోగానికి చాలా గుర్తింపు వచ్చే విధంగా చేసినవారిలో మొదటివారని చెప్పవచ్చును.

శ్రీ స్వామి విష్ణుతీర్థుల వారు ఎందరో యోగాభ్యాసకులకు ఈ మార్గంలో

దీక్ష ఇవ్వడం జరిగింది. ఆయన శిష్యులందరూ భారతదేశం నలుమూలలకూ విస్తరించారు. అయితే ఆయన శిష్యులందరి గురించి ఈ పుస్తకంలో వ్రాయడం కుదరదు కాబట్టి ఇక నేను ఆయన శిష్యులు మరియు శక్తిపాత పరంపరలో ఐదవతరానికి చెందినవారు అయిన మరొక గొప్ప యోగి అయిన శ్రీ స్వామి శివోంతీర్థుల వారి మీద దృష్టి కేంద్రీకరిస్తాను.

ఈ యోగి నేటి పాకిస్థాన్ దేశంలోని లాహోర్ నగరంలో జన్మించారు. ఇది భారతదేశం ఒకటిగా ఉన్నకాలం నాటి విషయం.

తరువాత ఆయన ఎన్నో పుస్తకాలు వ్రాసి, సిద్ధమహాయోగం బాగా ప్రాచుర్యంలోకి వచ్చే విధంగా చేయడంలో కీలకపాత్ర పోషించారు. ఆయన పుస్తకాలు భారతదేశంలో చాలా ప్రాంతీయభాషలలోకి అనువాదం చేయబడ్డాయి.

ఆయన గురుదేవులైన శ్రీ స్వామి విష్ణుతీర్థుల వారు ఆయనను దేవాస్ నగరంలోని నారాయణ కుటి సన్యాస్ ఆశ్రమానికి అధిపతిగా కూడా నియమించడం జరిగింది.

శ్రీ స్వామి శివోంతీర్థుల వారు ఎందరో సాధకులకు సిద్ధమహాయోగంలో దీక్ష ఇవ్వడం జరిగింది. నా గురుదేవులు అయిన శ్రీ స్వామి సహజానంద తీర్థుల వారు స్వయానా ఆయన శిష్యులే ! శ్రీ స్వామి సహజానంద తీర్థుల వారు ఆంధ్రప్రదేశ్ రాష్ట్రంలోని విజయవాడ నగరంలో నివాసం ఉంటారు.

ఆయన శక్తిపాత పరంపరలో శ్రీ స్వామి గంగాధర తీర్థుల వారి నుండి లెక్క వేస్తే ఆరవతరానికి చెందిన వారు.

భాగము - 7

క్రియ

కుండలినీ శక్తి జాగృతిలో నా అనుభవాలను వివరించే ముందు నేను క్రియ అనే పదం గురించి వివరించడానికి ప్రయత్నం చేస్తాను. ఎందుకంటే సిద్ధమహాయోగం గురించి తెలియని పాఠకులకు ఈ పుస్తకంలోని విషయాన్ని అర్థం చేసుకోవడం కొంచెం కష్టం అవుతుంది.

అదే విధంగా సిద్ధమహాయోగం గురించి బాగా తెలిసిన యోగాభ్యాసకులకు కూడా ఈ భాగము బాగా ఉపయోగపడవచ్చును. ఎందుకంటే క్రియ అనేది ప్రతిమనిషి యొక్క ఏకైక వ్యక్తిగత శీలం మీద ఆధారపడి నానావిధములుగా ఉంటుంది. ఒక వ్యక్తి యొక్క శరీరంలో, మనస్సులో మరియు దైనందిన జీవితంలో అనుభవానికి వచ్చే ప్రతిక్రియలని 'క్రియ' అంటారు.

క్రియ అనేది ఒక వ్యక్తి యొక్క వ్యక్తిగత శీలాన్ని బట్టి ఎందుకు ఉంటుందనే విషయం అర్థం చేసుకోవడానికి అసలు శీలం అనేది ఒక వ్యక్తిలో ఎలా నిర్మిత మవుతుందో తెలుసుకోవాలి.

ప్రతిమానవుడు ఈ ప్రాపంచిక జీవితాన్ని తన శరీరంలోని ఇంద్రియాల మాధ్యమంగా నిరంతరం అనుభూతి పొందుతూ ఉంటాడు. దీని ఫలితంగా ఇంద్రియాలు పొందే అనుభూతి యొక్క స్మృతులు లేదా సంస్కారాలు మనస్సులో ముద్రింపబడుతాయి. ఈ సంస్కారాలు మానవుని యొక్క అహంతో కలిసిన కారణంగా వీటిని యోగమార్గంలో కర్మలని అంటారు. ఎందుకంటే ఈ కర్మలనేవి భవిష్యత్తులో ఒక వ్యక్తి యొక్క విధిరాతని నిర్మాణం చేసి, ఆ వ్యక్తికి కర్మచక్రం యొక్క గతిని నిర్దేశిస్తాయి. అంటే ప్రతిమానవుని యొక్క జీవితంలో జరిగే ప్రతి సంఘటనకి కారణం, ఆ వ్యక్తి యొక్క పూర్వపు కర్మలే కారణం అన్నమాట! మరొకవిధంగా చెప్పాలంటే ఒక వ్యక్తి యొక్క పూర్వపు చర్యలు (అవి మానసికం లేదా భౌతికం కావచ్చు) అహంతో పూరితమైనపుడు వాటిని కర్మలంటారు.

కర్మ అనేది ప్రాపంచిక దృష్టిలో మంచి లేదా చెడుగా ఉండవచ్చును.

కాబట్టి ఒక విషయానికి సంబంధించిన కొన్ని సంస్కారాల ప్రభావం మనస్సు మీద పడుటచేత, మనస్సులో ఆ విషయానికి సంబంధించి అదేవిధంగా ప్రవర్తించాలనే ఆకాంక్ష ఆ వ్యక్తి మనస్సులో మొలకెత్తడం ప్రారంభం అవుతుంది.

ఈ విషయాన్ని ఇంకా విపులంగా వివరిస్తాను.

బహుశః పాఠకులకు తెలిసే ఉంటుంది ! ఒక వ్యక్తికి మెదడు ఉద్దీపన అనేది ఎలా చేస్తారనే విషయం అందరికీ తెలిసిందే ! ఒక విషయానికి సంబంధించిన అనుభూతులు మరియు వాటి యొక్క జ్ఞాపకాలు మళ్ళీ మళ్ళీ ఒక వ్యక్తి యొక్క మనస్సు మీద ముద్రితం అయినపుడు, ఆ వ్యక్తికి ఆ విషయానికి సంబంధించినంత వరకు ఆ ముద్రితమైన సంస్కారాల ప్రభావం చేత అదేవిధంగా ప్రవర్తించాలనే కోరిక పుడుతుంది. అయితే ఈ స్థితిలో అది కేవలం ప్రవర్తించాలనే కోరిక మాత్రమే. మనస్సు మీద ముద్రింపబడే సంస్కారాలు ఇంకా బలం పుంజుకున్న తరువాత అదేవిధంగా ప్రవర్తించాలని ఆ వ్యక్తి నిర్ణయించుకుంటాడు. ఉదాహరణకు ఒకరి కంటే ఎక్కువమంది ఒక వ్యక్తికి ఒక అబద్ధాన్ని నిజం అని చెప్పడం ప్రారంభిస్తే, నిదానంగా ఆ వ్యక్తి మనస్సులో ఆ అబద్ధం బహుశః నిజం అయివుండవచ్చు అనే నమ్మకం మొదలవుతుంది. కనీసం అబద్ధాన్ని నిజం అని నమ్మమని మనస్సే మనస్సుని ప్రోత్సహించడం మొదలుపెడుతుంది.

పైన చెప్పిన విధంగా, ఒక వ్యక్తి తను ఎలా ప్రవర్తించాలనే ఆకాంక్ష ఇంకా బలం పుంజుకున్న తరువాత, అది ఆ వ్యక్తికి ఒక అలవాటుగా మారి చివరకు ఆ వ్యక్తిని అదేవిధంగా బాహ్యాప్రపంచంలో ప్రవర్తించేటట్లు చేస్తుంది.

ఈ విధంగా జీవితంలోని వివిధ విషయాలకు సంబంధించిన వివిధ అలవాట్లు అన్నీ కలిపి ఒక వ్యక్తి యొక్క వ్యక్తిగత శీలాన్ని నిర్మితం చేస్తాయి. ఇంతకన్నా మానవుల యొక్క మనస్తత్వాన్ని గురించి చెప్పవలసినది ఏమీలేదు.

అంటే ఒక మానవుని యొక్క వ్యక్తిగత శీలాన్ని ముక్కలు ముక్కలుగా చేస్తే, ఆ ముక్కలన్నీ ఆ వ్యక్తి తను ఎన్నో జన్మలనుండి మనస్సులో కూడబెట్టుకొని ఉన్న ఇంద్రియాల అనుభూతులు మరియు వాటి యొక్క జ్ఞాపకాలు అవుతాయి.

ఈ వ్యక్తిగత శీలం (అది ఈ జన్మది లేదా ఇంతకు ముందు జన్మలది) ఒక మనిషి ఈ భూమిమీద మానవునిగా పుట్టడానికి ప్రాథమిక కారణం అవుతుంది. ఎందుకంటే ఆ వ్యక్తి తను ఎన్నో జన్మల నుండి చేస్తూవస్తున్న కర్మల ఫలితాన్ని అనుభవించడానికి మానవరూపం ధరించాలి కాబట్టి. ప్రస్తుత జన్మ మరలా భవిష్యత్తులో మరొకజన్మకు కారణం అవుతుంది.

అంటే ఈ వ్యక్తిగత శీలమే ఒక మానవుని యొక్క విధిరాతను నిర్ణయిస్తుంది.

ఈ వ్యక్తిగత శీలాన్ని మానవుని యొక్క మనస్సు నుండి తొలగించాలంటే, ఆ మానవుని మనస్సులో ఎన్నో జన్మలనుండి ముద్రింపబడి ఉన్న ఇంద్రియాల అనుభూతులు మరియు వాటి జ్ఞాపకాలు మనస్సులోనే కాల్చివేయబడాలి. ఈ కాల్చివేయబడుతున్న సమయంలో ఒక వ్యక్తి మనస్సులో, శరీరంలో మరియు దైనందిన జీవితంలో ఎన్నో ప్రతిక్రియలు మరియు సంఘటనలు చాలా వేగంగా జరిగిపోతుంటాయి. వీటిని క్రియలు అంటారు. అయితే ఈ జ్ఞానాగ్నిని రగిలించడానికి ఒక గురువు తన శిష్యునికి చేతి స్పర్శ ద్వారానో, కంటి చూపు ద్వారానో, దివ్యసంకల్పం ద్వారానో లేదా ఏదైనా మంత్రం ద్వారానో సిద్ధ మహాయోగంలో దీక్ష ఇవ్వాల్సి ఉంటుంది.

ఇప్పుడు ఈ క్రియ అనే పదానికి అర్థం ఏమిటి అనేది విపులంగా అర్థం చేసుకుందాం !

బహుశః ఈపాటికి పాఠకులందరూ నేనేమి వ్రాయబోతున్నానో ఊహించి ఉండవచ్చును. ఇది స్వయం వివరణ చేసుకోవచ్చును ! నేను చెప్పిన వ్యక్తిగత శీలం అనేదాన్ని సరిగ్గా అర్థం చేసుకుని ఉంటే, క్రియలంటే ఏమిటి అనేది కూడా ఈ పాటికి అర్థమై ఉండాలి.

సంస్కృతభాషలో క్రియ అనే పదానికి ఉన్న అర్థం ఏమిటి అనేది ముఖ్యం కాదు ! మానవుని యొక్క మనస్సులో, శరీరంలో మరియు బాహ్య దైనందిన జీవితంలో ప్రతిబింబమయ్యే సంఘటనలని లేదా ప్రతిచర్యలని క్రియలుగా పరిగణిస్తారు. మానవశరీరంలో నిద్రాణమై ఉన్న విశ్వశక్తి ఒక వ్యక్తి యొక్క మనస్సులో ఎన్నో జన్మలనుండి ఇంద్రియాల మాధ్యమంగా ఎన్నో అనుభూతులను

మనోపటలం మీద ముద్రించి ఉంచుతుంది. స్వయంగా ఆ విశ్వశక్తే ఈ ముద్రింపబడి ఉన్న స్మృతులను అతివేగంగా కాల్చి తొలగించడానికి ప్రయత్నించినపుడు, ఈ క్రియలు అనేవి అనుభవమవుతాయి. ఇది సమాప్తం అయితే ఒక మానవునికి జన్మాంతరాల నుండి లేదా వేల సంవత్సరాల నుండి లేదా యుగయుగాల నుండి కూడబెట్టుకొని ఉన్న అన్ని ఇంద్రియ అనుభూతుల నుండి మరియు వాటి యొక్క జ్ఞాపకాల నుండి విముక్తి లభిస్తుంది. ఈ అనుభూతులు ప్రాపంచిక దృష్టిలో మంచివి లేదా చెడ్డవి అయివుండవచ్చును.

అన్నీ మరియు అంతా వినాశనం అవ్వాల్సిన అవసరం ఉన్నది !

ఇంతకు ముందు చెప్పినట్లు ఒక మానవుని యొక్క వ్యక్తిగత శీలం అనేది ఆ వ్యక్తి తను యుగయుగాల నుండి కూడబెట్టుకొని ఉన్న ఇంద్రియ అనుభూతులు మరియు వాటి యొక్క స్మృతులతో నిర్మితమై ఉంటుంది. ఈ ప్రక్రియ అనేది వ్యతిరేక క్రమంలో విడిపోవాలి. అంటే ఆ స్మృతులన్నీ మనస్సు నుండి తొలగింపబడాలి లేదా విధ్వంసం చేయబడాలి. అపుడే మనస్సు ఆలోచనా రహితంగా మారి నిర్విచార సమాధి అనే స్థితిలోకి వెళుతుంది. ఒక మనస్సు ఈ నిర్మలమైన స్థితికి చేరినపుడు, అది ఒక నిర్మలమైన సరోవరం లాగా లేదా ఒక అద్దం వలె ఒక వ్యక్తికి లేదా ఆ వ్యక్తి యొక్క ఆత్మకి తన నిజస్వరూపాన్ని ఆ వ్యక్తి యొక్క మనస్సులోనే ప్రతిబింబింప చేయిస్తుంది.

ఒక వ్యక్తి యొక్క మనస్సు ఆలోచనా రహితంగా మారినప్పుడు లేదా మనస్సు నుండి అన్నివిధములైన సంస్కారాలు తొలగింపబడినపుడు లేదా మనస్సు నిర్విచార సమాధి అనే స్థితిలో స్థిరమైనపుడు, ఆ వ్యక్తి ఆత్మసాక్షాత్కారమనే దిశలో తన ప్రయాణం యొక్క ఆఖరిదశకు చేరుకుంటాడు. అయితే ఆత్మసాక్షాత్కారం లేదా ఆత్మజ్ఞానం పొందడం అనేది కేవలం భగవంతుని ఇష్టానుసారంగా మాత్రమే జరుగుతుంది. ఆదిపరాశక్తి అయిన విశ్వశక్తి జ్ఞానవతి అయినందు వలన ఆ శక్తికి ఒక వ్యక్తిని ఈ నిర్విచారస్థితికి ఎలా తీసుకువెళ్లాలో సంపూర్ణంగా తెలిసి ఉంటుంది.

దీనికోసం ఒక గురువు విశ్వశక్తికి మాధ్యమంగా ఉంటూ ఆ వ్యక్తిలో

క్రియలు మొదలయ్యే ప్రక్రియను ప్రజ్వరిల్లజేయడం జరుగుతుంది. ఒక గురువు యొక్క దైవికమైన ఈ అనుగ్రహం దొరకకపోతే, జీవితచక్రం లేదా కర్మచక్రం అనేది ఎప్పటికీ ఆగకుండా నిరంతరం ముందుకు సాగుతూనే ఉంటుంది. కర్మ చేయడం మరియు కర్మ యొక్క ఫలితం అనుభవించడం, జననము మరియు మరణము, మంచిపని మరియు చెడుపని లేదా మంచి ఫలితాలు మరియు చెడు ఫలితాలు లేదా సంతోషము మరియు దుఃఖము లేదా వేడి మరియు చలి వంటి జీవితము లోని ద్వంద్వములన్నింటితో జీవితచక్రం ఎప్పటికీ ఆగదు !

కనుక ఇలాంటి పరిస్థితుల్లో ఈ జీవితచక్రం యొక్క గతిని ప్రభావితం చేసి, దానిని ఆపుజేయడం అనే ప్రక్రియ జరగాలంటే, ఒక వ్యక్తి యొక్క మనస్సులో, శరీరంలో మరియు బాహ్యప్రపంచంలో ఎన్నోక్రియలు మొదలవ్వాలి. ఈ క్రియలు మొదలైనప్పుడు ఏమి జరుగుతుందనేది ఆధునిక శాస్త్రానికి అందని రహస్యం. ఎందుకంటే ఈ విషయాన్ని సహేతుకంగా వివరించడానికి సాధ్యం కాదు కాబట్టి.

ఉదాహరణకు ఒక వ్యక్తికి ఈ క్రియలు మొదలైనప్పుడు బయట వాతావరణం చల్లగా ఉన్నా కూడా శరీరంలో చెమటలు పట్టవచ్చును. ఇది దేహధర్మ శాస్త్ర పరంగా వివరించలేనిది. ఆ వ్యక్తికి ఏమీ చేయకుండానే చెమటలు పట్టడం అనేది అంతుబట్టని రహస్యం.

మరొక వ్యక్తి అకస్మాత్తుగా ఏవో యోగముద్రలు వేయడం ప్రారంభించ వచ్చును. అయితే ఆ వ్యక్తి వాటిని ఇంతకుముందు ఎప్పుడూ నేర్చుకోకపోయినా, వాటిని గురించి ఎప్పుడూ చూడకపోయినా మరియు చదవకపోయినా అలా చేయడం ప్రారంభిస్తాడు.

మరొక వ్యక్తి తను ఎప్పుడూ నేర్చుకొనని లేదా చదవని మంత్రాలను ఉచ్చరించడం మొదలుపెడతాడు.

మరికొన్ని సందర్భాలలో ఒక వ్యక్తి అకస్మాత్తుగా ఏడవడం మొదలు పెట్టవచ్చు లేదా నవ్వడం మొదలుపెట్టవచ్చు లేదా ఒక జంతువు యొక్క శబ్దాలను నోటి ద్వారా పలకడం చేయవచ్చును.

మరికొన్ని సందర్భాలలో, ఒక వ్యక్తి తను ఇంతకుముందు ఎప్పుడూ నేర్చుకొనని మరియు అసలు పరిచయం లేని నృత్యం చేయడం ప్రారంభించవచ్చును.

మరికొన్ని సందర్భాలలో, ఒక వ్యక్తి అకస్మాత్తుగా తను కూర్చుని ఉన్న ఆసనం మీదనే గుండ్రంగా ఊగడం మొదలుపెట్టవచ్చు లేదా దెయ్యం పట్టినట్లు నేల మీద పొర్లవచ్చును.

మరికొన్ని సందర్భాలలో ఒక వ్యక్తి అకస్మాత్తుగా ఏదో తెలియని భాషలో మరియు రాగంలో పాటపాడుట ప్రారంభించవచ్చును.

నేను పైన వివరించిన ఉదాహరణలే సర్వం కాదు. ఈ విధంగా క్రియలనేవి ఎన్నో విధాలుగా జరుగుతాయి. పైన వ్రాసిన క్రియలన్నీ ఒక మానవుని యొక్క స్థూలశరీరానికి సంబంధించినవి. వీటివలన ఒక వ్యక్తికి శారీరకంగా ఎలాంటి ఇబ్బంది ఉండదు లేదా ప్రమాదం జరుగదు. పైగా ఆ వ్యక్తి కావాలనుకుంటే ఆ క్రియలు మొదలైన తరువాత, క్రియలు జరుగుతున్న సమయంలో ఎప్పుడు కావాలంటే అప్పుడు తన సంకల్పంతో వాటిని ఆపుచేయవచ్చును. ఇది భగవంతుడు ఇచ్చిన ఒక వరం. ఎందుకంటే భగవంతునికి అన్ని సమయాలలో ఒక సాధకుని మనస్సు యొక్క స్థితి గురించి బాగా తెలుసు కాబట్టి ! ఇక్కడ పాఠకులందరూ ఒక విషయాన్ని అర్థం చేసుకోవాలి ! ఒక వ్యక్తి శరీరంలో క్రియలు మొదలైనప్పుడు, ఆ క్రియలు స్వయంగా విశ్వశక్తి చేయిస్తుంది లేదా విశ్వశక్తే ఆ వ్యక్తి యొక్క మనస్సులో కూడబెట్టుకొని ఉన్న సంస్కారాలను శుభ్రం చేస్తుంది. అందువలన ఆ వ్యక్తికి ఎటువంటి సమస్య రాకుండా కాపాడుతుంది. అయితే క్రియను మాత్రం కావాలనుకుంటే ఎవరైనా సంకల్పించి స్వయంగా ఆపుజేయవచ్చును. ఇంతకుముందు చెప్పినట్లు ఇది స్వయంగా విశ్వశక్తే సాధకునికి ఇచ్చిన నియంత్రణ శక్తి ! అయితే ఈ నియంత్రణ శక్తి కేవలం కొంతవరకే పని చేస్తుంది. ఒక్కొక్కసారి క్రియలు తీవ్రరూపం దాల్చి ఒక సాధకుని యొక్క నియంత్రణలో ఉండకపోవచ్చును. అలాంటి సమయంలో కేవలం ఆ సాధకుని యొక్క గురువు మాత్రమే క్రియలను నియంత్రించడం

జరుగుతుంది.

ఇంతకుముందు నేను చెప్పినట్లు, ఒక గురువు ఒక వ్యక్తికి దీక్ష ఇచ్చే సమయంలో ఏదో ఒక మంత్రాన్ని ఉపదేశం చేయడం జరుగుతుంది. అదే విధంగా తలమీద చేయి పెట్టి స్పర్శద్వారానో లేదా ఒకటి కన్నా ఎక్కువ ఉపాయాల ద్వారానో శక్తిపాతం చేయడం జరుగుతుంది. కొన్ని సందర్భాలలో శరీరంలో క్రియలు వెంటనే మొదలగుట జరుగుతుంది. ఆ తరువాత దీక్ష తీసుకున్న వ్యక్తి గురువు దగ్గర వరుసగా మూడురోజులు ఉండాల్సి ఉంటుంది. ఎందుకంటే క్రియలు మొదలైనప్పుడు గురువుగారి పర్యవేక్షణలో ఉంటారు కాబట్టి ! క్రియల యొక్క తీవ్రత అనేది సంపూర్ణంగా గురువు యొక్క నియంత్రణలో ఉంటుంది. ఒక గురువు క్రియల యొక్క తీవ్రతను కావాలనుకుంటే తగ్గించవచ్చు, పెంచవచ్చు లేదా అసలు ఆ క్రియలు వెంటనే మొదలు కాకుండా ఆలస్యం చేయవచ్చును.

దీక్షతీసుకున్న మూడురోజుల తరువాత ఆ వ్యక్తి ఇక ఎక్కడికైనా వెళ్లి యోగాభ్యాసం చేసుకోవచ్చును. అయితే ఒక ఆసనం మీద కూర్చుని మంత్రాన్ని జపం చేయడం ప్రారంభించగానే ఆ వ్యక్తికి కొంతసేపయ్యాక క్రియలు మొదలవడం మాత్రం జరుగుతుంది.

ఒక వ్యక్తి తన మనస్సులో జన్మజన్మల నుండి కూడబెట్టుకొని ఉన్న ఇంద్రియాల అనుభూతులను మరియు వాటి జ్ఞాపకాలను శుభ్రపరచడం అనేది క్రియల యొక్క ఒకే ఒక పని !

కనుక ఒక మానవుడు తను నిర్మించుకొన్న తన వ్యక్తిగత శీలాన్ని బట్టి, దానికి అనుగుణమైన క్రియల క్రమం శారీరకంగా కాని, మానసికంగా కాని లేదా దైనందిన జీవితంలో కాని వ్యక్తమగుట మొదలవుతుంది. ఈ వ్యక్తిగత శీలమనేది ఆ వ్యక్తి జన్మజన్మల నుండి కూడబెట్టుకొని ఉన్న ఇంద్రియాల అనుభూతులు మరియు వాటి జ్ఞాపకాలని మాత్రం గుర్తుంచుకోవాలి !

అయితే ఈ క్రియలనేవి ఒకసారి మొదలైనప్పుడు, అదే రకమైన క్రియలు శాశ్వతంగా వ్యక్తమవుతాయని గాని మరియు అందరి మానవులలో అదే రకమైన

క్రియలు వ్యక్తమవుతాయని గాని అనుకోకండి ! ప్రతి వ్యక్తి యొక్క వ్యక్తిగత శీలం ప్రత్యేకమైన శైలిలో ఉంటుంది. కాబట్టి ఆ వ్యక్తిగత శీలాన్ని విధ్వంసం చేయడానికి వ్యక్తమయ్యే క్రియల క్రమం కూడా ఆ వ్యక్తికి సంబంధించిన ప్రత్యేకమైన శైలిలోనే ఉంటుంది. అయితే మనుషులలో కొన్ని లక్షణాలు ఒకే మాదిరిగా ఉంటాయి. ఉదాహరణకు కోపం, లోభిత్వం, కామం, హింసా ప్రవృత్తి వంటివి ! అందువలన మనుషులలో వ్యక్తమయ్యే క్రియలు కూడా కొన్ని ఒకే మాదిరిగా ఉంటాయి.

మనస్సులో ఒక విషయానికి సంబంధించిన స్మృతులు శుభ్రపరచబడిన తరువాత, మరొక విషయానికి సంబంధించిన క్రియల క్రమం మొదలవుతుంది. అయితే వ్యక్తమయ్యే క్రియల క్రమం విడివిడిగా ఉండదు. అంటే ముందు ఒక విషయానికి సంబంధించి మనస్సు శుద్ధి అయిన తరువాత మాత్రమే మరొక విషయానికి సంబంధించిన శుద్ధి మొదలవుతుందని ఏమీ లేదు. కొన్నిసార్లు అవసరమైనంత వరకు ఒక విషయానికి సంబంధించి మనస్సు యొక్క శుద్ధి పూర్తవ్వకుండానే క్రొత్తరకమైన క్రియల క్రమం మొదలు కావచ్చును. మరలా ఈ మొదటి మరియు రెండవరకానికి చెందిన క్రియలు వ్యక్తమవుతున్న సమయం లోనే మరొకరకానికి సంబంధించిన క్రియలు వ్యక్తమవ్వొచ్చు. ఈ క్రియలనేవి కేవలం మనస్సు ఏ విధమైన స్మృతులతో నిర్మితమై ఉన్నది అనే దానినిబట్టి వ్యక్తమగుట జరుగుతుంది. ఆ వ్యక్తి తన మనస్సులో జన్మజన్మల నుండి ఏ విషయాలకు సంబంధించిన ఇంద్రియాల అనుభూతులను మరియు వాటి జ్ఞాపకాలను కూడబెట్టుకొని ఉన్నాడు అనే దానిని బట్టి వాటి శుద్ధీకరణకు క్రియలు వ్యక్తమవుతాయి.

అంటే ఒక మానవుని యొక్క వ్యక్తిగత శీలం అనేది అగ్నిలో వేసే నెయ్యివలె, ఆ వ్యక్తిలో క్రియలు వ్యక్తమవుటకు పనిచేస్తుంది. ఇంత వరకూ నేను వ్రాసిన క్రియలన్నీ భౌతిక శరీరానికి సంబంధించినవి మాత్రమే !

ఇక నేను ఇతర క్రియల గురించి వివరిస్తాను !

కొన్ని క్రియలు కేవలం మానసికం ! అంటే స్థూలశరీరంలో కాకుండా,

ఆ వ్యక్తి యొక్క మనస్సులో, ఆలోచనలు మరియు భావోద్వేగాల రూపంలో ఉంటాయి. ఈ క్రియలు బయటి నుండి చూసేవారికి కనిపించవు. ఏ వ్యక్తిలో ఈ క్రియలు జరుగుతాయో కేవలం ఆ వ్యక్తికి మాత్రమే తనమనస్సులో క్రియలు మొదలవటం జరిగిందనే జ్ఞానం కలుగుతుంది. ఒక యోగసాధకునికి జ్ఞానవతి అయిన విశ్వశక్తి తనే స్వయంగా ఈ క్రియలు జరుగుతాయన్న విషయం ఆ వ్యక్తికి అర్థమయ్యే విధంగా చేస్తుంది.

ఇక్కడ పాఠకులు ఒక ప్రశ్న వేయవచ్చును ! ఒక వ్యక్తి మనస్సులో ఆలోచనలు మరియు భావోద్వేగాలనేవి ఎప్పుడూ ఉంటూనే ఉంటాయి. ఇలాంటి సమయంలో ఏ ఆలోచనలు మరియు భావోద్వేగాలు క్రియలుగా పరిగణింప బడతాయని ప్రశ్నించవచ్చును !

ఈ విషయాన్ని ఈ క్రింద వ్రాసిన విధంగా వివరిస్తాను.

ఉదాహరణకు ఒక వ్యక్తి తను ధ్యానం లేదా మంత్రజపం చేసుకునే ఆసనం మీద కూర్చుని కళ్ళు మూసుకుని ఉంటాడనుకోండి ! ఆ వ్యక్తి మనస్సులో ఎలాంటి ప్రయత్నం చేయకుండానే ఎన్నోరకములైన చిత్రాలు వరదలా రావడం ప్రారంభమవుతాయి. అయితే ఆ వ్యక్తి మానసికంగా ఆ చిత్రాలను ఊహించడమనేది అసలు ఎంతమాత్రం చేయడం లేదని గమనించాలి !

ఇక కొన్ని సందర్భాలలో ఆ వ్యక్తి మనస్సులో తాను ఇంతకుముందు ఎప్పుడూ చూడని మరియు కలవని మనుషుల మొహాలను చూడడం ప్రారంభిస్తాడు.

ఇదేవిధంగా కొన్ని సందర్భాలలో ఆ వ్యక్తి తాను ఇంతకు ముందు ఎప్పుడూ చూడని కొన్ని నగరాలు మరియు పట్టణాలను చాలా స్పష్టంగా చూచుట జరుగుతుంది.

ఇంకా ఆ వ్యక్తి కొన్నిసార్లు తనకు ఏమాత్రం జ్ఞానం లేని లేదా తెలియని మొక్కలను, పుష్పాలను, చెట్లను, క్రిమికీటకాదులు మొదలైన వాటిని చూచుట జరుగుతుంది.

మరికొన్ని సందర్భాలలో ఆ వ్యక్తి నేటి ఆధునికకాలంలో అందుబాటులో

లేని కొన్ని విచిత్రమైన వాహనాలు, ఆయుధాలు మొదలైన వాటిని చూచుట జరుగుతుంది.

ఇలాంటివన్నింటి గురించి బహుశః పుస్తకాలలో చదవడం గాని లేదా వీటిని సినిమాలో చూసివుండుటగాని జరిగి ఉండవచ్చు అని పాఠకులు అనుకోవచ్చును. ఒకవేళ ఆ వ్యక్తి తను మనస్సులో చూస్తున్న విచిత్రమైన దృశ్యాలు ఏ పుస్తకాలతో గాని మరియు సినిమాలతో గాని అసలు ఏమాత్రం సంబంధం లేనివి అయివుంటే అప్పుడేమంటారు.

మానసికంగా జరిగే ఈ ప్రక్రియను గురించి ఏ విధమైన వివరణ ఇవ్వగలం?

దీనిని ఎవరు ఏ విధంగా అర్థం చేసుకోవాలని ప్రయత్నించదలచుకుంటారో, ఆ విధంగానే ప్రయత్నించి చూడండి ! ఈ విషయానికి సంబంధించిన చర్చ మాత్రం అంతం అనేది లేకుండా కొనసాగుతూనే ఉంటుంది. అసలైన కారణం మాత్రం అది స్పష్టంగా ఒక క్రియ అని చెప్పవచ్చును. ఆ వ్యక్తి తన పూర్వపు జన్మలలో ఎప్పుడో ఆ విషయానికి సంబంధించిన అనుభవాలు పొందివుంటాడు. అందువలన ఆ వ్యక్తియొక్క మనస్సు అన్నిరకాల ఇంద్రియ అనుభూతుల నుండి మరియు జ్ఞాపకాల నుండి జ్ఞానవతి మరియు పరాశక్తి అయిన విశ్వశక్తి సృష్టికార్యక్రమానికి వ్యతిరేకదిశలో ప్రయాణిస్తూ శుద్ధి చేస్తుంది.

నేను విధ్వంసం లేదా వినాశనం అనే పదాన్ని ఎందుకు వాడుతున్నానంటే, ఇక్కడ జరిగేది ఒక వ్యక్తి యొక్క మనస్సు మనుగడ యొక్క విధ్వంసం కాబట్టి! అంటే మనస్సులోని ఆలోచనలు మరియు భావోద్వేగాలన్నీ ఆగిపోయి మనస్సు నిర్మలంగా మారాలి కాబట్టి ! మనస్సులో కుప్పలు కుప్పలుగా పేరుకొని ఉన్న జన్మజన్మల సంస్కారాలు, వాటి జ్ఞాపకాలు తొలగిపోతేగాని ఈ నిర్మలమైన స్థితి రాదు కాబట్టి. ఈ విధ్వంసం జరిగితేగాని లేదా ఒక వ్యక్తికి తాను మానవుడను కాను అనే విషయం అర్థం అయితేగాని తన అంతరంలో విరాజిల్లుతున్న ఆత్మ, సాక్షాత్కారం కాదు! ఏ విశ్వశక్తి ఒక వ్యక్తి మనస్సులో జన్మజన్మల నుండి తన యొక్క సృష్టిరచనా సమయంలో ఇంద్రియాల అనుభూతులను మరియు

వాటి జ్ఞాపకాలను కూడ బెట్టిందో ఆ విశ్వశక్తే స్వయంగా వీటిని తొలగించాలి. అప్పుడే ఆ వ్యక్తికి తాను మానవుడిని కానని మరియు తన నిజస్వరూపం అవగతమౌతుంది.

ఒక క్రియ ద్వారా జరిగే ప్రక్రియ ఇదే !

ఇక ఒక వ్యక్తి యొక్క దైనందిన జీవితంలో జరిగే క్రియల గురించి వివరిస్తాను. ఒక వ్యక్తికి బాహ్యప్రపంచంలో తన యొక్క దైనందిన జీవితంలో క్రియలు జరుగుతున్నపుడు ఎలా ఉంటుందంటే, జ్ఞానవతి అయిన విశ్వశక్తి అదృశ్యరూపంలో ఉండి తనతో ఎల్లవేళలా మరియు తన జీవితంతో ఆటలాడుతూ ఉందనిపిస్తుంది. ఇది ఎందుకు జరుగుతుందంటే, ఒక వ్యక్తి విశ్వశక్తిని తనకి సంబంధం లేని మరొక దైవికశక్తిగా ఈ స్థితిలో అనుభవం పొందుతాడు. ఈ అనుభవం ఒక వ్యక్తి యొక్క శరీరంలో మరియు అతని బాహ్యప్రపంచంలో పొందడం జరుగుతుంది. ఈ విషయాన్ని గురించి ఈ పుస్తకంలోని తరువాతి భాగాలలో చాలా వివరంగా వ్రాయడం జరిగింది.

బాహ్యప్రపంచంలో తన యొక్క దైనందిన జీవితంలో ఒక వ్యక్తికి ఎన్నో చిత్రవిచిత్రమైన సంఘటనలు చాలా వేగంగా జరుగుతూ ఉంటాయి ! దీనిని బట్టి క్రియలు వ్యక్తమవుతున్నాయనే విషయం ఆ వ్యక్తికి స్పష్టంగా అర్థమవుతుంది.

కొన్ని ఉదాహరణలు వివరిస్తాను.

ఉదాహరణకు ఒక వ్యక్తికి తను గత జన్మలో చేసిన పాపానికి ఫలితంగా, తన కుడికాలుకి తీవ్రమైన గాయం అవ్వాలని తన ప్రస్తుతజన్మలో విధి వ్రాసి ఉంటుంది. ఈ విధివ్రాతను వేగంగా ఆ వ్యక్తి మనస్సు నుండి తొలగించడానికి జ్ఞానవతి అయిన విశ్వశక్తే స్వయంగా ఏదో ఒక చిన్న దెబ్బ తగిలేటట్లు పరిస్థితులను కల్పిస్తుంది. ఈ విధంగా తప్పనిసరిగా ఫలితాన్ని అనుభవించాలి కాబట్టి, ఏదో ఒక రూపంలో బాహ్యప్రపంచంలో పరిస్థితులను సృష్టించి, ఆ వ్యక్తి తన విధివ్రాత నుండి ముక్తుడయ్యేటట్లు చెయ్యడం జరుగుతుంది. ఆ వ్యక్తికి తన దైనందిన జీవితంలో ఈ విధివ్రాత నుండి ముక్తుడవడానికి అవసరమైన అన్ని పరిస్థితులను కల్పించడం జరుగుతుంది.

ఇదేవిధంగా విధివ్రాత ప్రకారం నీటిలో మునిగిపోవలసిన వ్యక్తికి, ఆ సంఘటన యొక్క తీవ్రతను ఎన్నోరెట్లు తగ్గించి ఎవరో ఒకరు కేవలం కొంత నీటిని ఆ వ్యక్తి మీద విసిరేటట్లు చేయడం జరుగుతుంది. అంటే ఒక వ్యక్తి తను అనుభవించాల్సిన ఫలితాన్ని చాలా తక్కువ మోతాదులో అనుభవించడం జరుగుతుందన్నమాట ! అయితే ఈ రకమైన క్రియలు వ్యతిరేకక్రమంలో కూడా జరుగుతాయి. అంటే తను చేసిన పుణ్యాల ఫలితాన్ని అనుభవింపజేసి వేగంగా విధివ్రాతను సమాప్తం చేయడానికి ఒక వ్యక్తికి ఈ బాహ్యప్రపంచంలో ప్రాపంచిక సుఖాలను కూడా తీవ్రత తగ్గించి అనుభవింపజేయడం జరుగుతుంది. ఈ విధంగా ఆ వ్యక్తి తను జన్మజన్మల నుండి కూడబెట్టుకుని ఉన్న పుణ్యాల నుండి మరియు సత్కర్మల జ్ఞాపకాల నుండి ముక్తుడవుతాడు.

మనస్సులో ముద్రింపబడి ఉన్న పాపాల స్మృతులు మరియు పుణ్యాల స్మృతులు లేదా చెడుపనుల జ్ఞాపకాలు మరియు మంచిపనుల జ్ఞాపకాలు అన్నీ తొలగించబడతాయని పాఠకులు గ్రహించాలి.

ఈ కారణంగా దైనందిన జీవితంలో కూడా సుఖసంతోషాలను ఇచ్చే సంఘటనలు మరియు దుఃఖపూరితమైన సంఘటనలు కూడా తొలగించబడతాయి. పరబ్రహ్మం యొక్క జ్ఞానం లేదా ఆత్మజ్ఞానం పొందడానికి మనస్సు అన్ని రకాల ఇంద్రియ అనుభూతులు మరియు జ్ఞాపకాల నుండి శుభ్రమవ్వడం అనేది తప్పనిసరిగా జరిగితీరాలి.

జీవితంలో లేదా జన్మజన్మల నుండి ఒక వ్యక్తి తను నేర్చుకుని ఉన్నదంతా విస్మరించగలిగితేనే, బ్రహ్మజ్ఞానం ఆ వ్యక్తికి ఉదయిస్తుంది !

భాగము - 8

విశ్వశక్తి సృష్టిగా మార్పుచెందుట

నేను ఈ భాగంలో మొదట యోగశాస్త్రానుసారంగా మానవశరీర నిర్మాణం ఎలా జరుగుతుంది లేదా మానవశరీర నిర్మాణవ్యవస్థ గురించి వివరిస్తాను. ఈ ఆధునిక కాలంలో మానవశరీరాన్ని గురించి ఆధునిక శాస్త్రం వివరిస్తున్నది వేరు మరియు ప్రాచీన యోగశాస్త్రాలు వివరిస్తున్నది వేరు. దీనివలన పాఠకులకు యోగశాస్త్రానుసారంగా మానవ శరీరనిర్మాణం గురించి అర్థం చేసుకోవడం కష్టం కావచ్చును !

నేను పాఠకులకు ఒక విజ్ఞప్తి చేయదలచుకున్నాను. ప్రాచీన యోగశాస్త్రాలు వివరిస్తున్న శరీర నిర్మాణవ్యవస్థను ఆధునిక విజ్ఞానశాస్త్రం చెబుతున్న దానితో పోల్చిచూడవద్దు ! అంతేగాక ఈ ఆధునికకాలంలో కూడా మానవశరీరాన్ని గురించి అంతా ఏమీ తెలియదు. ఉదాహరణకు ఈ విషయంలో మానవశరీరం లోని మెదడు వ్యవస్థ గురించి ఆధునిక విజ్ఞానశాస్త్రవేత్తలు స్వయంగా అంగీకరిస్తున్నారు. కాబట్టి ఆధునిక శాస్త్రానికి మానవశరీరం గురించి అంతా ఏమీ తెలియదనే నిజాన్ని అంగీకరించడంలో వినమ్రత చూపించమని పాఠకులందరినీ అభ్యర్థిస్తున్నాను.

ఏది ఏమైనా యోగశాస్త్రాలు చెబుతున్నది మరియు ఆధునిక జీవశాస్త్రం చెబుతున్నది వేరువేరుగా ఉన్నాయనేది ఇక్కడ అసలు ముఖ్యమైన విషయం కానేకాదు.

మానవశరీరంలో విరాజిల్లుచున్న అనంతమైన ఆత్మని మాయతో బంధిస్తూ, ఐదు కోశాలతో మానవశరీరం నిర్మితమై ఉన్నదని ప్రాచీన యోగశాస్త్రాలు చెబుతున్నాయి.

మొదటి కోశాన్ని ఆనందమయకోశం అంటారు. ఈ కోశం ఆత్మని భ్రమింపజేసే 'మాయ' అనే పలుచని పొరతో కప్పి ఉంచుతుంది. మాయతో

కప్పబడి ఉన్న ఆత్మని కారణశరీరం అంటారు. దీని మీద మిగిలిన పొరలు నిర్మితమైన తరువాత చివరికి భౌతికమైన స్థూల మానవశరీరం తయారవుతుంది. అందువలన దీనిని మానవశరీరం యొక్క కారణశరీరం అంటారు. ఇది మానవశరీరమనే వృక్షానికి విత్తనం వంటిది.

ఈ కారణశరీరాన్ని గురించి అర్థం చేసుకోవడం అనేది ఆధ్యాత్మికంగా చాలా ఉన్నతస్థాయికి చేరివున్న వారికే సాధ్యమౌతుంది. ఎందుకంటే ఈ స్థాయిలో ఒక వ్యక్తి ఆత్మజ్ఞానానికి అతి చేరువలో ఉండుట జరుగుతుంది. అందువలన నేను ఈ కారణశరీరాన్ని గురించి వివరించగల స్థాయిలో లేను మరియు కేవలం ఈ విషయం గురించి మాత్రమే నేనేమీ ఈ పుస్తకాన్ని వ్రాయలేదు. కనుక ఈ కోశాన్ని గురించి మరింత ఎక్కువగా వ్రాయనందుకు పాఠకులందరూ నన్ను క్షమించాలని అభ్యర్థిస్తున్నాను.

రెండవకోశాన్ని విజ్ఞానమయకోశం అంటారు. ఈ కోశంలో మానవుని యొక్క బుద్ధి మరియు అహం రెండూ ఒకే స్థానంలో కలిసి ఉంటాయి. మానవుని యొక్క ఇంద్రియాల అనుభూతులు మరియు జ్ఞాపకాలు ముద్రింపబడేది ఈ కోశంలోనే జరుగుతుంది. మానవునికి తను ఒక జీవుడిననే భ్రమ ఇక్కడినుండే మొదలౌతుంది.

ఈ కోశం మీదనే యోగాభ్యాసం చేసేవారంతా ఎక్కువగా శ్రద్ధ చూపిస్తారు. ఎందుకంటే ఒక యోగి తనలోని అహం మరియు ఇంద్రియాల అనుభూతులు మరియు వాటి యొక్క జ్ఞాపకాలను పూర్తిగా తొలగించుకోకపోతే, సమాధి అనే నిర్మలమైన మానసికస్థితి పొందలేడు. ఏ ఆలోచనలూ మరియు భావోద్వేగాలు లేని నిర్మలమైన చిత్తావస్థ లేదా మనస్సు యొక్క స్థితి అనేది అన్ని యోగమార్గాల చివరి గమ్యం. ఈ స్థితిలో భౌతికశాస్త్ర నియమాలన్నీ విడిపోతాయి. అంటే ఈ స్థితిలో ఉన్న వ్యక్తికి భౌతికశాస్త్ర నియమాలు వర్తించవు మరియు దైవికమైన సిద్ధులు ప్రాప్తించడం జరుగుతుంది.

అయితే ఈ స్థితి ఆత్మసాక్షాత్కారం కాదని పాఠకులు గ్రహించాలి. ఆత్మ సాక్షాత్కారం అనేది ఈ స్థితికన్నా ఇంకా పైన చాలా ఉన్నతస్థాయిలో ప్రాప్తిస్తుంది.

ఈ స్థితిని చేరడానికి కారణశరీరం కూడా చివరికి విలీనం కావడం తప్పనిసరి!
దైవికమైన సిద్ధులు యోగనియమాల అనుసారం ప్రాప్తిస్తాయి. ఈ యోగ
నియమాలు కూడా విడిపోతేగాని ఆత్మసాక్షాత్కారం ప్రాప్తించదు. కనుక ఆధ్యాత్మిక
పరంగా ఎంతో ఉన్నతస్థాయిలో ఉండే ఈ మానసికస్థాయిని గురించి నేను
వివరించగల స్థాయిలో లేను. అలాగే ఇలాంటి మానసికస్థాయి గురించి ఎవరూ
వివరించలేరు కూడా ! ఎందుకంటే ఇలాంటి మానసికస్థాయికి చేరిన తరువాత
బహుశః ఎవరూ పుస్తకాలు వ్రాయడం అనేది కూడా జరుగదు.

ఈ విజ్ఞానమయ కోశం పైన ఉండేదాన్ని 'మనోమయ' కోశం అంటారు.
ఇది మానవశరీరంలో ఉండే ఐదు జ్ఞానేంద్రియాలకు కేంద్రస్థానం. ఈ కోశంలోనే
సంకల్పం మరియు వికల్పం అనేవి కూడా మానవుడు చేయడం జరుగుతుంది.

మనోమయకోశం పైన ఉండేదాన్ని 'ప్రాణమయ' కోశం అంటారని
యోగశాస్త్రాలు చెబుతున్నాయి. ప్రాణశక్తితో కూడివున్న ఈ కోశం మానవ
శరీరాకృతిని కలిగి ఉండవచ్చనిపిస్తుంది. ప్రపంచంలో కొన్ని ప్రాంతాలలో
'ఫాంటమ్' శరీరం అని పిలిచేది దీనినే. ఈ కోశం అతి సూక్ష్మమైన మరియు
అతి సంక్లిష్టమైన నాడీ వ్యవస్థను కలిగి ఉంటుంది. ప్రాణశక్తి యొక్క ప్రవాహం
శరీరంలోని అన్నిభాగాలకు ఈ నాడీవ్యవస్థ ద్వారానే జరుగుతుంది. ఈ కోశంలో
మొత్తం అయిదు ముఖ్య వాయువులు మరియు అయిదు ఉప వాయువులు
అయిన రకరకాల రూపాలతో ప్రాణశక్తి మానవశరీరంలో వివిధ పనులు చేస్తూ
ఉంటుంది. ఉదాహరణకు శ్వాస ప్రక్రియ, జీర్ణ ప్రక్రియ, విసర్జన ప్రక్రియ,
సంతానోత్పత్తి ప్రక్రియ, రక్తప్రవాహము, ఆవలించుట, కనురెప్పల కదలిక
మొదలైనవి.

ఈ ప్రాణమయకోశం పైన భౌతికశరీరం నిర్మితమౌతుంది. దీనిని
'అన్నమయ' కోశం అంటారు. ఇది అఖరి కోశం !

కనుక ఆనందమయకోశం నుండి అన్నమయకోశం వరకు మొత్తం ఐదు
కోశాలు ఉంటాయి.

ఆత్మని కప్పి ఉంచిన మొదటి కోశం వరకు ఉన్న భాగాన్ని కారణశరీరం

అంటారు.

కారణశరీరం పైన ఉన్న మూడుకోశాలలో ఉన్న భాగాన్ని సూక్ష్మశరీరం అంటారు.

ఈ సూక్ష్మశరీరం ఆఖరిలో భౌతికశరీరంతో కప్పబడి ఉంటుంది.

ఒక వ్యక్తి చనిపోయిన తరువాత ఈ స్థూల భౌతిక శరీరాన్ని వదిలివేయడం జరుగుతుంది. స్థూల భౌతిక శరీరం ఏ కారణంగానైనా లేదా జబ్బు కారణంగా లేదా ఏదైనా ప్రమాదానికి గురయి చిధ్రమవడం జరిగితే, జీవాత్మ ఇక ఆ శరీరాన్ని వదిలివేస్తుంది.

మిగిలిన నాలుగు కోశాలతో కప్పబడి ఉన్న జీవాత్మ లేదా సూక్ష్మశరీరం ఒకవ్యక్తి చనిపోయిన తరువాత స్థూలశరీరాన్ని వస్త్రం మాదిరిగా వదిలివేసి మరలా ఒక క్రొత్త స్థూలశరీరాన్ని నిర్మించుకొని మరొక క్రొత్త మానవజన్మ ఎత్తుతుంది. క్రొత్త మానవజన్మ ఎత్తినపుడు, ఆ వ్యక్తి యొక్క క్రొత్త జీవితం తను చనిపోక ముందు కూడబెట్టుకొని ఉన్న వ్యక్తిగత శీలాన్ని బట్టి తయారవుతుంది. అంటే ఆ వ్యక్తి తను చిట్టచివరకు చనిపోకముందు, ఎన్నో జన్మల నుండి కూడబెట్టుకొని ఉన్న సంస్కారాల ఫలితం ఈ క్రొత్తజన్మ అన్నమాట !

కారణ శరీరం మాత్రం ఈ సంస్కారాలతో పనిలేకుండా కేవలం విశ్వశక్తి యొక్క ప్రాథమిక స్వరూపం అయిన పరాశక్తితో లేదా మాయతో నిర్మితమై ఉంటుంది. ఈ మాయ ఈ అనంతవిశ్వంలో ఉండే ఒకే ఒక పరాశక్తి. లేదా ఈ మహామాయనే ఈ అనంతవిశ్వం అనవచ్చును.

అయితే ఇక్కడ పాఠకులు ఒక ప్రశ్న వేయవచ్చును. అనంతమైన విశ్వమంతా వ్యాపించి ఉండేది పరబ్రహ్మం మరియు పరబ్రహ్మమే ఒక మానవుని లేదా జీవునిలో ఉండే ఆత్మ ! అలాంటప్పుడు విశ్వశక్తి, పరాశక్తి ఎలా అవుతుంది అని ప్రశ్నించవచ్చును. పరబ్రహ్మం మరియు పరాశక్తి లేదా ఆత్మ మరియు పరాశక్తి ఒకే ఒకటి. ఇవి రెండూ వేరువేరుగా ఎప్పటికీ ఉండవు. ఇవి రెండూ ఒక నాణానికి ఉన్న రెండువైపులు అన్నమాట.

పరాశక్తి కలిసి లేనపుడు భగవంతుడు అసలు భగవంతుడే కాదు. అందుకే

ప్రాచీన పురాణాలలో శివుణ్ణి అర్ధనారీశ్వరుడంటారు. ప్రాచీన సంస్కృత గ్రంథాలలో ఉన్నట్లు శక్తి మరియు శక్తిమాన్ రెండూ ఒకటే ! శక్తి లేకుండా శక్తిమాన్ ఎలా ఉండగలడు ?

ఇదేవిధంగా శక్తి తన ప్రాథమిక స్వరూపంలో అనంతమైన పరాశక్తిగా ఉంటుంది లేదా పరబ్రహ్మం వ్యాపించి ఉన్న ఈ అనంతవిశ్వం స్వయంగా పరాశక్తే. కనుక బ్రహ్మం మరియు శక్తి ఎప్పటికీ వేరు వేరుగా ఉండలేని ఒకే ఒక సత్యం!

పరబ్రహ్మాన్ని క్షుణ్ణంగా వివరించడానికి సాధ్యం కాదు. దీనికి కారణం ఈ భూమిమీద మానవులకు ఉన్న పరిమితమైన భాషా పరిజ్ఞానం లేదా భూమిమీద చలామణిలో ఉన్న భాషలకు పరబ్రహ్మాన్ని గురించి వివరించగల సామర్థ్యం లేదు. అయితే ఈ పరిమిత భాషా జ్ఞానమేగాక, పరబ్రహ్మాన్ని గురించి వివరించలేక పోవడానికి గల అసలు కారణం ఎవరికీ అంతుబట్టని పరబ్రహ్మమే!

ఈ విషయం గురించి ఇంకా విపులంగా వివరిస్తాను.

ఈ అనంతమైన విశ్వమంతా వ్యాపించి ఉన్నది కేవలం పరబ్రహ్మమే. ఈ పరబ్రహ్మమే తన అసలైన నిజస్వరూపం అని ఏ వ్యక్తికీ ఎప్పుడూ జ్ఞానం ఉండదు. ఈ విషయం ఈ పుస్తకం వ్రాస్తున్న నాకు కూడ వర్తిస్తుంది. ఒకవేళ బ్రహ్మజ్ఞానం కలిగివుంటే అసలు నేను పుస్తకాన్ని వ్రాసి ఉండేవాడిని కాదు. అందుకే నేను పైన బ్రహ్మాన్ని గురించి తెలియని కారణంగా బ్రహ్మాన్ని గురించి వర్ణించడం ఈ భూమిమీద ఉన్న భాషలలో సాధ్యం కాదు అని వ్రాశాను.

ఆనందమయకోశం లేదా మాయ లేదా పరాశక్తి అయిన విశ్వశక్తి జీవుని యొక్క ఆత్మలో విలీనం అగుట జరిగితే, ఆ స్థితిని ఆత్మసాక్షాత్కారం అంటారు. ఎందుకంటే ఈ స్థితిలో జీవుని ఆత్మ ఇక దేనితే కప్పబడిలేదు కనుక.

అయితే ఈ ఆఖరి పరిణామం లేదా ఆత్మసాక్షాత్కారం అనేది ఒక మానవునిలో జరుగుట కేవలం పరబ్రహ్మం యొక్క ఇష్టానుసారంగా మాత్రమే జరుగుతుంది లేదా భగవంతుని యొక్క అధీనంలో మాత్రమే ఉంటుంది. దీనికోసం యోగనియమాలు సైతం విచ్ఛిన్నం అయిపోవాలి. అందువలననే

ఈ ప్రపంచంలోని అన్ని మతవ్యవస్థలలో భగవంతునికి మానవులందరూ ఆత్మ సమర్పణాభావంతో పూజలు చేయాలని నిర్దేశించడం జరిగింది.

ఆనందమయకోశం తరువాత లేదా కారణశరీరం మీద చుట్టచుట్టుకొని ఉన్న తరువాతి మూడు కోశాలలో ఉన్న శక్తిని "వాగ్దేవి, చిత్శక్తి మరియు ప్రాణశక్తి" అంటారు. ఇది పరాశక్తి యొక్క తరువాతి మూడు స్థూలస్వరూపాలు. ఈ శక్తులు విజ్ఞానమయకోశం, మనోమయకోశం మరియు ప్రాణమయకోశాలలో ఉంటాయి. ఈ విధంగా పురాణాలలో స్తుతించబడిన సరస్వతి, లక్ష్మి మరియు పార్వతి అనుపేర్లతో ఈ మూడుశక్తులను పోల్చవచ్చును.

వివిధ యోగశాస్త్రాల ప్రకారం ఈ శక్తిని మూడు రకాలుగా విభజన చేయవచ్చును. అయితే శక్తిని విభజించడం అంటూ ఏమీ ఉండదు. కేవలం మూడురకాల పేర్లతో పిలవడం మాత్రమే జరుగుతుంది. శక్తి యొక్క అసలు స్వరూపం 'మాయ'. దీని తరువాత మానవునిలో బుద్ధి మరియు అహంగా పరిణామం చెందుతుంది. అయితే బుద్ధితో అహం కలిసి ఉంటుంది లేదా రెండూ ప్రక్కప్రక్కనే ఒకే స్థానంలో ఉంటాయి. బుద్ధి తరువాత శక్తి మానవుని మనస్సు లేదా చిత్తంగా పరిణామం చెందుతుంది. వివిధ ప్రాచీన శాస్త్రాలలో విశ్వశక్తిని ఏ విభజన లేకుండా మహామాయ అని సూచించడం జరిగింది. అయితే పాఠకులందరూ ఇక్కడ ఒక విషయాన్ని అర్థం చేసుకుంటే సరిపోతుంది! మానవ శరీరంలోని వివిధ వ్యవస్థలను నిర్వహించే దానినిబట్టి ఒకే విశ్వశక్తి వివిధ రూపాలలో లేదా పేర్లతో సూచించబడింది.

అన్నిటికన్నా క్రిందిస్థాయిలో ఉన్నది భౌతికశక్తి. దీనినే ప్రకృతి లేదా జడశక్తి అంటారు. పురాణాలలో పార్వతి అనే పేరుతో స్తుతించబడిన ప్రాణశక్తి యొక్క స్థూల స్వరూపం ఈ ప్రకృతి అని చెప్పవచ్చును. అయితే ఈ భౌతికశక్తి కూడా ఎన్నో రూపాలలో ఉంటుందనే విషయం ఆధునిక విజ్ఞానశాస్త్రానికి మరియు పాఠకులందరికీ బాగా పరిచయమైనదే !

కనుక మొదటి కోశంలో విశ్వశక్తి తన నిజస్వరూపంలో ఉంటుంది. ఈ కోశంలో మాయ అని పిలువబడే పరాశక్తి జీవాత్మని భ్రమింపజేసి మాయలో

పడేస్తుంది. తరువాతి మూడుకోశాలలో ఈ విశ్వశక్తి స్థూలంగా మారి మూడు రకాల శక్తులుగా పరిణామం చెందినట్లు కనిపిస్తుంది. ఆఖరి కోశంలో విశ్వశక్తి స్థూలమైన భౌతికశక్తిగా పరిణామం చెందుతుంది. భౌతికమైన విశ్వశక్తి స్వరూపాన్నే మనం విశ్వం అని మరియు ప్రకృతి అని పిలుస్తుంటాము !

ఆత్మసాక్షాత్కారం కోసం సాధన చేస్తున్న ఒక యోగికి విశ్వశక్తి సృష్టిగా మార్పుచెందే పరిణామాన్ని వ్యతిరేకదిశలో చూస్తే, మొదట స్థూల భౌతికశక్తికి సంబంధించిన ఆధునిక విజ్ఞానశాస్త్ర నియమాలన్నీ విచ్ఛిన్నం కావాలి ! ఈ దశలో పరాశక్తి అయిన మహామాయ సృష్టికి వ్యతిరేక దిశలోకి వెళుతుంది. పురాణాలలో ఈ శక్తియొక్క స్వరూపాన్ని 'కాళి' అనే పేరుతో స్తుతించడం జరిగింది.

భౌతికశక్తికి సంబంధించిన ఆధునిక విజ్ఞానశాస్త్ర నియమాల విచ్ఛిన్నం అనే వాక్యాన్ని ఎందుకు ఉపయోగిస్తున్నానంటే ఈ స్థితిలోకి చేరిన తరువాత ఒక యోగికి లేదా యోగసాధన చేస్తున్న ఒక వ్యక్తికి అందరి మానవుల మాదిరిగా ఈ శాస్త్ర నియమాలు వర్తించవు. ఈ స్థితిలో యోగి ఎన్నో సిద్ధులను పొంది ఉంటాడు. వాయుమార్గంలో ప్రయాణించగలగడం, అదృశ్యరూపాన్ని పొందడం మొదలైనవి.

అయితే భౌతిక స్థూలజగత్తుకి సంబంధించిన శాస్త్రనియమాల క్రింద మనుగడ సాగించే సాధారణ మానవులందరికీ ఈ సిద్ధులనేవి గొప్ప మహిమలుగా పరిగణించబడుతాయి. కాని ఆ సిద్ధులు ప్రాప్తించుకున్న యోగులకు మాత్రం అవి ప్రకృతి సహజమైనవిగానే పరిగణించబడుతాయి.

ఇక్కడ పాఠకులు ఒక విషయాన్ని గమనించాలి ! ఒక యోగి సిద్ధులు లేదా మహిమలు ప్రాప్తించుకున్నంత మాత్రాన ఆత్మసాక్షాత్కారం పొందుతాడని ఏమీలేదు. ఎందుకంటే ఏ యోగనియమాల కారణంగా సిద్ధులు ప్రత్యక్షం అవుతున్నాయో, ఆ యోగనియమాలు సైతం విచ్ఛిన్నం అయితే కాని యోగసాధనలో తరువాతి ప్రగతి ఉండదు.

కనుక ఒక యోగికి మొదట భౌతిక జగత్తు యొక్క నియమాల మీద, ఆ

తరువాత యోగ నియమాల మీద ఆధిపత్యం పొందగలిగిన తరువాతే ఆత్మసాక్షాత్కారం జరుగుతుంది. అంటే పరబ్రహ్మం లేదా భగవంతుడు ఒక వ్యక్తికి మోక్షాన్ని ప్రసాదించే సర్వాధికారాలు తన దగ్గరే ఉంచుకోవడం జరిగింది!

ఇక నేను ఇక్కడ యోగాభ్యాసకులు కాని పాఠకుల కోసం, యోగ శాస్త్రాలలో వివరించిన మానవ శరీరం యొక్క మెదడు - వెన్నుపాము వ్యవస్థ గురించి క్లుప్తంగా వివరిస్తాను. అయితే నేను వివరించేది స్థూలమైన మెదడు - వెన్నుపాము వ్యవస్థ గురించి కాదు. ప్రాణశక్తి ప్రవహించే సూక్ష్మవ్యవస్థ గురించి వివరిస్తాను. యోగశాస్త్రాల దృష్టిలో మాంసం మరియు ఎముకలతో కూడిన స్థూలవ్యవస్థలకు ఏమాత్రం ప్రాముఖ్యత లేదు. కనుక మానవశరీరంలో ఉన్న మెదడు - వెన్నుపాము వ్యవస్థను కత్తితో కోసి తెరచి ఈ సూక్ష్మమైన ప్రాణశక్తిని ఎవరూ చూడలేరు. మానవ శరీరంలోని ఈ సునిర్మిత ప్రాణశక్తి యొక్క నిర్మాణం వివిధ రూపాలలో ఉండే అనేక శక్తుల సమ్మేళనం. చిన్నచిన్న ఈ శక్తిరూపాలన్నీ ఎంత సూక్ష్మంగా ఉంటాయంటే అవి ఆధునిక విజ్ఞాన శాస్త్రానికి తెలిసిన విద్యుత్ - అయస్కాంత కిరణాలలో కూడా ఎక్కడా కనిపించవు. కనుక భౌతికమైన మరియు స్థూలమైన విశ్వశక్తి రూపాలకు సంబంధించిన ఆధునిక విజ్ఞానశాస్త్ర సూత్రాలు లేదా నియమాలు ఈ సూక్ష్మస్థాయి విశ్వంలో వర్తించవు. అందువలన ప్రత్యక్షంగా లేదా పరోక్షంగా కూడా ఏ ఆధునిక పరికరం ఈ సూక్ష్మస్థాయిలో ఉన్న శక్తిని కొలవలేదు మరియు అసలు దాని ఉనికిని కూడా పసిగట్టలేదు.

మానవశరీరంలోని వెన్నుపాము యొక్క క్రిందిభాగం నుండి తల పైభాగం వరకు మొత్తం ఏడు ప్రధానమైన శక్తికేంద్రాలు ఉంటాయి. వీటిని యోగ శాస్త్రాలలో 'చక్రాలు' అని అంటారు.

మొదటి చక్రాన్ని 'మూలాధార చక్రం' అంటారు. ఇది మానవశరీరంలో వెన్నుపాము యొక్క క్రిందిభాగంలో గుదము మరియు జననేంద్రియాల మధ్యన ఉంటుంది. కుండలినీ శక్తి లేదా విశ్వశక్తి ఈ శక్తికేంద్రం లేదా చక్రంలో ఒక విధమైన నిద్రాణమైన లేదా సుషుప్తస్థితిలో ఉంటుంది. యోగశాస్త్ర గ్రంథాలలో ఈ చక్రాన్ని గురించి ఎంతో విపులంగా వివరించడం జరిగింది.

అయితే ఈ చక్రం యొక్క నిర్మాణం అతి సంక్లిష్టమైనది. అందువలన నేను కేవలం ఈ చక్రాన్ని గురించి మాత్రమే అదీ క్లుప్తంగా వివరిస్తాను. దానిని బట్టి పాఠకులకు మానవశరీరంలో సూక్ష్మస్థాయిలో ఉండే మెదడు - వెన్నుపాము వ్యవస్థ యొక్క నిర్మాణం గురించి అవగాహన ఏర్పడుతుంది.

పాఠకులకు ఎవరికైనా ఈ విషయం గురించి ఇంకా ఎక్కువగా తెలుసుకోవాలని ఆసక్తి ఉంటే, మిగిలిన చక్రాల గురించి మరియు మొత్తం మెదడు - వెన్నుపాము వ్యవస్థ గురించి చదువుకొనవచ్చును. ఈ విషయం గురించి ఈ రోజులలో ఎన్నో పుస్తకాలు లభ్యమౌతున్నాయి. పాఠకులు ఇంటర్ నెట్‌లో ఈ విషయానికి సంబంధించిన పుస్తకాలను చాలా సులభంగా వెదకవచ్చును.

చక్రాలన్నీ లేదా శక్తికేంద్రాలన్నీ తామరపుష్పాల రూపంలో ఉంటాయని శాస్త్రాలలో చెప్పబడింది.

మూలాధార చక్రం లేదా పుష్పానికి నాలుగు దళాలు ఉంటాయి. ఈ దళాలు ఎరుపురంగులో ఉంటాయి. బహుశః శక్తి యొక్క ఈ సూక్ష్మస్వరూపం ఒక తామరపుష్పం యొక్క దళం రూపంలో ఉండి ఉండవచ్చును. ఆ విధంగా ఈ శక్తికేంద్రంలో నాలుగు చిన్నచిన్న శక్తి స్వరూపాలు ఉంటాయి. ఇంకా ఈ దళాల ఎరుపురంగుకి కారణం ఆ సూక్ష్మస్థాయిలో శక్తియొక్క స్పందన అయివుండవచ్చును. దీనిని విద్యుత్ అయస్కాంత కిరణాలలోని కొన్ని కిరణాల ఎరుపురంగుతో పోల్చవచ్చును.

ప్రతి దళంమీద సంస్కృత అక్షరమాల యొక్క ఒక అక్షరం ఉంటుంది. ఈ అక్షరం యొక్క రంగు సువర్ణం. ఈ శక్తికేంద్రంలోని నాలుగు దళాల మీద ఉండే ఈ అక్షరాలు 'వ', 'శ', 'ష' మరియు 'స'. సంస్కృతభాషలోని అక్షరాలు పుష్పం యొక్క దళాల మీద ఉంటాయని చెప్పబడిందంటే దాని అర్థం బహుశః అక్షరం యొక్క శబ్దం మరియు దళంరూపంలోని సూక్ష్మశక్తి ఏదోవిధంగా మేళవించబడినాయని చెప్పవచ్చును.

శబ్దం కూడా ఎలాగైనా శక్తే కదా ! కాబట్టి సంస్కృతభాష యొక్క ఒక

అక్షరం లేదా ఆ అక్షరానికి సంబంధించిన శబ్దం ఒక సూక్ష్మశక్తి యొక్క స్పందనని సూచిస్తుందని చెప్పవచ్చును.

ఈ తామరపుష్పం అంతా కలిపి ఒక శక్తికేంద్రం అని చెప్పబడింది. కనుక ఈ శక్తికేంద్రం చిన్నచిన్న సూక్ష్మశక్తి రూపాలతో మరియు వాటి స్పందనలతో, దళాలు, అక్షరాలు, దళాల రంగు, అక్షరాల రంగు మొదలైన వాటితో సునిర్మితమైనదని చెప్పవచ్చును. వివిధ అక్షరాలు శక్తి యొక్క వివిధ స్పందనలను సూచిస్తున్నాయని చెప్పవచ్చును.

పుష్పం యొక్క అంతర్భాగంలో చతురస్రాకారంలో ఉండే ఒక మండలం ఉంటుంది. ఈ మండలం చుట్టూ ఎనిమిది శూలాలు ఉంటాయి. యోగశాస్త్ర గ్రంథాలలో చతురస్రాకారం భూమితత్వాన్ని సూచిస్తుందని చెప్పబడింది. ఎనిమిది శూలాలు భూమియొక్క అష్టదిక్కులను సూచిస్తాయి.

కనుక ఈ చతురస్రాకారంలో ఉండే మండలం భూమియొక్క తత్వాన్ని లేదా పదార్థం లోని సాంద్రతను సూచిస్తుందని చెప్పవచ్చును.

యోగశాస్త్రాల ప్రకారం ఈ మండలం పసుపురంగులో ఉంటుంది. విద్యుత్ - అయస్కాంత కిరణాలలో పసుపురంగుని సూచించే శక్తిస్పందన గురించి పాఠకులకు తెలిసే ఉంటుంది. కాబట్టి ఈ మండలం యొక్క పసుపురంగు కూడా బహుశః శక్తి యొక్క స్పందనను సూచిస్తుందని చెప్పవచ్చును. యోగశాస్త్ర గ్రంథాల ప్రకారం పసుపురంగు భూమితత్వానికి సంబంధించినది లేదా భూమి తత్వానికి ప్రతీక. ఇంకా యోగశాస్త్ర గ్రంథాల ప్రకారం పసుపురంగు లేదా భూమితత్వం మానవశరీరంలోని పంచ జ్ఞానేంద్రియాల అనుభూతులలో ఒకటైన 'వాసన' అనే అనుభూతికి కూడా ప్రతీక. ఇంకా పసుపురంగులో ఉండే ఈ చతురస్రాకార మండలం సంస్కృతభాష వర్ణమాలలోని 'లం' అనే శబ్దానికి ప్రతినిధి లేదా 'లం' అనే శబ్దం ఈ మండలానికి ప్రతీక (బీజాక్షరం).

ఈ పుష్పం యొక్క అంతర్భాగంలో విలోమ రూపంలో ఉండే ఒక త్రికోణం కూడా ఉంటుంది. భారతదేశంలో శాక్త సిద్ధాంతాన్ని పాటించేవారు లేదా శక్తిని పూజించేవారి ప్రకారం విలోమరూపంలో ఉండే త్రికోణం స్త్రీ జననేంద్రియమైన

యోనికి లేదా శక్తికి చిహ్నం !

శాక్త సిద్ధాంతం ప్రకారం విలోమ త్రికోణం ఎప్పుడూ శక్తికి ప్రతీక కాబట్టి మూలాధారంలో ఉండే ఈ విలోమ త్రికోణం కూడా ఒక సూక్ష్మ శక్తి యొక్క స్వరూపం అయివుంటుంది. ఈ విలోమ త్రికోణంలో కూడా 'క్లీం' అనే సంస్కృత భాష యొక్క శబ్దం లేదా అక్షరం ఉంటుంది. ఇంకా ఈ విలోమ త్రికోణం ఎరుపురంగుతో నిండి ఉంటుంది. ఇదేగాక 'క్లీం' అనే శబ్దం కామశక్తికి లేదా సృష్టించే క్రియాత్మక శక్తికి బీజాక్షరం. ఎరుపురంగు కూడా కామం లేదా కోరికలకు ప్రతీక.

ఈ విలోమ త్రికోణం పైన శివలింగం లేదా పురుష జననేంద్రియం అయిన లింగం నలుపురంగులో ఉంటుంది. (శివలింగం కనిపించేది ఈ ఆకారంలో కాబట్టి). భారతదేశంలో శైవసిద్ధాంతాన్ని పాటించేవారు లేదా శివుణ్ణి పూజించేవారు భగవంతుణ్ణి పురుష జననేంద్రియ రూపంలో ఆరాధిస్తారు.

కుండలినీ శక్తి లేదా విశ్వశక్తి అయిన పరాశక్తి ఈ పురుష జననేంద్రియ రూపంలో ఉన్న శివలింగాన్ని చుట్టలు చుట్టుకొని ఉంటుంది. అది శివలింగాన్ని మూడున్నర చుట్లు చుట్టుకొని ఒక సర్పం మాదిరిగా తన నోటితో శివలింగం యొక్క పైభాగంలో ఉన్న బ్రహ్మద్వారాన్ని లేదా రంధ్రాన్ని కప్పివుంచుతుంది.

పాఠకులు ఇప్పుడు ఈ శక్తి ఎంత సూక్ష్మస్థాయిలో ఉంటుందో మరియు ఎంత గొప్ప శక్తివంతమైనదో సులభంగా ఊహించగలరు !

అన్నింటికంటే ముందు, ఈ శక్తికేంద్రం లేదా చక్రం అదృశ్యరూపంలో ఉంటుంది. అత్యంత ఆధునిక పరికరాలు కూడా ఈ శక్తియొక్క ఉనికిని పసిగట్టలేవు. తామరపుష్పం లాంటి రూపంలో ఉండే ఈ శక్తికేంద్రం, అతి సూక్ష్మాతి సూక్ష్మమైన వివిధ శక్తిరూపాలతో నిర్మితమైనది. ఇది ఎలా ఉండి ఉండవచ్చంటే సూక్ష్మమైన శక్తులతో నిర్మితమైన ఒక యంత్రం మాదిరి అని చెప్పవచ్చును. అంటే ఒక భౌతికయంత్రం ఏ విధంగా వివిధ లోహపుపరికరాలతో నిర్మితమౌతుందో, ఆ విధంగా సూక్ష్మాతి సూక్ష్మమైన వివిధ శక్తులతో ఈ శక్తికేంద్రం నిర్మితమై ఉండవచ్చును. ఇంకా ఈ సూక్ష్మశక్తులన్నీ చైతన్యవంత

మైనవి మరియు పరబ్రహ్మం లేదా విశ్వాత్మ లేదా భగవంతుడు ఈ అన్ని శక్తులలో వ్యాపించి ఉన్నది లేదా ఉన్నాడు. కనుక ప్రతి ఒక్క సూక్ష్మశక్తి స్వరూపానికి ఈ శక్తికేంద్రంలో ఏదో ఒక స్థానిక భగవంతుడు లేదా దేవత ప్రతీకగా ఉంటారు.

ఈ విషయం గురించి ఇంకా విపులంగా వివరిస్తాను !

శక్తి ఎప్పటికీ శక్తిమాన్ లేదా ఆత్మ లేదా బ్రహ్మం లేదా భగవంతుడికి వేరుగా ఏ స్థితిలోనూ ఉండదు. కాని ఈ 'బ్రహ్మాండం' అని పిలువబడే విశ్వంలో లేదా 'పిండాండం' అని పిలువబడే మానవశరీరంలో విశ్వశక్తి వివిధరూపాలలో తను నెరవేర్చబోయే విధులను బట్టి రూపాంతరం చెందుతుంది లేదా శక్తి వివిధ గుణాలను కలిగి ఉంటుందని చెప్పడం జరిగింది. కనుక శక్తి యొక్క ఒక్కొక్క సూక్ష్మరూపంలో ఒక భగవంతుడు కూడా ఉంటాడు. కొన్ని సందర్భాలలో ఈ శక్తికేంద్రంలో ఉన్న వివిధ సూక్ష్మశక్తులకు అధిపతులుగా స్త్రీ రూపంలోని దేవతలు, మరికొన్ని సందర్భాలలో దేవుళ్లు ఉంటారు. స్థానిక భగవంతుడు లేదా దేవత అని నేను పైనవాడిన పదానికి అర్థం ఇదే. అంతేగాని బ్రహ్మం లేదా ఆత్మని దేవుళ్లుగా పగులగొట్టడం అంటూ ఏమీ ఉండదు. అయితే బ్రహ్మాన్ని కేవలం సిద్ధాంత ధోరణిలో విభజన చేయడం మాత్రం జరిగింది. ఈ విభజన కేవలం బ్రహ్మాన్ని వివరించడానికి లేదా అతి సంక్లిష్టమైన బ్రహ్మం గురించి సహేతుకంగా ప్రాపంచిక భాషలలో వివరించడానికి మాత్రమే చేయబడింది.

తామరపుష్పం వంటి రూపంలో ఉన్న ఈ శక్తికేంద్రం ఏ శక్తి యొక్క స్పందనతో సంక్లిష్టంగా నిర్మితమైనదో, దానికన్నా ఇంకా అతి సూక్ష్మమైన స్పందన కలిగి ఉన్న కుండలినీ శక్తి ఈ చక్రంలోనే ఉంటుంది. బహుశః పాఠకులు ఇప్పుడు ఈ విశ్వశక్తి మానవశరీరంలో ఎంత సూక్ష్మస్థాయిలో ఉండి ఉంటుందో సులభంగా ఊహించగలరు !

విశ్వశక్తి అయిన ఈ పరాశక్తి లేదా మానవుని శరీరంలో నిద్రాణమై ఉన్న ఈ కుండలినీ శక్తి మానవుడిని సృష్టించిన తరువాత ఆ మానవుడికి నిరంతరం ఒక భ్రమపూరితమైన మాయా ప్రపంచాన్ని ఆ వ్యక్తి మస్తిష్కంలో ధారణ చేస్తూ

ఉంటుంది. నేను పైన వివరించిన మెదడు - వెన్నుపాము వ్యవస్థలో ఉన్న వివిధ శక్తిరూపాలు ఏదోవిధంగా భ్రమపూరితమైన మాయ యొక్క కిరణంతో మేళవించబడినాయి. ఇప్పుడు ఆ మాయాకిరణం లేదా భ్రమ అనే కిరణం మానవశరీరంలోని ఇంద్రియాల మాధ్యమంగా బాహ్యంగా శూన్యంలోకి ప్రసరింపబడుతుంది. మానవుని మస్తిష్కంలో ఈ విధంగా ఒక భ్రమపూరితమైన మాయా ప్రపంచం ధారణ చేయబడుతుంది. ఈ భ్రమపూరిత మైన జగత్తు మానవుని యొక్క అనుభవంలోకి వస్తుంది.

ఇంకా ఈ శక్తికేంద్రంలో యోగశాస్త్రాలలో వ్రాయబడినదాని ప్రకారం నేను పైన వివరించిన కొన్ని స్థానిక దేవుళ్లు, దేవతలు, వివిధవస్తువులు మరియు ఆయుధాలతో సహా ఉంటారు. ఇంతకుమించి ఈ శక్తికేంద్రం లేదా చక్రం గురించి నేను వివరించదలచుకోలేదు. ఎందుకంటే ఈ వివరణ వలన పాఠకులకు ఎటువంటి ఉపయోగం ఉండదు.

సిద్ధాంతపరంగా నేను వివరించిన శాస్త్రజ్ఞానమంతా కేవలం ఏదైనా ఉపన్యాసం ఇవ్వడానికి లేదా ప్రస్తుతం నేను చేస్తున్నట్లు ఏదైనా పుస్తకం వ్రాయడానికి మాత్రమే ఉపయోగపడుతుంది. ఈ రెండు ఉపయోగాలకు మించి, ఈ సైద్ధాంతిక వివరణ లేదా శాస్త్రజ్ఞానం ఒక వ్యక్తికి ఎలాంటి శాంతిని మరియు సంతోషాన్ని ఇవ్వలేదు. బహుశః మానవుని యొక్క బుద్ధికుశలతా వినోదము అనేది మరొక ఉపయోగము! ఈ శాస్త్రజ్ఞానం వలన కలిగే మేలు ఇంతకుమించి ఏమీలేదు.

నేను పైన వివరించిన విధంగా, మానవశరీరంలో మెదడు - వెన్నుపాము వ్యవస్థ యొక్క అంతర్భాగంలో మిగిలిన చక్రాలు లేదా శక్తికేంద్రాలు ఉంటాయి.

తరువాతి చక్రం స్వాధిష్ఠాన చక్రం ! ఇది మానవశరీరంలో జననేంద్రియాలు మొదలయ్యే ప్రాంతంలో ఉంటుంది. దీని తరువాత నాభి ప్రదేశంలో మూడవదైన మణిపూరక చక్రం ఉంటుంది. దీని తరువాత హృదయము లేదా గుండె ప్రాంతంలో నాలుగవదైన అనాహత చక్రం ఉంటుంది. ఐదవచక్రం గొంతు లేదా కంఠం ప్రారంభమయ్యే దగ్గర ఉంటుంది. దీనిని

విశుద్ధచక్రం అంటారు. ఆరవచక్రం కనుబొమ్మల మధ్యన ఉంటుంది. దీనిని ఆజ్ఞాచక్రం అంటారు. ఆఖరిదైన ఏడవచక్రాన్ని సహస్రారచక్రం అంటారు. ఇది మెదడు ప్రాంతంలో ఉంటుంది.

ప్రతి శక్తికేంద్రం లేదా తామరపుష్పం కొన్ని నిర్దిష్టమైన దళాలను కలిగి ఉంటుంది. అంటే అన్ని శక్తికేంద్రాలలో ఉన్న దళాల సంఖ్య ఒకే మాదిరిగా ఉండదు. అయితే మొదటిచక్రం నుండి ఆరవచక్రం వరకు కలిపి యాభైదళాలు ఉంటాయి. ఈ యాభైదళాల మీద సంస్కృతభాష వర్ణమాల యొక్క యాభై అక్షరాలు ఉన్నాయి. మెదడు ప్రాంతంలో ఉండే ఆఖరిదైన సహస్రారచక్రం మాత్రం వెయ్యిదళాలతో ఉంటుంది. ఈ దళాలపై యాభై అక్షరాలతో ఉన్న సంస్కృతభాష యొక్క వర్ణమాల ఇరవైసార్లు పునరావృతం అయివుంటుంది. అంటే ఒక్కొక్క అక్షరం ఇరవైదళాల మీద ఉంటుంది.

విశ్వశక్తి అయిన కుండలినీ శక్తి మూలాధార చక్రంలో జాగృతం గావింప బడిన తరువాత, ఆ శక్తి వెన్నుపాము మాధ్యమంగా మెదడు ప్రాంతానికి చేరినపుడు ఆ వ్యక్తిలో ఆత్మసాక్షాత్కారం జరుగుతుందని చెప్పబడింది.

విశ్వశక్తి తన క్రియాత్మకదిశలో ఉన్నపుడు మానవుడని పిలువబడే ఒక జీవాత్మగా భ్రమపూరితమైన మాయాప్రపంచాన్ని సృష్టించడం జరిగింది. ఆ తరువాత వెన్నుపాము క్రింది భాగాన ఉన్న మూలాధార చక్రం నుండే నిరంతరం ఆ మానవుడికి మాయాప్రపంచాన్ని ధారణ చేయడం కూడా జరిగింది. ఇప్పుడు ఈ ప్రక్రియను వ్యతిరేకదిశలోకి మళ్ళించబడినపుడు, విశ్వశక్తి మెదడు ప్రాంతంలో ఉన్న తన మూలంలోకి లేదా శివస్థానానికి తిరిగి వెళ్ళి బ్రహ్మంలో విలీనం అయిపోతుంది. ఆ వ్యక్తిలో బ్రహ్మజ్ఞానం ఉదయిస్తుంది లేదా ఆత్మసాక్షాత్కారం అవుతుంది.

నేను పైన వ్రాసిన ఈ సుదీర్ఘ వివరణ, ఒక మానవశరీరంలో విశ్వశక్తి యొక్క ప్రవాహాన్ని లేదా స్పందనని అర్థం చేసుకోవడానికి ఎంతో అవసరం. ఆదిశక్తి అయిన విశ్వశక్తి ఒక మానవశరీరాన్ని సృష్టించిన తరువాత లేదా మానవశరీరంగా ప్రకటింపబడిన తరువాత ఆ వ్యక్తి యొక్క అంతరంలోనే

విరాజిల్లుచున్న అనంతమైన ఆత్మకి ఒక భ్రమపూరితమైన మాయా ప్రపంచాన్ని నిరంతరం ధారణ చేస్తూ ఉంటుంది.

అయితే మానవశరీరంలో విరాజిల్లుచున్న ఆత్మ, విశ్వాత్మ లేదా భగవంతుని నుండి ఏమాత్రం వేరుకాదు అనే విషయం గుర్తుంచుకోవలసిందని పాఠకులకు విజ్ఞప్తి చేస్తున్నాను !

కనుక ఈ విశ్వశక్తి మానవశరీరంలో మెదడు – వెన్నుపాము వ్యవస్థ యొక్క క్రింది బాగాన సరిగ్గా గుదము మరియు జననేంద్రియాల నడిమధ్యన కేంద్రీకృతమై ఉన్నది.

ఈ శక్తి ఎప్పుడైతే ఒక గురువు ద్వారా జాగృతం చేయబడుతుందో అప్పుడు తను స్వయంగా సృష్టించి యుగయుగాల నుండి నిరంతరం ధారణ చేస్తున్న సృష్టిరచనా కార్యక్రమానికి వ్యతిరేకదిశ అయిన ప్రళయమార్గంలో వ్యక్తిగత స్థాయిలో వెళుతుంది. దీని ఫలితంగా సృష్టికి వ్యతిరేకదిశలో ప్రయాణించే ఈ శక్తి యొక్క ప్రవాహపు స్పందనలు మానవశరీరంలోని కణకణంలోకి చొచ్చుకుపోతాయి.

ఇప్పుడు నేను ఈ విశ్వశక్తి నా శరీరంలో ఎలా జాగృతం చేయబడిందో మరియు ఏ విధంగా ఈ ఆదిపరాశక్తి నా శరీరంలో ప్రవహిస్తుందో అనే విషయం గురించి నా స్వంత అనుభవాలను వివరిస్తాను.

—◆—

భాగము - 9

కుండలినీ శక్తి జాగృతి

శక్తిపాత పరంపరలో యోగాభ్యాసకులు అనుసరించే సిద్ధమహాయోగములో, 2007వ సంవత్సరంలో, నవంబరు నెలలో నాకు దీక్ష ఇవ్వడం జరిగింది. దీక్ష తీసుకున్న రోజు సరిగ్గా జ్ఞాపకం లేదు.

నా భవిష్యత్ గురుదేవులైన శ్రీ స్వామి సహజానంద తీర్థులవారు హైదరాబాద్ నగరానికి వస్తున్నట్లు నా స్నేహితుని ద్వారా వినడం జరిగింది. ఆయన శక్తిపాత పరంపరలో గొప్ప యోగి అని తెలిసింది.

ఆయన నా స్నేహితుని (డాక్టర్ వి.వి.యస్.ఎస్. చంద్రశేఖరం) ఇంటికే వస్తుండటం చేత నన్ను కూడా ఆయనను కలిసేందుకు ఇంటికి రమ్మని ఆహ్వానించడం జరిగింది. నేను వెంటనే అంగీకరించాను. నా స్నేహితుని ఇంట్లో ఆ రోజు రాత్రి ఎనిమిది - తొమ్మిది గంటల మధ్య నా భవిష్యత్ గురుదేవులు అయిన శ్రీ స్వామి సహజానంద తీర్థుల వారిని కలుసుకున్నాను.

అయితే ఆయనను చూడగానే చాలా ఆశ్చర్యపోవటం జరిగింది. ఎందుకంటే 21 సంవత్సరాల క్రితం ఢిల్లీ నగరానికి వెళ్తున్న ఒక రైలుబండిలో ఆయనతో కలిసి ప్రయాణం చేసినట్లు జ్ఞాపకం వచ్చింది !

అది 1986 వ సంవత్సరంలో వేసవి కాలం ! అప్పుడు నా వయస్సు పదిహేను సంవత్సరాలు. ఆయన ప్రయాణిస్తున్న రైలుబండి లోనే నేను కూడా ప్రయాణిస్తున్నాను !

ఇద్దరం ఒకే రైలుపెట్టెలో ప్రయాణిస్తున్నాం ! ఆయన నా బెర్తుకు ఎదురుగా ఉన్న క్రింది బెర్తులో కూర్చున్నారు. మేము ఇద్దరం కలిసి దాదాపు 30 గంటలు అదే రైలుబండిలో ప్రయాణం చేశాము.

ఆయన కాషాయవస్త్రాలు ధరించి ఉన్నారు. ఆయన నేటి ఉత్తరాఖండ్ రాష్ట్రంలోని (1986 వ సంవత్సరంలో ఈ రాష్ట్రం ఉత్తరప్రదేశ్ రాష్ట్రంలో

కలిసి ఉండేది) ఋషీకేశ్ అనే నగరంలో ఉన్న తన ఆశ్రమానికి తిరిగి వెళ్లు చున్నారు. ఈ నగరం హిమాలయ పర్వత పాదశ్రేణుల మొదట్లో ఉన్నది. ఈ నగరం దాటిన తరువాత వెంటనే హిమాలయ పర్వతాలు మొదలవుతాయి.

ఈ పర్వతశ్రేణులను దాటుకుంటూ కొంచెం లోపలికి వెళితే (బస్సులో దాదాపు 4-5 గంటల ప్రయాణం) ఉత్తర కాశి అనే పట్టణం వస్తుంది. ఈ పట్టణంలో ప్రసిద్ధి గాంచిన 'నెహ్రూ ఇనిస్టిట్యూట్ ఆఫ్ మౌంటనీరింగ్' అనే సంస్థ ఉన్నది. ఈ సంస్థ పర్వతారోహకులకు శిక్షణ ఇస్తుంటుంది. నేను పర్వతారోహణ మరియు 'రాక్‌క్లైంబింగ్' అనే క్రీడలలో శిక్షణ పొందే నిమిత్తం అక్కడికి ప్రయాణం చేస్తున్నాను.

అయితే ఉత్తర కాశి అనే పట్టణానికి చేరాలంటే ముందు ఋషీకేశ్ నగరానికి వెళ్లి అక్కడనుండి బస్సులో ప్రయాణం చేయాలి లేదా దానికంటే ముందు వచ్చే హరిద్వార్ అనే నగరం నుండి కూడా బస్సులు దొరుకుతాయి.

శ్రీ స్వామి సహజానంద తీర్థుల వారితో సంభాషణ జరుపుతున్న సమయంలో ఆయనకు నా విషయం అంతా చెప్పేశాను. నేను ఎలాగూ హరిద్వార్ నగరంలో లేదా ఋషీకేశ్ నగరంలో ఒక రాత్రి గడపవలసిన (వెళ్ళే సమయంలో మరియు తిరుగు ప్రయాణంలో) అవసరం ఉన్నది కాబట్టి ఋషీకేశ్ లోని తన ఆశ్రమానికి వచ్చి ఉండవచ్చని ఆహ్వానించారు.

అంతేగాక ఆయన తన పేరు మరియు ఆశ్రమము యొక్క చిరునామా ఒక పేపరు మీద వ్రాసి నాకు ఇచ్చారు. అయితే నేను ఆయన ఆహ్వానాన్ని పెద్దగా పట్టించుకోలేదు మరియు ఇక ఆ విషయం మీద అంతగా దృష్టి పెట్టలేదు.

ఇక్కడ ఒక విషయాన్ని గమనించాలి. అప్పట్లో నా వయస్సు కేవలం పదిహేను సంవత్సరాలు మరియు నా భవిష్యత్ గురువుగారి వయస్సు దాదాపు 62 సంవత్సరాలు. వయస్సులో ఇంత తేడా ఉన్న మా ఇరువురి మధ్యన ఏ విధమైన సంభాషణ జరిగి ఉంటుందో పాఠకులు ఊహించగలరు !

క్రొత్త ఢిల్లీ చేరిన తరువాత మేమిద్దరం విడిపోయాం. నేను హరిద్వార్ వెళ్లడానికి బస్సు ఎక్కేముందు ఢిల్లీలో ఏదో పని ఉండడంవల్ల ఒకరోజు ఆగాల్సి

వచ్చింది. ఆయన కూడా ఏదో పని వలన ఒకరోజు ఢిల్లీ లోనే ఆగిపోయారు.

అదేరోజు సాయంత్రం నేను హరిద్వార్ వెళ్లడానికి బస్సెక్కాను. హరిద్వార్ ఋషీకేశ్‌కు దగ్గరలోనే ఉంటుంది. అర్ధరాత్రి సమయంలో బస్సు హరిద్వార్ చేరుకుంది. ఆ సమయంలో పట్టణంలో ఉన్న విపరీతమైన జనాభాను చూసి నేను చాలా ఆశ్చర్యపోయాను. చాలామంది వీధులలోనే నేలమీద నిద్రిస్తున్నారు. నాకు తరువాత అసలు విషయం తెలిసింది. పన్నెండేళ్ళకోసారి వచ్చే కుంభమేళా ఉత్సవం గంగానదీ తీరాన జరుగుతుంది. పైగా ఆ సమయంలో ఉత్సవం ఉచ్ఛదశకు చేరుకుంది.

దాని ఫలితంగా నేను ఎక్కడుండాలో అర్థం కాలేదు. అతికష్టం మీద ఒక హెూటల్‌లో చాలా ఎక్కువ ధర చెల్లించిన తరువాత పడుకోవడానికి ఒక మంచం లభించింది.

మరుసటిరోజు ఉత్తర కాశీకి బయలుదేరే ముందు, నేను తిరుగు ప్రయాణపు రైలు టిక్కెట్లు ముందుగానే రిజర్వేషన్ చేయించాలని నిర్ణయించుకున్నాను. ప్రయాణీకుల సంఖ్య చాలా ఎక్కువగా ఉండడంచేత, అదనంగా రిజర్వేషన్ కౌంటర్లు ఏర్పాటు చేసినా, నేను టిక్కెట్టు కొనడానికి ఎన్నో గంటల సమయం పట్టింది. ఈ ఆలస్యం కారణంగా ఉత్తర కాశీకి వెళ్లే చివరి బస్సు వెళ్ళిపోయింది.

మరొకరోజు హరిద్వార్ లోనే ఆగాల్సి వస్తుందనే ఆలోచనకే నేను బెదిరి పోయాను. హెూటళ్లలో గదుల ధరలు విపరీతంగా పెంచబడి ఉన్నాయి. ఇక నేను హరిద్వార్‌లో ఉండకుండా, ఉత్తర కాశీ దిశలో వెళ్లే ఏ బస్సు దొరికితే ఆ బస్సు ఎక్కి సాయంత్రం లోపల ఏదో ఒక పట్టణానికి చేరవచ్చునే ఆలోచన చేశాను. పైగా నేను తొందరగా ఋషీకేశ్ నగరం చేరుకుంటే, అక్కడి నుండి ఉత్తర కాశీకి వెళ్ళేదారిలో వచ్చే టెహ్రీ అనే పట్టణాన్ని చేరుకోవడానికి చివరిబస్సు దొరకవచ్చని ఎవరో చెప్పారు.

నేను ఈ దారిలో వెళ్లడానికి నిర్ణయించుకున్నాను. ఎందుకంటే కుంభమేళా ఉత్సవానికి ముఖ్యకేంద్రం అయిన హరిద్వార్ నగరం నుండి దూరంగా వెళ్లేకొలదీ హెూటళ్లలో గదుల ధరలు తగ్గిపోతాయి.

అయితే నేను హరిద్వార్ నగరం నుండి బయలుదేరి ఋషీకేశ్ నగరానికి చేరుకునే సమయానికి, టెహ్రీ పట్టణానికి వెళ్ళే ఆఖరిబస్సు కూడా వెళ్ళిపోయిందని తెలిసింది. నా సమస్య ఇంకా జటిలం కావడానికి, ఋషీకేశ్‌లో కూడా గదుల ధరలు విపరీతంగా పెంచి ఉన్నట్లు తెలిసింది.

అయితే నాకు మాత్రం వేరే దారిలేక రెండవరోజు రాత్రి కూడా అక్కడే ఆగిపోవలసి వచ్చింది.

అప్పుడు నాకు శ్రీ స్వామి సహజానంద తీర్థులవారు ఇచ్చిన ఋషీకేశ్ ఆశ్రమం యొక్క చిరునామా గురించి జ్ఞాపకం వచ్చింది. ఇక చేసేది ఏమీ లేక పరిస్థితుల ప్రభావం వలన నేను ఆ రాత్రికి ఉచితంగా బస చేయవచ్చనే ఆలోచనతో ఆశ్రమం యొక్క దారిపట్టాను.

ఆ ఆశ్రమం పేరు 'యోగ శ్రీ పీఠం'. అది గంగానదీ తీరానికి చాలా దగ్గరలో ఉన్నది. ఆశ్రమానికి వెళ్లిన తరువాత శ్రీ స్వామి సహజానంద తీర్థుల వారు ఢిల్లీ నుండి ఇంకా రాలేదని తెలిసింది (మేమిద్దరం ఢిల్లీలో విడిపోయిన సంగతి ఇంతకుముందే వివరించాను). ఇక ఆయన లేకుండా పరిచయం లేని ఆశ్రమవాసులని ఆ రాత్రికి బస గురించి అడగాలా వద్దా అనేది అర్థం కాలేదు. ఆఖరికి అడగడానికి మనసొప్పక వెనుదిరిగాను.

ఆశ్రమం నుండి మెల్లగా నడక ప్రారంభించాను. అంతలో శ్రీ స్వామి సహజానంద తీర్థులవారు అల్లంత దూరంలో ఆశ్రమం వైపు వస్తూ కనిపించారు. ఆయనను చూడగానే నా సమస్యలన్నీ తొలగిపోయినట్లు అనుభూతి కలిగింది. నా పరిస్థితులన్నీ ఆయనకు వివరించాను. ఆయన ఆ రాత్రికి నేను ఆశ్రమంలో ఉండడానికి దయతో అంగీకరించారు.

మరుసటి రోజు నేను ఉత్తర కాశీకి బయలుదేరాను. అయితే నాకు అప్పుడు తెలియదు. 21 సంవత్సరాల తరువాత నేను మరలా ఆయనను కలుస్తానని !

ఈ సంఘటన జరిగిన పది, పదకొండు సంవత్సరాల తరువాత నేను మళ్ళీ ఒకసారి ఋషీకేశ్ వెళ్లడం జరిగింది. అప్పటికి నేను బాల్యవయస్సు దాటి బహుశః ఇరవైఐదు, ఇరవైఆరు సంవత్సరాల వయస్సులో ఉండివుంటాను.

నేను ఆశ్రమానికి వెళ్లి శ్రీ స్వామి సహజానంద తీర్థులవారిని కలవాలని నిర్ణయించుకున్నాను. అయితే ఆశ్రమం పేరు మరియు సరిగ్గా ఆశ్రమం ఉన్న ప్రదేశం గుర్తుకురాలేదు. ఏదోవిధంగా కొంచెంసేపు వెదకిన తరువాత మరియు ఎవరెవరినో అడిగి చివరకు ఆశ్రమాన్ని కనుగొన్నాను. అక్కడికి వెళ్లిన తరువాత ఆయన గురించి విచారించాను. అయితే ఆయన అక్కడ ఉండటం లేదని మరియు ఆయన ఎక్కడ ఉన్నదీ ఎవరికీ తెలియదని తెలిసింది. నేను చాలా నిరాశతో వెనుదిరిగాను. ఈ సంఘటన తరువాత 2007 వ సంవత్సరంలో హైదరాబాద్ నగరంలో దాదాపు మరొక పది, పదకొండు సంవత్సరాల తరువాత ఆయనను కలిశాను. ఆ సమయంలో ఏదో పనివుండి నేను కూడా హైదరాబాద్ వచ్చి ఉన్నాను.

ఈ రెండవసారి ఆయనను కలిసినప్పుడు, ఆయన నాకు సిద్ధమహా యోగంలో దీక్ష ఇవ్వడానికి అంగీకరించారు. ఆ మరుసటి రోజే తెల్లవారుజామున నాలుగు గంటలకు దీక్ష ఇస్తామని కూడా చెప్పారు. ఆ రోజు రాత్రి నేను నా స్నేహితుని ఇంటిలోనే బస చేసి, మరుసటి రోజు ఉదయం నాలుగు గంటలకు, ఆయన చెప్పిన సమయానికి మరికొందరితో కలసి ఆయన ముందు హాజరయ్యాను.

మేమందరం ఆయన ముందు ధ్యానం చేస్తూ కూర్చుని ఉన్నాము ! ఆయన ఒక్కొక్కరి తల మీద తన చేతిని ఉంచి స్పర్శ ద్వారా దీక్ష ఇవ్వడం జరిగింది.

ఆ దీక్ష ఇచ్చే కార్యక్రమం అంతా చాలా వేగంగా ముగిసింది. అయితే దీక్ష తీసుకున్న తరువాత వరుసగా మూడురోజుల పాటు గురువుగారి సమక్షంలో ఉండాలని చెప్పారు. ఈ మూడురోజుల వ్యవధి పూర్తయితే గాని దీక్ష తీసుకునే కార్యక్రమం సంపూర్ణంగా జరిగినట్లు లెక్కకు రాదు. ఎందుకంటే క్రొత్తగా దీక్ష తీసుకున్న సాధకులలో వెంటనే క్రియలు మొదలయ్యే అవకాశం ఉన్నది. ఈ క్రియలు మొదటిసారిగా మొదలైనపుడు గురు సమక్షంలో ఉండుట సాధకులకు శ్రేయస్కరం. అవసరమైతే క్రియల యొక్క తీవ్రతను తగ్గించవచ్చును లేదా పెంచవచ్చును. అయితే ఇది కేవలం గురువుగారే చేయగలరు కాబట్టి కనీసం

మూడురోజుల దాకా ఆయన సమక్షంలోనే ఉండి సాధన చేయాలనే యోగ నియమాన్ని నిర్దేశించడం జరిగింది.

నాకు మొదటిరోజే దీక్ష ఇచ్చిన తరువాత ఒకమంత్రం కూడా ఉపదేశించడం జరిగింది. అయితే అది నేను జపం చేస్తూ సాధన చేయాల్సిన సంస్కృతభాషలోని ఒక అక్షరం. నా శరీరంలో ఏవో కొన్ని ప్రక్రియలు మొదలౌతాయని, వాటిని క్రియలంటారని చెప్పడం జరిగింది.అంటే సాధన చేస్తున్న సమయంలో శరీరంలో మొదలయ్యే ప్రక్రియను సంస్కృతభాషలో 'క్రియ' అంటారు. ఈ క్రియ వలన నేను జన్మజన్మల నుండి నా మనస్సులో కూడబెట్టుకొని ఉన్న కర్మలు లేదా ఇంద్రియముల అనుభూతులు అన్నీ శుభ్రపరచబడతాయని తెలిసింది. సంస్కృత భాషలోని 'కర్మ' అనే ఈ పదాన్ని వివరించవలసిన అవసరం లేదనుకుంటాను. ఎందుకంటే ఈ రోజుల్లో ప్రపంచమంతా అన్ని దేశాలలో ఈ పదాన్ని అందరూ బాగా అర్థం చేసుకుని ఉన్నారు.

అయితే నేను సిద్ధమహాయోగంలో దీక్షపొందే సమయానికి జీవితంలో ఎన్నో ఆర్థికపరమైన మరియు వైవాహికపరమైన సమస్యలతో సతమతమవుతూ ఉన్నాను.

ఎలాంటి సమస్యల మధ్య నా జీవితం అప్పుడు ఊగిసలాడుతూ ఉన్నదో, వాటినన్నింటినీ నేను వివరించడం లేదు. అయితే నా జీవితంలో అప్పుడు అనుభవిస్తున్న ఆ పరిస్థితుల ప్రభావంచేత ప్రతిరోజూ మంత్రజపం చేయలేక పోయేవాడిని. ఎప్పుడైనా ఒకరోజు మాత్రమే మంత్రాన్ని జపం చేసేవాడిని.

కాని నా గురువుగారు మాత్రం అప్పుడప్పుడు నా సాధన గురించి విచారిస్తూనే ఉన్నారు.

నేను దీక్ష తీసుకున్న ఏడు, ఎనిమిది నెలల తరువాత నా గురువుగారు నాకు ఉపదేశించిన మంత్రాన్ని మార్చి మరొక క్రొత్త మంత్రాన్ని ఉపదేశించారు. ఇక్కడ ఈ విషయం గురించి పాఠకులకు వివరిస్తాను. ఏ కారణంచేత మంత్రాన్ని మార్చడం జరుగుతుందో వివరిస్తాను. ఒక సాధకునికి ఉన్న చిత్తస్థితి లేదా మనస్సులో ఉన్న పరిస్థితిని బట్టి మంత్రం ఉపదేశం చేయడం జరుగుతుంది.

ఈ కారణంచేతనే మానవులందరికీ ఒకే రకమైన మంత్రాన్ని ఏ గురువుగారు ఇవ్వరు. అయితే ఒక వ్యక్తి మనస్సులో ఉన్న స్థితి మారినప్పుడు, ఆ మారిన చిత్తస్థితికి అనుగుణంగా క్రొత్తమంత్రాన్ని ఉపదేశించడం జరుగుతుంది. ఒక సాధకుని యొక్క చిత్తస్థితి గురువుగారికి అన్నివేళలా అర్థమై ఉంటుంది. కాబట్టి ఆయన అవసరమైనపుడు యోగసాధనలో శిష్యుడు ఉపయోగిస్తున్న ఉపాయాన్ని (ఈ సందర్భంలో మంత్రం) కూడా మారుస్తారు. అయితే ఇది కేవలం అవసరాన్ని బట్టి మాత్రమే చేయడం జరుగుతుంది.

నా గురువుగారు నాకు ఉపదేశించిన మంత్రాన్ని మార్చే సమయానికి నా జీవితంలో పరిస్థితి ఇంకా బాగా దిగజారిపోయి ఉన్నది. నాకు వృత్తిపరంగా మరియు వైవాహిక జీవితంలో సమస్యలు ఇంకా ఎక్కువైపోయాయి. అంతేగాక నా ఆర్థిక పరిస్థితి కూడా ఇంకా క్షీణించిపోయింది.

నా ఉద్యోగంలో పదోన్నతికి ఉన్న అవకాశాన్ని పోగొట్టుకున్నాను. దీని ఫలితంగా నా ఉద్యోగంలో ఉన్నతి అనేది ఆగిపోయి ఎక్కడిదక్కడ అలాగే నిలిచి పోయింది. నా భార్యతో విబేధాలు పెరిగిపోయి, నా రెండవ వివాహం కూడా ముక్కలవడం మొదలైంది. దీనికి తోడు స్టాక్ మార్కెట్లు మరియు వివిధ ఆన్‌లైన్ వ్యాపారాలలో బాగా నష్టపోయి అప్పులవలలో ఇరుక్కుపోయాను.

ఇలాంటి పరిస్థితులలో నాకు గురువుగారు మంత్రాన్ని మార్చి క్రొత్త మంత్రాన్ని ఉపదేశించడం జరిగింది. నా జీవితంలో నానాటికీ క్షీణించిపో తున్న పరిస్థితులను అరికట్టే నిమిత్తం మరియు రక్షణగా ఈ క్రొత్త మంత్రాన్ని ఉపదేశించడం జరిగింది.

అయితే అప్పట్లో నా చుట్టూవున్న పరిస్థితుల వలన ఈ క్రొత్త మంత్రాన్ని కూడా ప్రతిరోజూ జపం చేయలేకపోయేవాడిని.

నా జీవితంలోని అస్థిరత్వం మరియు నిరాశా నిస్పృహలు మరొక ఏడు, ఎనిమిది నెలలు అలా కొనసాగాయి.

అప్పటికి నా పరిస్థితి ఇంకా క్షీణించిపోయి, ఇక ఎప్పటికైనా బాగవుతుందనే ఆశ కూడా సుదూరంగా వెళ్లిపోయింది.

నీచమైన ఆలోచనలు నా మనస్సుని ఆక్రమించుకోవడం మొదలు పెట్టాయి.

నేను సులభంగా మరణించే విధానం గురించి ఆలోచించడం మొదలు పెట్టాను. సులభంగా ప్రాణత్యాగం చేసే వివిధ పద్ధతులను గురించి తెలుసు కునేందుకు ఇంటర్నెట్లో వెదికేవాడిని.

అలాంటి పరిస్థితులలో నేను నా హృదయపు లోతులలో ఆశించిందంతా కేవలం ఒకే ఒకటి ! అది ఏమిటంటే ఎంతకాలం వీలయితే అంతకాలం ఏదో ఒక విధంగా జీవించగలిగితే బాగుంటుందని ! కాని పరిస్థితులు నాకు ఆ అవకాశాన్ని సులభంగా ఇవ్వడం లేదు. ఈ ప్రపంచం అంతా నేను జీవించి ఉండుటకు ఇష్టపడటం లేదనే భావన నాలో కలగడం మొదలైంది.

సరిగ్గా ఇటువంటి స్థితిలో ఉండగా నేను, నా రెండవ భార్య విడిపోవాల్సిన పరిస్థితి వచ్చింది.

ఇక నేను చేసిన అప్పులకు కనీసం కొంతయినా, ప్రతినెలా చెల్లించడంలో విఫలమవడం మొదలైంది. దీనితో నాకు అప్పులిచ్చిన ఆర్థికసంస్థలు నన్ను మానసికంగా ఇబ్బంది పెట్టడం ప్రారంభమైంది.

ఆ విధంగా నేను భావోద్వేగాలకు లోనై, నా జీవితంలో అన్ని రంగాలలో నిరంతరం ఎదురవుతున్న ప్రాపంచిక సమస్యల రాపిడికి తట్టుకోలేక ఏదోవిధంగా జీవిస్తూ వచ్చాను.

ఇలాంటి పరిస్థితులలో నాకు గురువుగారు ఉపదేశం చేసిన రెండవ మంత్రాన్ని కూడా మరలా మార్చడం జరిగింది. నాకు మరొక క్రొత్త మంత్రాన్ని ఉపదేశం చేయడం జరిగింది. ఇక నేను ఈ భూమిమీద నా మనుగడ కోసం విజయమో వీరస్వర్గమో అన్న భావనతో పోరాటం చేయడం మొదలు పెట్టాను. ఆఖరికి ఈ క్రొత్త మంత్రాన్ని ప్రతిరోజూ విజయమో వీరస్వర్గమో అన్న భావనతో జపం చేయడం ప్రారంభించాను.

ఈ మూడవసారి ఉపదేశం చేయబడిన మంత్రం యొక్క సాధన అయిదు – ఆరు నెలలు కొనసాగింది. అయినా ఏ అద్భుతమూ జరుగలేదు !

ఈ మంత్రజపంతో పాటు గురువుగారు నన్ను ఒకవిధమైన యోగ

ప్రక్రియను కూడా అభ్యాసం చేయవలసిందిగా ఆదేశించారు. ఇది శ్వాసను నిలిపివేసి చేసే ఒక గొప్ప యోగ ప్రక్రియ. దీనిని యోగశాస్త్రాలలో 'షణ్ముఖిముద్ర' అంటారు.

ఈ యోగముద్రలో ఒకేసారి రెండు కళ్ళనీ, రెండు చెవులను, రెండు ముక్కు రంధ్రాలను మరియు నోటిని రెండు చేతులు ఉపయోగించి బలవంతంగా మూసివేయాలి. అంటే ముఖం మీద ఉన్న రంధ్రాలన్నింటినీ చేతులకు ఉన్న పదివేళ్ళను ఉపయోగించి ఒకేసారి మూసివేయాలి. దీనికి ముందుగా ఊపిరితిత్తుల నిండుగా గాలినింపాలి. ఈ ముద్ర వేస్తే శ్వాస శరీరం లోపలే బంధింపబడుతుంది. ఎంతసేపు వీలయితే అంతసేపు శ్వాసను అలా బంధించి ఉంచాలి.

ఇలా శ్వాసను బంధించి ఉన్న సమయంలో, నేను అంతరాకాశంలో నా కనుబొమ్మల మధ్య ప్రాంతంలో లేదా నా ఎదురుగా ఒక శక్తివంతమైన మరియు తేజోవంతమైన మరియు తెల్లనిరంగుతో ఉన్న సూర్యకాంతిని దర్శించేవాడిని. కొన్నిక్షణాలు శ్వాసను బంధించి ఉంచిన తరువాత నిదానంగా నోటి ద్వారా గాలిని బయటికి వదిలేవాడిని. అయితే నా కళ్ళను సైతం తెరవకుండా ముద్రలోనే కూర్చొని ఉండేవాడిని. ఎందుకంటే మరలా గాలి పీల్చుకొని మరొకసారి శ్వాసను లోపల బంధించడానికి ! అయితే శ్వాసను బయటకు వదిలిన విరామ సమయంలో, నేను అంతరాకాశంలో చూస్తున్న తెల్లనికాంతి యొక్క రంగులు మారిపోయేవి. అవి నీలం, ఎరుపు, పసుపు మొదలైనవి. ఈ మారేరంగులు ఏ క్రమంలో మారినవి అనేది నాకు ఇప్పుడు సరిగ్గా జ్ఞాపకం రావటంలేదు. కాని ఈ విధంగా సూర్యుని వంటి ప్రకాశాన్ని అంతరాకాశంలో దర్శించడం అనేది ఈ యోగప్రక్రియను సాధనచేసే అందరికీ అంత సులభం కాదని నా గురువుగారు చెప్పారు.

ఈ విధంగా అంతరాకాశంలో కాంతిని దర్శించడం అనేది యోగసాధనలో మంచి ప్రగతికి సంకేతం !

ఈ యోగప్రక్రియను సాధన చేస్తున్న కాలంలో, పగటిపూట నా శరీరం

లోపల నీరుఅంతా ఎండిపోయినట్లుగా అనుభూతి చెందేవాడిని. నాకు అంతరాకాశంలో దర్శనం అవుతున్న సూర్యుని వంటి ప్రకాశమే ఈ విధంగా జరుగడానికి కారణం అని ఒక యోగశిక్షకుడు చెప్పడం జరిగింది. దీని కోసం ఆహారంలో ఆవునెయ్యి ఉపయోగించమని కూడా ఆయన సలహా ఇచ్చారు. ఆయన చెప్పినట్లు నేను నా భోజనంలో ఆవునెయ్యి వేసుకొని తినడం ప్రారంభించిన తరువాత ఆ సమస్య మరలా ఎప్పుడూ ఎదురు కాలేదు.

అయితే ఈ యోగప్రక్రియ సాధన చేయడం వలన కలిగే ఫలితం, శరీరంలో అనుభవమయ్యే చిన్నచిన్న సమస్యలకన్నా ఎంతో గొప్పది మరియు ఆధ్యాత్మిక ఉన్నతిని ఇస్తుంది. అందువలన ఈ యోగముద్రను సాధన చేయడానికి ఎవరూ శంకించాల్సిన అవసరం ఎంతమాత్రం లేదు.

అయితే పాఠకులందరికీ ఒక విజ్ఞప్తి చేయదలచుకున్నాను ! ఈ యోగ ముద్రతో పరిచయం లేనివారు, ఒక గురువు లేదా హఠయోగ శిక్షకుని పర్యవేక్షణ లేకుండా ఈ యోగముద్ర సాధన చేయడానికి ప్రయత్నించకండి !

నేను షణ్ముఖీముద్రను సాధనచేస్తున్న రోజుల్లో, నా గురువుగారు విజయవాడ నుండి ఋషీకేశ్ నగరంలో ఉన్న 'యోగ శ్రీ పీఠం' ఆశ్రమాన్ని సందర్శించడానికి వచ్చారు. ఆయన నన్ను కూడా వీలయితే అక్కడకు వచ్చి కలవమని ఆదేశించారు.

ఆ రోజుల్లో నేను 'జమ్ము-కాశ్మీర్' రాష్ట్రంలోని శ్రీనగర్ అనే నగరంలో నివసించేవాడిని.

శ్రీనగర్ నుండి కారులో డ్రైవ్ చేసుకుంటూ ఋషీకేశ్ వెళ్లడానికి నిర్ణయించుకున్నాను. ఇక్కడ ఒక విషయం పాఠకులకు చెప్పదలచుకున్నాను. శ్రీనగర్ మరియు ఋషీకేశ్ నగరాలు రెండూ హిమాలయ పర్వతశ్రేణులు మొదలయ్యే ప్రాంతంలోనే ఉంటాయి. అంటే హిమాలయ పర్వతశ్రేణుల లోపలివైపుకి ఏమీ లేవని అర్థం. అయితే ఈ రెండు నగరాల మధ్య అయిదు - ఆరువందల కిలోమీటర్ల దూరం ఉన్నది. శ్రీనగర్ మరియు ఋషీకేశ్ మధ్యన విస్తరించి ఉన్న ఈ సన్నటి పర్వతప్రాంతములో భారతదేశంలో శాక్తసిద్ధాంతాన్ని

పాటించేవారి కోసం ఎన్నో శక్తికేంద్రాలు వెలసి ఉన్నాయి. అంటే ఎన్నో శక్తికేంద్రాలకి ఈ ప్రాంతం పుట్టినిల్లు.

భారతదేశంలో శాక్తసిద్ధాంతం పాటించేవారు శక్తిపీఠములని పిలిచే ఈ శక్తికేంద్రాలని నేను దారిమధ్యలో సందర్శిస్తూ బయలుదేరాను. ఆ శక్తి కేంద్రాలన్నింటికీ ప్రణామము చేస్తూ చివరికి ఋషీకేశ్ నగరం చేరుకున్నాను. నా గురువుగారు ముందే అక్కడికి చేరుకుని నాకోసం ఎదురు చూస్తున్నారు.

నేను ఆశ్రమంలో కొన్నిరోజులు ఉన్న తరువాత నా గురువుగారు 'గంగోత్రి' అనే ప్రదేశాన్ని సందర్శించాలని నిర్ణయించారు. నన్ను కూడా తనతో రావలసినదిగా ఆదేశించారు. ఈ గంగోత్రి అనే ప్రదేశం బాగా హిమాలయ పర్వతశ్రేణుల లోపల ఉంటుంది. భారతదేశంలో ప్రసిద్ధిగాంచిన గంగానది ఈ గంగోత్రి ప్రాంతంలోనే మొదలవుతుంది. గంగానది, గంగోత్రి అనే పేరుగల మంచునది నుండి కరిగి ప్రవహించడం ప్రారంభిస్తుంది. ఈ గంగోత్రి మంచునది 'గంగోత్రి' అనే ఊరినుండి దాదాపు పదహారు కిలోమీటర్ల దూరంలో ఉంటుంది. ఎక్కడయితే గంగానది ప్రవాహం మొదలవుతుందో ఆ ప్రదేశాన్ని 'గోముఖ్' లేదా ఆవుముఖము అంటారు.

నాకు ఈ పర్వతప్రాంతమంతా బాగా పరిచయం. నేను 16 సంవత్సరాల వయస్సులో ఉన్నపుడు గంగోత్రి మంచునది మీద పర్వతారోహణంలో శిక్షణ పొందడం జరిగింది. నేను నా గురువుగారిని మొదటిసారి కలిసిన ఒక సంవత్సరం తరువాత మరలా ఇక్కడకు వచ్చి ఈ శిక్షణ పొందాను.

నేను ఈ భాగంలో ఇంతకుముందు వివరించినట్లు నేను మొదటిసారి గురువుగారిని కలిసినపుడు ఉత్తర కాశి అనే పట్టణానికి వెళుచున్నాను. ఈ విషయం పాఠకులకు జ్ఞాపకం ఉండే ఉంటుంది. ఈ పట్టణం ఋషీకేశ్ మరియు గంగోత్రి మధ్య ఉంటుంది. నేను కారు నడుపుతూ గురువుగారితో కలసి ఋషీకేశ్ నుండి బయలుదేరి, ఉత్తర కాశీ పట్టణాన్ని దాటి చివరకు గంగోత్రి చేరుకున్నాను.

సిద్ధమహాయోగం గురించి గురువుగారితో క్షుణ్ణంగా చర్చించడానికి ఈ ప్రయాణంలో నాకు చాలా మంచి అవకాశం మరియు సమయం దొరికాయి.

అయితే ఈ సంభాషణకు సంబంధించిన వివరాలన్నీ వివరంగా వ్రాయకుండా కేవలం సంభాషణలోని కొంతభాగం గురించి మాత్రమే వివరిస్తాను. ఎందుకంటే ఈ సంభాషణ మరికొన్ని వారాల తరువాత నా జీవితంలో అనూహ్యమైన మార్పులను తీసుకురాబోతుంది కాబట్టి !

క్రింది పేరాలలో వివరించిన విషయాలు చదివిన తరువాత నేను ఎందుకు ఈ గంగోత్రి ప్రయాణం గురించి వ్రాస్తున్నానో పాఠకులకు అర్థమవుతుందను కుంటాను.

భగవంతుణ్ణి భౌతికంగా కాకుండా కేవలం మానసికంగా పూజిస్తే దక్కే ఫలితాన్ని గురించిన విషయంమీద మా ఇద్దరిమధ్య చర్చ కేంద్రీకృతమైవున్నది.

మానవుని శరీరం కన్నా మనస్సు గొప్పదని, ప్రపంచవ్యాప్తంగా అందరూ అంగీకరిస్తున్నారు. మతవ్యవస్థలు మరియు ఆధునిక విజ్ఞానశాస్త్రం కూడా ఈ విషయాన్ని అంగీకరిస్తున్నాయి. అలా అయితే భగవంతునికి భౌతికంగా కాకుండా మానసికంగా ఎందుకు పూజ చేయకూడదు ? అంటే ఉదాహరణకు భగవంతునికి భౌతికంగా కాకుండా కేవలం మానసికంగా పూజా కార్యక్రమాన్నంతా ఊహించుకొని పుష్పాలను ఎందుకు సమర్పించకూడదు ?

మనస్సు శరీరంకన్నా గొప్పది కాబట్టి, మానసికంగా చేసే కర్మ భౌతికంగా చేసే కర్మకంటే గొప్పది అయివుండాలి కదా ! నేను నా గురువుగారిని అడిగిన ప్రశ్న ఇదే !

దీనికి సమాధానం గురువుగారు వెంటనే చెప్పేశారు. అదేమంటే మానసిక పూజ, భౌతిక పూజ కన్నా గొప్పదే కాకుండా ఎన్నోరెట్లు శక్తివంతమైనదని ! అయితే ఆయన మరొక విషయం కూడా చెప్పారు. అదేమంటే, ఈ ప్రపంచంలో పూజా కార్యక్రమాన్ని అంతా మనస్సులో వివరంగా ఊహించుకొని మానసికంగా పూజ చేయడం అనేది కష్టమైన పని కాబట్టి, అందరూ భౌతికంగా పూజ చేస్తారని !

మా ఇద్దరి మధ్య మానసిక పూజ గురించిన చర్చ ముగిసిన తరువాత, నేను గురువుగారిని ఇక నుండి భౌతికంగా కాకుండా కేవలం మానసికంగా

పూజ చేయవచ్చా అని అడిగాను. గురువుగారు నన్ను ఆశీర్వదించి ఇక నుండి అలాగే చేయమని ఆదేశించారు. ఈ విధంగా నేను మానసిక పూజ చేయడానికి అనుకూలంగా గురు సంకల్పం మరియు అనుమతి పొందిన తరువాతే, ఆ రోజు నుండి కేవలం మనస్సుతో మాత్రమే పూజ చేయడానికి నిర్ణయించు కున్నాను.

నేను ఋషీకేశ్ నుండి తిరిగి శ్రీనగర్ చేరుకున్న తరువాత మానసిక పూజతో మంత్రజపం చేయడం ప్రారంభించాను. దేవుళ్లకు మరియు దేవికి భౌతికంగా దీపం వెలిగించడం, అగరువత్తులు వెలిగించడం మొదలైనవి మానివేసి ఆ కార్యక్రమాలన్నింటినీ కేవలం ఊహించి మానసికంగా చేయడం ప్రారంభించాను.

నేను పైన వ్రాసిన విషయం నా జీవితంలో ప్రారంభమైన ఒక అనూహ్యమైన విశ్వప్రక్రియను అర్థం చేసుకోవడానికి అతి కీలకమైనది.

నేను ఋషీకేశ్ నుండి తిరిగి వచ్చిన తరువాత ఈ మానసిక పూజను దీక్షగా క్రమం తప్పకుండా చెయ్యటం మొదలుపెట్టాను. అయితే మంత్రం యొక్క జపం కేవలం కొన్ని వారాలు మాత్రమే చేయగలిగాను. ఆ తరువాత నా శరీరంలో క్రియలు మొదలైన కారణంచేత మంత్రం యొక్క జపం ఆగిపోవడం మొదలైనది.

ఆదిపరాశక్తి అయిన కుండలినీ శక్తి యొక్క దైవికదృష్టి చివరికి నా గురుదేవుల కృప మాధ్యమంగా నా మీద కురవడం మొదలైంది.

బహుశః ఇప్పటికి పాఠకులందరికీ అర్థమయ్యే ఉంటుంది ! ఎలాంటి శక్తివంతమైన చిత్తశక్తులు నా మనస్సు యొక్క అంతర్భాగాన ఇంతవరకు క్రీడించడం జరిగిందో ! ఏ విధంగా నా గురువుగారు ఈ చిత్తశక్తుల క్రీడను నా శరీరంలో క్రియ మొదలవడానికి సమర్థవంతంగా ఉపయోగించారో అందరికీ అర్థమయ్యే ఉంటుందని భావిస్తున్నాను.

2007 వ సంవత్సరంలో నేను సిద్ధమహాయోగంలో దీక్ష పొందినపుడు క్రియలు వెంటనే మొదలు కాలేదు. బహుశః దీనికి కారణం నా మనస్సు

యొక్క అంతరంలో క్రియలు వ్యక్తమగుటకు అనుకూలమైన పరిస్థితులు లేకుండుట. నా మనస్సు యొక్క అంతర్భాగమే క్రియలు వ్యక్తమగుటను శక్తివంతంగా నిరోధించి ఉంటుంది. అందువలన నా గురువుగారు నా మనస్సుకి ఒక చిన్న సాధారణమైన 'ఎర'ను ఉపయోగించారు. నా వ్యక్తిగత జీవితంలో నానాటికీ క్షీణిస్తున్న పరిస్థితులు క్రియలు వ్యక్తమవడానికి నా మనస్సులో అవసరమైన మరియు అనుకూలమైన పరిస్థితులను కల్పిస్తున్నాయి. ఇదే సమయంలో నా మనస్సు మీద మంత్రం అనే ఎరను కూడా ఉపయోగించడం జరిగింది. నా మనస్సు మరియు మంత్రజపం యొక్క రాపిడి ఫలితంగా క్రియ వ్యక్తమవడం మొదలైంది. అది కూడా నేను శక్తివంతమైన మానసిక పూజ ప్రారంభించిన తరువాత జరిగింది.

అన్నివిధాలా సరైన పరిస్థితులు మనస్సులో ఏర్పడటానికి మాత్రం రెండు సంవత్సరాల సమయం పట్టింది.

అయితే ప్రతి యోగసాధకునికి క్రియలు వ్యక్తమవడానికి ఇలాంటి ఆలస్యం జరుగకపోవచ్చును. ఈ విషయాన్ని గురించి ఈ పుస్తకంలో తరువాతి భాగాలలో విపులంగా వివరిస్తాను. బహుశః నా మనస్సులో క్రియలు వ్యక్తమవడానికి అనుకూలమైన పరిస్థితులు లేని కారణంచేత నా గురువుగారు మరీ ఎక్కువ శక్తిని ఉపయోగించి ఉండరు.

ఇక మంత్రజపం యొక్క విషయానికి వస్తే, మంత్రశక్తి నా వ్యక్తిగత జీవితం లోని పరిస్థితులమీద సానుకూలంగా ఎలాంటి ప్రభావాన్ని చూపించినది అనే విషయం మరొక కథ. నేను కేవలం ఒకే ఒక విషయం చెప్పదలచుకున్నాను. మంత్రశక్తి నా జీవితంలో ముఖ్యంగా ఆర్థికపరంగా అద్భుతాలను సృష్టించింది. అయితే ప్రాప్తించిన దైవికకృపతో పోలిస్తే ఇది అంత ప్రాముఖ్యమైన విషయం కాదు.

భాగము - 10

క్రియల వ్యక్తీకరణ

అది 2009 వ సంవత్సరం. శరదృతువు. సూర్యాస్తమయ సమయానికి ముందు ఒక మంగళకరమైన వేళ. నేను సిద్ధమహాయోగంలో దీక్ష పొందిన రెండు సంవత్సరాల తరువాత నా శరీరంలో మొదటిసారిగా క్రియ మొదలైనది.

నేను కాళ్లుమడచి, సుఖాసనంలో నేల మీద పరచి ఉన్న ఉన్ని కంబళిమీద కూర్చుని, మంత్రజపం చేస్తున్నాను. నా ఎదురుగా ఒక దివ్య స్త్రీ రూపం యొక్క చిత్రపటం పెట్టి ఉన్నది. అయితే నేను మాత్రం కళ్లుమూసుకుని మంత్ర జపం చేస్తూ ఉన్నాను. నా దృష్టిమాత్రం అంతరాకాశంలో నా ఎదురుగా ఉన్న దివ్య స్త్రీ రూపం మీద కేంద్రీకృతమై ఉన్నది.

మంత్రం మరియు ఆ మంత్రానికి సంబంధించిన దేవత యొక్క వివరాలు వ్రాయనందుకు నన్ను క్షమించాలని పాఠకులను అభ్యర్థిస్తున్నాను. ఈ వివరాలన్నీ కావాలని వ్రాయడంలేదు. ఎందుకంటే అవి నా వ్యక్తిగత జీవితంలో ఒక ప్రయోజనాన్ని ఆశించి సాధన చేయబడినవి కాబట్టి. అంతేగాక ఒక గురువు ద్వారా పొందివున్న మంత్రం మరియు ఆ మంత్రానికి సంబంధించిన దేవత యొక్క వివరాలు మరెవరికీ చెప్పకూడదు ! ఏదిఏమైనా అవి ఏ ఇతర యోగ సాధకునికి గాని లేదా ఏ సాధారణ పాఠకునికి గాని ఎంతమాత్రం ఉపయోగ పడవు. ఒక సమర్థుడైన గురువుగారి వద్ద దీక్ష తీసుకొని మంత్రాన్ని పొందితేగాని, ఏ మంత్రమైనా ఎవరికైనా పనిచేయదు.

అకస్మాత్తుగా నా శరీరంలో ఒక శక్తివంతమైన కామవాంఛ ఉద్భవించడం మొదలైనది. జీవితంలో ఎంతో నిరాశ మరియు నిస్పృహలతో ఉన్న నేను నా ఎదురుగా పెట్టివున్న చిత్రపటంలోని దివ్య స్త్రీ రూపంపై సంపూర్ణమైన భక్తి మరియు శ్రద్ధతో దృష్టి కేంద్రీకరించి మంత్రజపం చేస్తున్నాను. చెయ్యడం లేదా చావడం అన్న దృఢసంకల్పంతో నా మనస్సు సాధన మీద కేంద్రీకృతమై ఉన్న

ఆ సమయంలో ఈ విధంగా జరిగేసరికి నేను భయపడిపోయాను. అయితే మానసికంగా నిరోధించడానికి ఎంత ప్రయత్నించినా ఆగకుండా వెనువెంటనే ఆ కామవాంఛ సంపూర్ణంగా నా శరీరంలో వికసించినది.

ఇప్పుడు నాకు తగిలినది అసలైన మానసిక ఘాతము !

నేను వర్ణించలేనిది, భరించుటకు అలవికానిది మరియు పరమానంద మైనది అయిన ఒక అనుభూతి నా శరీరంలో గుదము మరియు జననేంద్రియాల మధ్యప్రాంతంలో ఉద్భవించడం మొదలైనది.

అప్పటికే నేను మంత్రాన్ని జపించడం ఆపేసి ఉన్నాను. అంటే మంత్రజపం ఈ పరిణామం మొదలు కాగానే ఆగిపోయింది.

నేను భయంతో సంపూర్ణంగా కబళించబడి ఉన్నాను. చంచలమైన నా మనస్సు ఏదో పాపాన్ని నా మీద రుద్దుటకు ప్రయత్నిస్తున్నది అనే అనుభూతి కలిగింది. నా శరీరంలోని జననేంద్రియము యొక్క ప్రాంతాన వ్యక్తమౌతున్న ప్రక్రియపై నేను సంపూర్ణంగా నియంత్రణ కోల్పోయాను. దివ్యమైన సంతోషము మరియు పరమానందమైన అనుభూతి తరంగాలుగా ఉబికి వస్తుంటే ఆ అనుభవాన్ని ఏమాత్రం ఆపలేని అశక్తుడనై అలాగే కూర్చుండిపోయాను. ఇలాంటి పరమానందస్థితిలో మరికొంతసేపు కూర్చొని ఉండుట జరిగింది. నేను అనుభవిస్తున్న ఆ పరమానందం మరియు దివ్యమైన సంతోషము అప్పుడప్పుడూ తీవ్రరూపం దాల్చి నేను భరించలేనంతగా మారేది. ఆ అనుభవాన్ని సరిగ్గా అక్షరాలరూపంలో ఈ కాగితం మీద పెట్టాలంటే నాకు చాలా కష్టంగా ఉన్నది!

నాకు కలిగిన ఆ అనుభూతి ఈ ప్రపంచంలో సర్వోన్నతమైనది అయిన లైంగికప్రక్రియ యొక్క ఉచ్ఛస్థితిలో కలిగే అనుభూతిలా ఉన్నది. అయితే ఈ భౌతికమైన అనుభూతి, ఆ పరమానందం యొక్క స్థితికి ఎంతమాత్రం చేరుకో లేదు.

ఏదిఏమైనా ఈ అనుభూతి జననాంగం నుండి మాత్రం ఉద్భవించదు. అయితే దీని పరిణామంగా జననాంగం పెరుగుట మరియు ఒకటి-రెండు బొట్లు వీర్యస్ఖలనం కూడా తప్పకుండా జరుగుతుంది.

ఈ అనుభూతి ఉద్భవించే స్థానం సరిగ్గా గుదము మరియు జననేంద్రియాల నడిమధ్యన ఉంటుంది.

అయితే ఉద్భవించే ఈ పరమానందమైన అనుభూతి అఖండముగా ఉండదు. అది మధ్యస్థము నుండి దీర్ఘమైన ఒక విస్ఫోటనము మాదిరిగా ఉంటుంది. దివ్యమైన సంతోషము మరియు పరమానందభరితమైన ఆ విస్ఫోటనము యొక్క అనుభూతి ఒక సూదిమొన లాంటి కేంద్రబిందువు నుండి ప్రారంభమౌతుంది. అక్కడి నుండి విస్ఫోటనము గావింపబడిన శక్తి నిదానంగా శరీరంలో విలీనం అయిపోతుంది. అయితే ఈ విస్ఫోటనము చెందిన తరువాత శారీరకంగా భరించుటకు అలవికానంతగా మారుతుంది. ఇది ఈ శక్తియొక్క జాగృతిలో జరిగే ముఖ్యమైన విశేషము. కొన్ని క్షణాల తరువాత మరొకసారి శక్తి విస్ఫోటనము గావింపబడుతుంది. ప్రతిసారి శక్తి విస్ఫోటనముతో కలిగే పరమానంద భరితమైన అనుభూతి వృత్తాకారంలో ఉండే తరంగాలుగా చుట్టు పక్కల ప్రాంతమంతా వ్యాపిస్తుంది. నాకు కలిగిన అనుభూతి మాత్రం ఈ విధముగానే ఉన్నది.

పదిహేను - ఇరవై నిమిషముల తరువాత (అయితే సమయం ఎంతసేపు అనేది సరిగ్గా చెప్పలేను) శరీరం లో జరుగుతున్న ప్రతిక్రియలు శాంతించడం మొదలైనవి. నేను వెంటనే మొబైల్ ఫోన్ తీసి గురువుగారికి ఫోను చేసి జరిగిన విషయం గురించి వివరించాను.

నాకు క్రియలు ప్రారంభమైనట్లు గురువుగారు ధృవపరిచారు. ఇంకా భయపడవలసిన అవసరం ఏమీలేదని కూడా చెప్పారు. శరీరంలో క్రియలు వ్యక్తమయ్యే సమయంలో వాటిని నిరోధించుటకు మానసికంగా ఎలాంటి ప్రయత్నం చేయవద్దని కూడా చెప్పారు.

ఒక మానవుని మనస్సు మీద ముద్రింపబడివున్న ఇంద్రియాల అనుభూతులు మరియు వాటి జ్ఞాపకాల యొక్క శుద్ధీకరణ జరిగే విధానము ఈ విధంగా ప్రారంభమౌతుంది. ఆదిపరాశక్తి అయిన విశ్వశక్తి స్వయంగా తన సుషుప్త స్థితి నుండి జాగృతమయి సృష్టికి వ్యతిరేకంగా తిరోగమన పద్ధతిలోకి

వెళ్ళి ఒక మానవుని యొక్క భ్రమపూరితమైన అంతర జగత్తును విచ్ఛిన్నం చేస్తుంది. ఇక్కడ పాఠకులకులందరికీ ఒక చిన్న విజ్ఞప్తి ! నేను ఇంతకు ముందు భాగాలలో వివరించిన మెదడు – వెన్నుపాము వ్యవస్థ గురించి ఒకసారి మరలా జ్ఞాపకం తెచ్చుకోండి ! కంటికి కనిపించని సూక్ష్మస్థాయిలో ఉండే మెదడు – వెన్నుపాము వ్యవస్థ వివిధ శక్తికేంద్రాలతో నిర్మితమై ఉంటుంది. కుండలినీ శక్తి మొదటి శక్తికేంద్రమైన మూలాధారచక్రంలో జాగృతం కాగానే, ఈ మెదడు – వెన్నుపాము వ్యవస్థ అంతా చైతన్యవంతమౌతుంది. దీని ఫలితంగా శక్తియొక్క ప్రభావం మానవశరీరంలో మనస్సుతో సహా నలుమూలలా ప్రతియొక్క ప్రాంతం మరియు భాగం మీద పడుతుంది. యోగశాస్త్ర గ్రంథాల ప్రకారం మానవుని భౌతికశరీరం మనస్సు లేదా సూక్ష్మశరీం యొక్క స్థూలరూపం. అందువలన భౌతికశరీంలో అన్నిభాగాలకు ప్రాకి ఉన్న సూక్ష్మ నాడీవ్యవస్థను శుభ్రపరచితే, దాని ప్రభావం మనస్సుమీద పడుతుంది. లేదా మనస్సును ఇంద్రియ అనుభూతుల నుండి శుభ్రపరచితే దాని ప్రభావంగా శరీరంలోని సూక్ష్మనాడులన్నీ శుభ్రపరచబడుతాయి. ఈ రెండు ప్రక్రియలు ఒకేసారి కూడా జరుగవచ్చును. ఒక మానవుని యొక్క చిత్తం లేదా మనస్సు ఏ విధంగా నిర్మితమై ఉన్నది మరియు జ్ఞానవతి అయిన విశ్వశక్తి ఆ మనస్సును ఏ విధంగా శుభ్రపరచదలచు కున్నది అనే దానినిబట్టి ఈ ప్రక్రియ అంతా జరుగుతుంది. ఏది ఏమైనా మానవుని మనస్సులో యుగయుగాల నుండి లేదా వేల జన్మలనుండి ముద్రింపబడి ఉన్న ఇంద్రియ అనుభూతులను శుభ్రపరచుటకే ఈ ప్రక్రియ అంతా జరుగుతుంది. అయితే వేల జన్మలని ఎందుకన్నానంటే విషయాన్ని స్పష్టం చేయడానికి మాత్రమే ! అంతేగాని ఒక మానవుడు ఇంతకు పూర్వం ఎన్ని జన్మలెత్తి ఉన్నాడనేది ఎవరూ చెప్పలేరు.

నేను పైన వివరించిన విధంగా సాధన చేస్తున్న సమయంలో ఇలాంటి అనుభవాలు కలుగుట కొనసాగుతూ వస్తుండేది.

ప్రతిరోజూ నేను నేలమీద కూర్చొని మంత్రజపం యొక్క సాధన చేస్తుండే వాడిని. కొంతసేపయ్యాక క్రియలు మొదలవడం జరిగేది. ఈ విధంగా దాదాపు

మూడు - నాలుగు నెలలు జరిగింది.

అయితే క్రియ వ్యక్తమయ్యే సమయంలో పరమానందంగా ఉండేది. దీని కారణంగా ప్రతిరోజూ ఎంతో ఇష్టంగా మరియు చాలా శ్రద్ధగా మంత్రజపం చేసేవాడిని. దీని ఫలితంగా, కుండలినీ శక్తి నా శరీరంలో జాగృతం అయిన ప్రారంభదశలో, ముఖ్యంగా మొదటి కొన్నివారాలలో, ఎంతో శీఘ్రంగా యోగ సాధనలో ప్రగతి కనిపించేది.

2010వ సంవత్సరం, జనవరి నెలలో నేను ఉద్యోగరీత్యా ఒక ప్రదేశానికి వెళ్లవలసి వచ్చింది. ఈ స్థలం హిమాలయ పర్వత పాదశ్రేణులు మొదలయ్యే ప్రాంతంలోని ఒక గొప్ప శక్తిపీఠమైన వైష్ణోదేవి మందిరానికి దగ్గరలో ఉన్నది.

అక్కడ నేను యథావిధిగా ప్రతిరోజూ సాధన చేస్తుండేవాడిని. అయితే ఇంతవరకూ అనుభవం కాని భిన్నమైన క్రియలు వ్యక్తమవడం మొదలైనవి.

ఈ అనుభవాలు వివరించేముందు పాఠకులకు మరొక విస్మయం కలిగించేది మరియు అహేతుకమైనది అయిన నా యొక్క ఒక వింత అనుభవం గురించి పరిచయం చేస్తాను ! ఈ అనుభవం నేను సిద్ధమహాయోగంలో దీక్ష పొందడానికి కొన్ని సంవత్సరాల ముందు జరిగినది.

ఈ అనుభవమే గాక, సిద్ధమహాయోగంలో దీక్షపొందే ముందు అనుభవించిన మరికొన్ని అనుభవాలను కూడా ఈ పుస్తకంలో తరువాత వివరిస్తాను. అయితే ఈ యోగంలో దీక్షపొందే ముందే ఈ అనుభవాలు ఎందుకు కలిగాయి అనే విషయం మాత్రం నేను వివరించలేను.

బహుశః నేను ఈ యోగంలో గాని లేదా మరే ఇతర యోగంలో గాని పూర్వజన్మలలో దీక్ష తీసుకొని సాధన చేసి ఉండవచ్చును. అయితే ఈ విషయాన్ని నేను ఖచ్చితంగా చెప్పలేను. అందువలన ఈ విషయానికి గల కారణం ఏమిటో నిర్ధారించడానికి నేను వినమ్రతతో ఈ విషయాన్ని నా గురువుగారి అధీనంలో ఉంచుతున్నాను.

నా గతజన్మల గురించి నాకేమీ తెలియదు. అయితే నేను పొందిన ఈ అనుభవాలు బహుశః గతజన్మల నుండి దొర్లి ఈ జన్మలో వచ్చిపడి ఉండ

వచ్చును. ఇంతకుమించి ఈ విస్మయం కలిగించే అనుభవానికి ఎలాంటి సహేతుకమైన వివరణ నాకు స్ఫురించుట లేదు.

ఈ వింత అనుభవం నా జీవితంలో వ్యక్తమవడం మొదలయ్యే సమయానికి నా వయస్సు 30 లేదా 31 సంవత్సరాలు ఉండి ఉండవచ్చును.

నేను వృత్తిరీత్యా హిమాలయ పర్వత శ్రేణులలో దుర్గమమైన అడవులలో నివసించిన రోజులవి ! ఒకరోజు నేను కళ్లుమూసుకుని ధ్యానస్థితిలో కూర్చుని ఉన్నాను. అంతరాకాశంలోని గాఢమైన అంధకారంలోకి గుచ్చిచూస్తూ కూర్చుని ఉన్నాను. అకస్మాత్తుగా ఆ చీకటిలో కూడా ఒకరకమైన కదలికను నేను గమనించాను. ఆ దృశ్యం ఆకాశంలో కదిలే పొగమేఘాల మాదిరిగా ఉన్నది. మొదట్లో ఎందుకో కొంచెం భయం వేసింది. అయితే అలాగే ఆ దృశ్యాన్ని గమనిస్తూ మరికొంతసేపు నా కళ్లు నొప్పిపుట్టే దాకా కూర్చుండిపోయాను.

అదేరోజు సాయంత్రం కూడా ఈ ప్రక్రియను ప్రయోగాత్మకంగా గమనించి చూస్తే, అదేవిధంగా దృశ్యం కనిపించింది. ఆ తరువాతి రోజులలో ఈ విధమైన దృశ్యాలు ఇంకా ఎన్నో కనిపించడం మొదలైనవి. అంతరాకాశంలో కనిపించే ఆ కదిలేమేఘాలు వివిధ రూపాలలో మరియు పరిమాణములలో ఉండేవి.

అంతరాకాశంలో దర్శనమయ్యే ఈ కదిలే మేఘాల యొక్క ప్రక్రియ నా జీవితంలో ఆ తరువాత ఎన్నో సంవత్సరాల వరకు కొనసాగింది. అయితే క్రొత్తక్రొత్త దృశ్యాలు కూడా దర్శనం అవడం ప్రారంభమైనది.

ఒకరోజు నేను నా మంచం మీద పడుకుని ఉన్నాను. అప్పుడే నిద్ర నుండి జాగృతస్థితి లోకి వచ్చి ఉన్నాను. నా కళ్లు తెరచి ఉన్నాయి. మరియు ఎడమవైపుకి పడుకొని ఉన్నాను. నేను పడుకొని ఉన్న గది పూర్తిగా చీకటిగా ఉన్నది.

అకస్మాత్తుగా నేను నా ఎదురుగా కొద్దిదూరంలో నా దేహాన్నే అద్దంలో చూసినట్లుగా చూశాను. ఆ దేహం కూడా నేను ఏ విధంగా పడుకొని ఉన్నానో అదేవిధంగా పడుకొని ఉన్నట్లుగా కనిపించింది. నా మంచానికి కొన్ని గజాల దూరంలో నా వైపే చూస్తున్నది. అయితే ఆ దేహం నగ్నంగా మరియు గాయాలతో

ఛిద్రమైన స్థితిలో ఉన్నట్లు దర్శనమిచ్చింది. ఆ దృశ్యం కేవలం కొన్ని క్షణాలపాటే దర్శనమైనది. నాకు మరణించినంత భయం వేసింది. ఆ అనుభవం తరువాత నేను ప్రతిరోజూ నా గదిలో దీపం ఆపకుండా రాత్రిపూట నిద్రపోవడం ప్రారంభించాను.

పై సంఘటన జరిగిన తరువాత నాకు దర్శనమైన వివిధ దృశ్యాలలో ముఖ్యమైనది రెండు కళ్ళతో నున్న ఒక మహిళ యొక్క ముఖం. ఈ దృశ్యం యొక్క దర్శనం ఎన్నోసంవత్సరాలు కొనసాగింది. నేను కళ్లుమూసి అంతరాకాశం లోకి తొంగి చూడగానే ఈ మహిళ యొక్క ముఖం ప్రత్యక్షం కావడం జరిగేది. అయితే ఆ మహిళ యొక్క ముఖం ఎవరిదో నాకు ఇంతవరకూ జ్ఞాపకం రాలేదు. కొన్ని సందర్భాలలో ఆ మహిళ యొక్క ముఖం గాయాలతో ఛిద్రమైన స్థితిలో ఉన్నట్లు దర్శనం కావడం జరిగేది.

పైన వివరించిన రెండు సంఘటనలు ప్రారంభదశకు సంబంధించినవి మాత్రమే ! ఆ తరువాతి సంవత్సరాలలో అనేకరకములైన ఇతరదృశ్యాల యొక్క దర్శనం కూడా జరిగింది. ఈ పుస్తకంలోని తరువాతి భాగాలలో ఈ విషయాలన్నీ వివరించాను.

ఇప్పుడు నేను ఇంతకుముందు వివరించాలనుకున్న క్రియ వ్యక్తమయిన విధానం గురించి వ్రాస్తాను. ఇది హిమాలయ పర్వత పాదశ్రేణులలో వైష్ణోదేవి అనే శక్తిపీఠానికి దగ్గరలో ఉన్న ఒక ప్రదేశంలో నేను వృత్తిరీత్యా ఉంటున్నపుడు జరిగిన సంఘటన అని ఇంతకుముందే వివరించాను.

ఒకరోజు నేను యథావిధిగా కాళ్ళు మడిచి నేలమీద కూర్చుని ధ్యానం చేస్తున్నాను. నా మనస్సు యొక్క అంతరాకాశంలో తిరగబడి ఉన్న ఒక త్రికోణం ప్రత్యక్షం అయినది. నేను ఆ త్రికోణాన్ని గమనిస్తూ ధ్యానంలో ఉన్నాను. నా యొక్క ఏకాగ్రత ఆ త్రికోణం మీద కేంద్రీకృతమై ఉన్న ఆ సమయంలో, దాని యొక్క రంగు ఎరుపుగా మారినది. మరికొంత సమయం గడచిన తరువాత ఆ త్రికోణం క్రమంగా అంగవస్త్రంతో కప్పబడిఉన్న ఒక స్త్రీయొక్క జననేంద్రియం వలె రూపాంతరం చెందినది.

ఇక్కడ పాఠకులకు నేను ఒక విషయాన్ని మరలా గుర్తు చేయదలచుకున్నాను. తిరగబడి ఉన్న త్రికోణము అనేది శక్తికి చిహ్నం మరియు ఇది ఒక స్త్రీయొక్క జననేంద్రియంతో కూడా పోల్చబడి ఉన్నది. శక్తిని పూజించేవారి యొక్క శాక్త సిద్ధాంతపు గ్రంథాల ప్రకారం ఈ విధంగా వివరించబడి ఉన్నది.

ఏ యోగ సాధకునికైనా యోగాభ్యాసం చేసే సమయంలో ఎన్నో ఆటంకాలు ఎదురవుతూ ఉంటాయి. సాధారణంగా ఈ ఆటంకాలు మైథునానికి లేదా డబ్బుకి లేదా పాపం మరియు పుణ్యం అనే భావనకి సంబంధించిన ఆలోచనలతో ముడిపడి ఉంటాయి. ఇవి మాత్రమే గాక అనేక ఇతర ప్రాపంచిక విషయాలతో కూడా ముడిపడి ఉంటాయి. పరాశక్తి జాగృతమైన తరువాత ఒక మానవుని యొక్క మనస్సులో, శరీరంలో మరియు దైనందిన జీవితంలో ఎన్నోరకాల క్రియలను సృష్టించి ఈ చెత్తనంతా మనస్సులో నుండి శుభ్రపరచుట జరుగుతుంది. అయితే ఒక యోగసాధకుడు తను జన్మాంతరాల నుండి కూడబెట్టుకొని ఉన్న వ్యక్తిగత శీలాన్ని బట్టి అనువైన క్రియలు సృష్టింపబడుతాయి.

మరొకరోజు నేను మంచంమీద కాళ్లు మడచి కూర్చుని ధ్యానం చేస్తూ ఉన్నాను. దాదాపు ఒక గంటసేపు ధ్యానం జరిగిన తరువాత, అంతరాకాశంలో ఒక దివ్య స్త్రీ రూపం ప్రత్యక్షమవుట ప్రారంభమైనది. ఆ స్త్రీ రూపం నా ముఖానికి అతి చేరువగా ముందుకి వస్తున్నట్లు అనుభూతి కలిగింది. మానసికంగా నేను ఆ స్త్రీ రూపాన్ని దగ్గరకు రానివ్వకుండా తరిమేయడానికి ప్రయత్నించాను. నాకు మానసికంగా ఇబ్బంది కలుగుటచేత ఇలా చేయడం జరిగింది.

అయితే ఇది శక్తిపాత పరంపరలోని యోగసాధన నియమానికి విరుద్ధం. ఎందుకంటే క్రియ మొదలైన తరువాత దానిని ఆపివేయడం గాని లేదా నిరోధించడానికి ప్రయత్నించడం గాని చేయకూడదు. అలా చేస్తే వికసించే ఆ క్రియ ఆగిపోతుంది. మరలా ఎప్పుడు ఆ క్రియ జరుగునో చెప్పలేము. ఆ క్రియకు సంబంధించి మనస్సులో పేరుకొని ఉన్న సంస్కారాల చెత్త మాత్రం అలాగే మిగిలిపోతుంది. అయితే ఇప్పుడు నేను ఆ నియమాన్ని ఉల్లంఘించడం జరిగింది. అంతరాకాశంలో ప్రత్యక్షమైన ఆ దివ్య స్త్రీ రూపాన్ని నిరోధించాను.

ఆ క్రియ నా మనస్సుకి నచ్చని కారణంగా ఇలా చేయడం జరిగింది. ఆ దివ్య స్త్రీ రూపం మీద నా మనస్సులో పేరుకొని ఉన్న భక్తి, గౌరవం, శ్రద్ధ మొదలైన భావనల కారణంగా ఇలా జరిగింది.

దీని ఫలితంగా అంతరాకాశంలో ఆ దివ్య స్త్రీ రూపం అదృశ్యమయింది. కాని ఆ తరువాత సర్పముల మాదిరిగా ఉన్న కొన్ని ప్రాణులు నా అంతరాకాశంలో ప్రత్యక్షమైనాయి. అవి నా ముఖానికి అతి చేరువగా నన్ను కాటు వేయడానికి అన్నట్లు ముందుకి రావడం ప్రారంభమైనది. అయితే ఈసారి మాత్రం తీవ్రమైన మానసిక ఆందోళన మరియు ఇబ్బంది కలుగుతున్నా లెక్క చేయకుండా అలాగే ధ్యానంలో ఉండిపోయాను. యోగనియమాన్ని ఈసారి ఉల్లంఘించకుండా ఉండేందుకు అలా చేయడం జరిగింది.

ఈ మానసికస్థితి కొన్ని నిమిషాల వరకూ కొనసాగింది. ఆ తరువాత ఇంతకుముందు అంతరాకాశంలో ప్రత్యక్షమైన దివ్య స్త్రీ రూపం మరలా తిరిగి ప్రత్యక్షమైనది. ఈసారి మాత్రం ఆ దివ్యరూపం నా ముఖానికి చేరువగా వచ్చినా నేను కేవలం సాక్షీభూత స్థితిలో ఉండిపోయాను.

నా మనస్సులో సగభాగం, అంతరాకాశంలో వ్యక్తమౌతున్న ఆ క్రియను వికసించనివ్వమని ప్రోత్సహించడం చేస్తున్నది. నా మనస్సు యొక్క రెండవభాగం ఆ క్రియను అంతరాకాశంలో వీక్షించడం అతి ఘోరమైన పాపం అని హెచ్చరిస్తున్నది.

ఆ విధంగా నా మనస్సు రెండు వ్యతిరేకమైన మరియు విపరీతమైన భావనల నుండి ఒకేసారి లాగబడి చీల్చబడుచుండినది. ఈ ప్రపంచంలో పరిగణింపబడే పాపం మరియు పుణ్యం అను భావనల నడిమధ్యన అతి సన్నటి దారం మీద నేను నడుస్తున్న క్షణం అది ! పాపం మరియు పుణ్యం అను భావనల మధ్యన ఉన్న వ్యత్యాసం అతివేగంగా నా మనస్సులో మసకబారి పోవడం ప్రారంభమైనది.

నాకు కలుగుతున్న పై అనుభవమంతా కేవలం నా మనస్సులో పేరుకొని ఉన్న సంస్కారాల చెత్తను విశ్వశక్తి శుభ్రపరచే ప్రక్రియ మాత్రమే. జన్మాంతరాల

నుండి నా మనస్సులో ముద్రింపబడి ఉన్న ఇంద్రియాల అనుభూతులు మరియు వాటియొక్క జ్ఞాపకాలను తొలగించడానికి విశ్వశక్తి నా మనస్సుతో చేస్తున్న అంతర పోరాటం ఇది. వికసించే ఆ క్రియను గమనిస్తూ నేను సాక్షీభూత స్థితిలో ఉండిపోయాను.

ఒక పసిపాప ఈ భూమి మీద నడవడం నేర్చుకొనుటకు ప్రయత్నిస్తున్న సమయంలో, చక్రాలబండి యొక్క ఆధారం ఎంతో అవసరం. ఎందుకంటే ఆ బండియొక్క ఆధారంతో నడవడం అభ్యాసం చేస్తుంది కాబట్టి. ఒకసారి నడక నేర్చుకున్న తరువాత ఆ చక్రాలబండి అవసరం ఇక ఉండదు. అంతేగాక అది పసిపాప పరుగెత్తుటకు ఆటంకంగా మారుతుంది. కనుక ఆ చక్రాల బండిని వదిలితే గాని పసిపాప పరుగెత్తడం నేర్చుకొనలేదు.

ఈ ప్రపంచంలో ఉన్న అన్ని మతవ్యవస్థలు, వేదాంతములు, సిద్ధాంతములు మొదలైనవన్నీ ఈ చక్రాలబండి వంటివి మాత్రమే ! ఒక మానవుడు తన శరీరంలో వెన్నెముక క్రిందిభాగాన సుషుప్తావస్థలో ఉన్న కుండలినీ శక్తిని జాగృతం చేయుటకు వివిధ మతవ్యవస్థలు, వేదాంతములు, సిద్ధాంతములు మొదలైన పరికరాలను పైన వివరించిన చక్రాలబండి వలె ఉపయోగించుకొనుట జరుగుతుంది. అయితే ఒకసారి విశ్వశక్తి జాగృతం అవడం జరిగిన తరువాత, వాటి అవసరం ఇక ఉండదు. అన్ని మందిరాలు, దేవుళ్లు, దేవతలు మొదలైన వారంతా ఆ యోగసాధకునికి క్షణంలో శాశ్వతంగా మనస్సులో నుండి తొలగి పోవడం జరుగుతుంది.

మనస్సులో గగుర్పాటు కలిగించే ఈ ప్రక్రియ గురించి ఇంకా విపులంగా వివరిస్తాను.

ఈ ప్రపంచంలో ప్రతివ్యక్తి యొక్క మనస్సు ఒక ప్రత్యేకమైనదిగా నిర్మితమై ఉంటుంది. ఈ ప్రత్యేకమైన వ్యక్తిగత శీలాన్నిబట్టి, భగవంతుడు ఆ వ్యక్తికి తన ఆశీర్వాదాన్ని కూడా కేవలం ఆ వ్యక్తి కోసం ప్రత్యేకమైన రీతిలో వెదజల్లడం జరుగుతుంది.

ఉదాహరణకు ఒక వ్యక్తికి ఈ ప్రపంచంలో ధనాన్ని కూడబెట్టుకొనే

అలవాటు ఉండి ఉంటుంది. భగవంతుడు ఆ వ్యక్తి మీద తన ఆశీర్వాదాన్ని వెదజల్లినపుడు, సాధారణంగా ఆ వ్యక్తి కూడబెట్టుకొని ఉన్న ధనాన్ని ఆ వ్యక్తినుండి తొలగించడం జరుగుతుంది. ప్రాచీన సంస్కృత గ్రంథాల ప్రకారం, ఈ విధంగా ధనాన్ని కూడబెట్టుకునే అలవాటు ఉన్నవారికి భగవంతుడు ప్రత్యేకంగా మరియు విశేషంగా వెదజల్లే ఆశీర్వాదం ఇది. ఇక్కడ పాఠకులకు ఒక విషయాన్ని వివరిస్తాను. ధనాన్ని కూడబెట్టుకుంటూ ఉండుట మరియు ధనార్జనే సర్వమని భావించుట కూడా భగవంతుని చేరుకోవడానికి మానవులు అనుసరించే ఒక మార్గమని ప్రాచీన సంస్కృత గ్రంథాలు చెబుతున్నాయి. బహుశః అందువలన అలాంటి వారికి భగవంతుడు ఆ కూడబెట్టుకొని ఉన్న ధనాన్ని తొలగించడం ద్వారా తన ఆశీర్వాదాన్ని వెదజల్లుతాడు అని చెప్పవచ్చును. దీనివలన ఏ వ్యక్తికి అయినా మనస్సు మీద పెద్ద దెబ్బ పడుతుంది. ఆ వ్యక్తి యొక్క దృష్టి తన అంతరం వైపు ప్రసరింపబడుతుంది. అయితే అలాంటి వ్యక్తుల యొక్క యోగసాధన అంతా ధనాన్ని కూడబెట్టుకోవడం అని చెప్పవచ్చును. భగవంతుని కృపపొందగానే ఆ ధనం యొక్క అవసరం కూడా పసిపిల్లల చక్రాలబండి మాదిరిగా ఇక ఉండదు. అంటే ధనాన్ని ఎక్కువగా ఆర్జించాలనే భావన తొలగి పోవడం ప్రారంభమౌతుంది. బహుశః ఈ కారణం చేతనే ఆ ధనం తొలగింప బడుతుంది. ఇలా జరుగకపోతే అది వారియొక్క ఆధ్యాత్మిక ప్రగతికి ఆటంకముగా మారవచ్చును.

ఇప్పుడు ప్రాచీన గ్రంథాలనుండి ఒక చిన్న కథను పాఠకులకు పైన వివరించిన విషయం ఇంకా స్పష్టంగా అర్థమయ్యేందుకు చెబుతాను. పురాతన రోజులలో ఒక ఆధ్యాత్మిక దృష్టి కలిగిన సంస్కృత పండితుడు ఉండేవాడు. అయితే అతనికి తన పాండిత్యం మరియు సర్వ శాస్త్రజ్ఞానం యొక్క కారణంగా చాలా గర్వంగా ఉండేది. ఒకరోజు ఈ పండితుడు ఒక మందిరంలోనికి వెళ్లడం జరిగింది. అతను ఎప్పటికీ కనీసం ఊహించలేనిది మరియు విస్మయం కలిగించేది అయిన ఒక దృశ్యం కళ్ల ఎదురుగా కనిపించింది. ఒక వృద్ధుడు నేలమీద పడుకుని నిద్రపోతున్నాడు. అయితే ఆ వ్యక్తి యొక్క కాళ్లు మాత్రం

భగవంతుని యొక్క ఒక శిలావిగ్రహం మీద పెట్టి ఉన్నాయి. నిగ్రహించుకోలేని కోపంతో ఉగ్రుడైన ఆ పండితుడు వెళ్లి ఆ వృద్ధుణ్ణి నిద్రలేపాడు. ఆ వృద్ధుడు తాపీగా, తనకు కళ్లు కనిపించవని మరియు దయచేసి తన కాళ్లను విగ్రహం మీదనుండి తొలగించి, విగ్రహం లేని చోట మరోవైపు పెట్టవలసినదిగా అభ్యర్ధన చేశాడు. అయితే ఆ పండితునికి కళ్ల ఎదురుగా ఒక విస్మయం కలిగించేది మరియు కనీవినీ ఎరుగని ఒక అద్భుతమైన సంఘటన జరిగింది. ఆ పండితుడు వృద్ధుని యొక్క కాళ్లను విగ్రహం మీదనుండి తొలగించి ఎటు పెట్టుటకు ప్రయత్నించినా అక్కడ కూడా మరొక క్రొత్త విగ్రహం ప్రత్యక్షమవడం మొదలైంది. ఆ పండితునికి చివరికి భగవంతుని యొక్క కృప దొరికింది. జ్ఞానోదయం అయింది. ఆ వృద్ధునితో కలవడం ఏర్పాటుచేసి, భగవంతుడు ఆ పండితుని మీద తన కృపను వెదజల్లుతాడు. యోగసాధనలో ఎంతో ఉన్నతమైన స్థితిలో ఉన్న ఆ వృద్ధుడు ఎలాంటి శ్రమ లేకుండానే కేవలం కొన్ని క్షణాలలోనే ఆ సంస్కృత పండితుని యొక్క గర్వాన్ని భంగం చేయగలిగాడు.

ఒక యోగసాధకునికి ఇలాంటి సంఘటనలు ఎదురైనపుడు, మనస్సులో అకస్మాత్తుగా ఎప్పుడూ ఊహించి ఉండని పరిణామం జరుగుతుంది. ఆ యోగసాధకుడు తన మనస్సులో కూడబెట్టుకొని ఉన్న సంస్కారాలని లేదా వ్యక్తిగత శీలాన్ని బట్టి ఇలాంటి ఏదో ఒక విచిత్రమైన సంఘటన జరుగుతుంది.

అయితే ఇలాంటి అద్భుతమైన సంఘటనలు జరిగిన తరువాత కూడా ఒక యోగసాధకుడు తను ఇంతకు పూర్వం పూజిస్తున్న దేవుళ్ళ యొక్క మరియు దేవతల యొక్క భావన నుండి ముక్తుడు కాకపోతే, తరువాతి ఆధ్యాత్మిక ప్రగతి ఉండకపోవచ్చును. సాధకుని మనస్సు ఉన్నతభూమికలకు చేరలేదు. దేవుళ్లు మరియు దేవతల యొక్క భావన ఆధ్యాత్మిక ప్రగతికి ఆటంకంగా మారుతుంది. మందిరాలు మరియు పుణ్యక్షేత్రాలు లోహపు గొలుసులుగా మారి ఆత్మ యొక్క శాశ్వత స్వేచ్ఛను బంధిస్తాయి.

నేను చెప్పదలచుకున్నది ఏమిటంటే భగవంతుణ్ణి ఏదో ఒక రూపంలోనే పూజించడం అనేది చివరికి ఎప్పుడో ఒకప్పుడు ఆగిపోవడం అనేది జరిగి

తీరుతుంది. స్వరూపం లేని పరబ్రహ్మం యొక్క భావన వైపు మనస్సు ఆకర్షితం అవుతుంది. మందిరాలలో పరిమితం కాకుండా విశ్వమంతా వ్యాపించి ఉన్న అనంతమైన బ్రహ్మం గురించి మనస్సులో భావన ఉదయిస్తుంది.

ఇక్కడ నేను పాఠకులకు ఒక విషయాన్ని గురించి విశదీకరించ దలచుకున్నాను. ఒక వ్యక్తి శరీరంలో ఒక క్రియ వ్యక్తమైనపుడు, ఆ క్రియ యొక్క ప్రభావం మరియు అది ఏవిధంగా మనస్సులో పరిణామం తెస్తుందనేది ఆ వ్యక్తి యొక్క వ్యక్తిగత శీలం మీద ఆధారపడి ఉంటుంది. కనుక నా మనస్సులో వ్యక్తమైన పై క్రియ గురించి ఇంతకుమించి వ్రాయలేనందుకు మన్నించాలని పాఠకులకు విజ్ఞప్తి చేస్తున్నాను.

అయితే కొన్ని సంఘటనలు (భౌతికమైనవి లేదా మానసికమైనవి) మనస్సు మీద ఎంత గొప్ప ప్రభావాన్ని చూపిస్తాయంటే, చిత్తనిర్మాణంలో మార్పు అనేది క్షణంలో జరిగిపోగలదు. ఈ విషయం పాఠకులు అర్థం చేసుకుంటే సరిపోతుంది. నేను పైన వివరించిన ఇలాంటి సంఘటనలు లేదా క్రియలు ఒక సాధకునికి జరిగేటట్లు, జ్ఞానవతి అయిన విశ్వశక్తి స్వయంగా చేస్తుంది. దానివలన సాధకుని చిత్తనిర్మాణంలో అకస్మాత్తుగా మార్పు వస్తుంది.

నాకు జరిగిన పైన వివరించిన ఆ క్రియ గురించి నా గురువుగారికి తరువాత వివరించాను. గురువుగారు ఏమి చెప్పారంటే, కొంతమంది సాధకులలో మనస్సు, నా విషయంలో జరిగినట్లు వేగంగా ఉన్నత భూమికలకు చేరుతుందని, అయితే క్రింద పడనివ్వకుండా జాగ్రత్తగా ఉండాలని చెప్పారు.

ఒకరోజు జరిగిన ఈ సాధనతో నా జీవితం సంపూర్ణమైన మలుపు తిరిగింది.

ఇక అప్పటి నుండి మామూలుగా మందిరాలకు వెళ్ళడం ఆపేశాను. అంటే మందిరాల మీద ఆసక్తి తగ్గిపోయిందని అర్థం. నా మనస్సులోని భావనలు, నమ్మకాలు, ఆచారాలు, సాంప్రదాయాలు ఒకే ఒకసారి జరిగిన సాధనతో తొలగించబడ్డాయి. నా మనస్సులో నేను కూడబెట్టుకుని ఉన్న సిద్ధాంతాలు, బోధనలు, నిబంధనలు మొదలైనవన్నీ ఒకే ఒక సాధనతో నా మనస్సులో

నుండి తుడిచిపెట్టబడ్డాయి.

ఇంకా గ్రంథాల అధ్యయనం మీద ఆసక్తి పోయింది. పుస్తకాలు చదవడం మానేశాను. భౌతికమైన మరియు మానసికమైన అన్నిరకాల పూజా కార్యక్రమాలను వదిలివేశాను. మత సంబంధమైన పనులకు దాదాపు స్వస్తి పలికాను.

ఆత్మసాక్షాత్కారానికి జరిగే ప్రక్రియలో, కొన్ని సందర్భాలలో భగవంతుడు సైతం ఇంత క్రూరంగా ప్రవర్తించడం జరుగవచ్చనే విషయం నేను స్వప్నాలలో కూడా ఏనాడూ ఊహించలేదు. జ్ఞానవతి అయిన ఆ విశ్వశక్తికి నా ప్రణామము! ఎందుకంటే ఒక యోగసాధకుని మనస్సులో పేరుకుపోయి ఉన్న అజ్ఞానమనే చెత్తను క్షణంలో ఎలా తొలగించాలో సర్వమూ తెలిసిన ఆ పరాశక్తికి మాత్రమే సాధ్యం కాబట్టి!

గురువు అంటే చీకటిని పారదోలేవారు అని అర్థం. మానవుని హృదయాంతరంలో నిగూఢమైన లోతుల్లో విరాజిల్లుచున్న ఆత్మయొక్క శాశ్వత జ్యోతి ప్రజ్వరిల్లాలంటే, మనస్సులో అలుముకుని ఉన్న అజ్ఞానమనే అంధకారాన్ని ముందు పారదోలాలి. నా మనస్సులో అంధకారం పారదోలటానికి, నా అంతరంలో జ్ఞానజ్యోతిని వెలిగించిన నా గురుదేవులకు ప్రణామము!

ఈ అనుభవం తరువాత నా జీవితం ఇక ఎప్పటిలాగా ఇంతకుపూర్వం ఉన్నట్లుగా లేకుండా పూర్తిగా మారిపోయింది.

భాగము - 11

వెన్నుపాము - మెదడు వ్యవస్థ ద్వారా విశ్వశక్తి ఆరోహణం

అది ఒక మంగళకరమైన శుభదినం. రాత్రి తొమ్మిది - పది గంటల సమయం. నేను నా గురువుగారి గది ప్రక్కనే ఉన్న గదిలో మంచం మీద కూర్చుని ధ్యానం చేస్తున్నాను. ధ్యానం ప్రారంభమై దాదాపు రెండుగంటలు అయివుంటుంది.

అకస్మాత్తుగా నా శరీరంలో వెన్నెముక పొడవునా ఒక క్రొత్త వింతైన కదలిక యొక్క అనుభూతి కలిగింది. ఆ కదలిక ఒక కప్ప గెంతులా ఉన్నది. నాకు గురువుగారు చెప్పిన తరువాత తెలిసింది. అది వెన్నెముక ద్వారా మరియు వెన్నెముకకు రెండువైపులా వీపు మీద పైకి లేస్తున్న శక్తి యొక్క ఆరోహణం అని తెలిసింది. అప్పుడప్పుడూ పైకి లేస్తున్న శక్తి అకస్మాత్తుగా ఆగిపోయేది. అప్పుడప్పుడూ మరలా పైకి కదిలేది. అప్పుడప్పుడూ పైకి గెంతి నా వెన్నెముక మీద పై స్థానంలోకి వెళ్లేది. చివరికి ఆ శక్తి యొక్క కదలిక నా వెన్నెముక మీద గుండె ఉన్న ప్రాంతంలో ఆగిపోయింది. నేను పాఠకులందరికీ ఒక విషయాన్ని చాలా స్పష్టంగా చెప్పదలచుకున్నాను. ఈ ప్రక్రియ జరుగుతున్న సమయంలో నాకు ఎలాంటి ఆనందం కలుగలేదు. దీనికి విరుద్ధంగా నేను ఆ జరుగుతున్న క్రియను గమనిస్తూ చాలా భయానికి లోనయ్యాను.

అయితే పై అనుభవాన్ని సింహావలోకనం చేసుకుంటే అది ఒకానొక ప్రత్యేకమైన మరియు ఆశ్చర్యం గొలిపే వింతైన అనుభవం అని చెప్పవచ్చును. నేను మొదటిసారిగా శక్తి యొక్క ప్రవాహాన్ని నా శరీరంలో ప్రత్యక్షంగా అనుభవం పొందిన సంఘటన అది. ఈ అనుభవం సహేతుకమైన ఆధునిక విజ్ఞానశాస్త్ర వివరణకు అందనిది. భౌతిక ప్రపంచానికి సంబంధించిన ఆధునిక శాస్త్ర నియమాలను ఉల్లంఘించి జరిగిన సంఘటన ఇది. అందువలన ఈ అనుభవం నా మనస్సు మీద ఎలాంటి ప్రభావాన్ని చూపించి ఉంటుందనే విషయం

పాఠకులు సులభంగా ఊహించగలరు. ఈ అనుభవం ద్వారా నేను యోగశాస్త్ర గ్రంథాలలో కుండలినీ శక్తి గురించి చదివిన విషయాలన్నీ ప్రత్యక్షంగా నా శరీరంలోనే శంకించడానికి కారణమనేది లేకుండా ధృవీకరించబడినాయి. దీని ఫలితంగా యోగశాస్త్ర గ్రంథాలలో ఈ శక్తిని గురించి వివరించబడిన విషయాల మీద నమ్మకం బలపడినది. అంతేగాక శంకించడానికి అవసరమనేది లేకుండా సిద్ధమహాయోగం మీద నా శ్రద్ధ మరియు నమ్మకం దృఢపడినాయి.

పై సంఘటన జరిగిన తరువాత నేను అన్ని విషయాలు గురువుగారికి వివరించాను. నేను పొందిన అనుభవం శరీరంలో నాడీశుద్ధి యొక్క ప్రారంభమని గురువుగారు వివరించారు.

ఆ మరుసటి రోజు నేను ఏదో కారణం వలన గురువుగారిని కలవలేక పోయాను. నేను ఒక కుర్చీమీద కూర్చుని యధావిధిగా ధ్యానం చేస్తున్నాను.

ధ్యానం మొదలైన కొంచెం సేపటికి నా వీపుమీద వెన్నెముక పొడవునా ఏదో ఆరోహణం చేస్తున్న అనుభూతి కలిగింది. నేను ఇంతకుముందు రోజు రాత్రి అనుభవం పొందినట్లు, వెన్నెముక మీద కలుగుతున్న అనుభూతి బహుశః కప్ప గెంతులాగా ఉండబోతుందని అంచనా వేస్తూ గమనిస్తున్నాను. అయితే అకస్మాత్తుగా ఆరోహణం చేస్తున్న శక్తి యొక్క కదలిక వీపుమీద మెలికలు తిరగడం మొదలుపెట్టింది. ఒక సర్పము భూమిమీద ఎలా మెలికలు తిరుగుతూ ముందుకు కదులుతుందో అదే మాదిరిగా శక్తి కూడా వీపు మీద మెలికలు తిరుగుతూ పైకి లేస్తున్న అనుభూతి పొందాను.

కుండలినీ శక్తిని ఒక సర్పంతో పోల్చి వ్రాయబడిన గ్రంథాలను ఎన్నింటినో నేను చదివి ఉన్నాను. కాని పొందిన భౌతిక అనుభవం మాత్రం గ్రంథాలలో వ్రాసినట్లు జరిగినా కొంచెం భిన్నంగా మరియు వింతగా అనిపించింది.

అయితే ఆ అనుభవం మాత్రం నిస్సంకోచంగా భయానకమైనదని స్పష్టంగా చెప్పగలను. క్రియ మొదలైన కారణంగా నాకు ఉత్సాహంగా ఉన్నా, ఆ క్రియ యొక్క అనుభూతి నాకు ఎంతమాత్రం ఆనందం కలిగించలేదు. వెన్నెముక మీద ఆరోహణం చేస్తున్న శక్తి కొంతసేపయ్యాక వీపు మీద హృదయానికి

దగ్గర స్థానంలో ఆగిపోయింది.

ధ్యానం పూర్తయిన తరువాత చూస్తే సమయం మూడున్నర గంటలు గడచి పోయినట్లు కనిపించింది. అదేరోజు మధ్యాహ్నం భోజనం తరువాత మరలా ధ్యానం చేయాలనిపించింది. ఈ రెండవసారి ధ్యానం మరొక మూడుగంటలు జరిగింది. మరియు అదేరకమైన అనుభవం పొందాను.

ఇంతటి తీవ్రమైన ధ్యానం జరిగిన కారణంగా ఆ రోజంతా నా స్థితి ఏదో స్వప్నంలో ఉన్నట్లు అనిపించింది.

అదేరోజు రాత్రి భోజనం పూర్తయిన తరువాత మరలా ధ్యానం చేయడానికి కూర్చున్నాను. ఈ మూడవసారి మరొక రెండున్నర గంటల సమయం వరకూ ధ్యానం జరిగింది. అంతా కలిసి ఆ ఒక్కరోజు నేను తొమ్మిదిన్నర గంటల సమయం ధ్యానం చేయడం జరిగింది. అయితే ఇంతటి తీవ్రమైన ధ్యానం మరలా తిరిగి ఈ రోజు వరకు చేయలేకపోయాను.

ఆ మరుసటి రోజు గురువుగారిని కలిసినపుడు విషయమంతా చెప్పేశాను. తొమ్మిదిన్నర గంటల సమయం ఒకరోజే ధ్యానం చేయడం అనేది యోగులకు సాధారణమైన విషయమేనని అయితే నా విషయంలో ఆ విధంగా జరగడం అనేది ఆశ్చర్యకరమైనది అన్నారు. అంతేగాక ఈ విధంగా ఒక్కరోజే ఇంతసేపు జరిగిన ధ్యానం అనేది ఒక క్రియ అని కూడా చెప్పారు. ఇక్కడ పాఠకులకు ఒక విషయాన్ని వివరిస్తాను. క్రియ అంటే ఒక రోజు సాధన చేస్తున్నపుడు వ్యక్తమయ్యి ఆ తరువాత ఆగిపోయేది కాదు. నేను పొందిన అనుభవం మాదిరిగా ఒకే క్రియ రోజంతా జరుగుతూ ఉండవచ్చును. ఇంకా చెప్పాలంటే క్రియ కేవలం సాధన చేస్తున్నపుడు మాత్రమే వ్యక్తమౌతుందని ఏమీలేదు. మామూలుగా దైనందిన కార్యక్రమంలో కూడా క్రియ వ్యక్తమౌతూనే ఉంటుంది. నాలో వ్యక్తమైన 'ధ్యానం' వంటి ఈ క్రియ ఒక వ్యక్తి ఇంతకు ముందు ఎప్పుడో చేసి ఉన్న తీవ్రమైన ధ్యానం యొక్క ఫలితంగా వ్యక్తమౌతుందని గురువుగారు చెప్పారు.

ఈ భౌతిక జగత్తులో ఒక వ్యక్తి చేసివున్న ప్రాపంచికమైన మంచి పనుల యొక్క స్మృతులు కూడా చెడుపనుల వలె మనస్సులో నుండి శాశ్వతంగా

తొలగింపబడ వలసిన అవసరం ఉన్నదని పాఠకులు గుర్తుంచుకోవాలి.

యోగము అనే విశ్వప్రక్రియకు సంబంధించినంత వరకు ఈ ప్రపంచంలో మంచిపని మరియు చెడుపని అనే భావనలకు ఎలాంటి వ్యత్యాసము చూపించడం జరుగదు. అంటే యోగము దృష్టిలో చెడుపని అనేది లేదు మరియు ఆ విధంగానే మంచిపని అనేది లేదు. రెండు పనుల యొక్క స్మృతులను మరియు వాటి జ్ఞాపకాలను మనస్సులో నుండి సమూలంగా తొలగింపవలసిన అవసరం ఉన్నది.

నేను ఇంతకుముందే చెప్పినట్లు ఒక వ్యక్తి తన మనస్సులో ఎప్పటినుండో కూడబెట్టుకొని ఉన్న అన్ని సిద్ధాంతాలు, వేదాంతాలు మొదలైన వాటినన్నింటినీ శాశ్వతంగా తొలగిస్తేగాని బ్రహ్మజ్ఞానం అంతరంలో ప్రకటితమవడం జరుగదు.

ఈ విషయాన్ని ఇంకా విపులంగా వివరిస్తాను !

ఉదాహరణకు ఒక వ్యక్తి తన గత జన్మల్లో ఎంతో యోగసాధనను లేదా ధ్యానం వంటి చర్యలను చేసి ఉన్నాడనుకోండి ! ఆ చేసిన సాధన యొక్క ఇంద్రియ స్మృతులు మరియు జ్ఞాపకాలు మనస్సు యొక్క నిగూఢమైన లోతుల్లో ముద్రింపబడి ఉంటాయి. అయితే ఈ యోగసాధన యొక్క స్మృతులు కూడా శాశ్వతంగా తొలగింపబడాలి. లేకున్నచో ఈ యోగసాధన లేదా ధ్యానము యొక్క స్మృతి మనస్సులో ఒక తెరలాగా బ్రహ్మజ్ఞానాన్ని వెలుగొందనివ్వదు.

అదేవిధంగా ఒక వ్యక్తి తన గతజన్మలలో ఎన్నో ప్రాపంచికమైన మంచి పనులు చేసి ఉండవచ్చును. అవి ఆధ్యాత్మికమైనవి లేదా ఏదో ఒక మతవ్యవస్థకు సంబంధించినవి అయి ఉండవచ్చును. అంతేగాక ఆ వ్యక్తి సాంఘిక సంక్షేమం, దానం, ధర్మం వంటి ఎన్నో పనులు చేసి ఉండవచ్చును. ప్రాపంచిక దృష్టితో చూసినపుడు ఇవన్నీ మంచిపనుల క్రింద పరిగణలోకి తీసుకోబడతాయి. అయితే ఆ వ్యక్తియొక్క మనస్సు లోతుల్లో స్మృతులుగా మరియు జ్ఞాపకాలుగా ముద్రింప బడి ఉంటాయి. అంతేగాక ఈ పనులవలన గర్వం వంటి భావనలు కూడా అంతరంలో ఉదయించి మనస్సులో ముద్రింపబడి ఉండవచ్చును. బ్రహ్మజ్ఞానం అంతరంలో ప్రకటితమగుటకు ఈ చెత్తంతా తొలగింపబడాలి.

ఆ మరుసటిరోజు ధ్యానం చేస్తున్న సమయంలో మరొక క్రొత్త అనుభవం పొందాను. అయితే నాకు ఈ అనుభవాలు కలిగిన రోజుల యొక్క తేదీలు సరిగ్గా గుర్తుకు రావడం లేదు. అంతేగాక జపం చేసిన మంత్రాలను మరియు సాధన చేసిన ప్రదేశాలను కావాలని వ్రాయడం లేదు. దీనికి నన్ను మన్నించాలని పాఠకులను అభ్యర్థిస్తున్నాను.

నేను ఈ అనుభవాలు పొందుతున్న రోజుల్లో ఏదో ఒకరోజు పుస్తకం వ్రాయాలని ఎప్పుడూ నిర్ణయించుకోలేదు. అందువలన ఈ అనుభవాలన్నీ భవిష్యత్తు ఉపయోగం కోసం ఎక్కడా వ్రాసి ఉంచలేదు.

అయితే ఈ అనుభవాలన్నీ వ్రాయవలసిన సమయం వచ్చింది గనుక, నేను నా శక్తినంతా వినియోగించి ఆ అనుభవాలను గుర్తుకు తెచ్చుకొని వ్రాయడానికి ప్రయత్నిస్తున్నాను. దీని ఫలితంగా, ఎక్కడో ఒకచోట జరిగిన సంఘటనలు మరియు అనుభవాలను వివరించే క్రమంలో తప్పులు దొర్లి ఉండవచ్చును. అలాగే కొన్ని సంఘటనలు మరియు అనుభవాలను నేను మరచిపోయి ఉండవచ్చును.

నేను పైన వివరించదలచుకున్న ఈ సందర్భంలో, ధ్యానం చేస్తున్న సమయంలో యధావిధిగా వెన్నెముక ద్వారా శక్తియొక్క ఆరోహణ ప్రారంభమైనది. అయితే ఈ సారి శక్తి ప్రవాహం యొక్క అనుభూతి క్రితం వాటికన్నా పూర్తిగా భిన్నంగా ఉన్నది. ఈ సారి ఎన్నోవందల చీమలు నా వీపుపైకి ఎక్కుతున్న అనుభూతి కలిగినది. దీనివలన వీపంతా దురదపుట్టి గోకవలెనన్న కోరిక కూడా పుట్టింది. ఆఖరికి పైకి ఎక్కుతున్న శక్తి యొక్క ప్రవాహం, హృదయం ఉన్న ప్రాంతానికి చేరిన తరువాత వీపుమీద దురద ఆగిపోయింది.

ఆ మరుసటిరోజు నాకు కలిగిన అనుభవం గురించి గురువుగారికి వివరించాను. ఆయన ఏమన్నారంటే భవిష్యత్తులో శక్తియొక్క ఈ విధమైన ప్రవాహం ఇంకా పైకి వెళ్ళడం జరుగుతుందని చెప్పారు. నా తలమీద అన్ని భాగాలలోకి చెవి, ముక్కు, కళ్ళు, నోరు, బుగ్గలు, వెంట్రుకలు మొదలైన అన్నింటి లోనికి శక్తి ప్రవహించుట జరుగుతుందని చెప్పారు. అంతేగాక అది తలమీద

నుండి బాహ్యంగా ప్రపంచంలోనికి కూడా ప్రవహిస్తుందని చెప్పారు.

పై సంఘటన జరిగిన తరువాత నేను గురువుగారి దగ్గరనుండి సెలవు తీసుకుని నా జీవితంలో మిగిలివున్న ప్రారబ్ధాన్ని అనుభవించడానికి వృత్తిరీత్యా తిరిగి వెళ్లవలసి వచ్చింది.

ఇక్కడ పాఠకులందరికీ ఒక విషయాన్ని చెప్పదలచుకున్నాను. కుండలినీ శక్తి జాగరణ మరియు వెన్నెముక వ్యవస్థ ద్వారా శక్తి యొక్క ఆరోహణం గురించి యోగశాస్త్రాలలో చెప్పినవిధంగానే నా శరీరంలో కూడా జరిగింది. అయితే శక్తియొక్క ప్రవాహం గురించి మరొక విషయం కూడా శాస్త్రాలలో చెప్పబడి ఉన్నది. కుండలినీ శక్తి గాలిలో ఎగిరే పక్షి మాదిరిగా కూడా ఆరోహణం చేస్తుందని శాస్త్రాలలో వ్రాయబడి ఉన్నది.

నేను పాఠకులందరికీ వినమ్రతతో ఈ విషయం గురించి వివరిస్తాను. ఇలాంటి అనుభవం కూడా నాకు కలిగినట్లు ఉన్నదని మరియు శక్తి ఈ విధంగా కూడా నా వెన్నెముక ద్వారా పైకి ఎక్కుట జరిగినదని మనవి చేస్తున్నాను. అయితే ఈ అనుభవం గురించి నాకు సరిగ్గా గుర్తుకు రావడం లేదు. అందువలన ఈ అనుభవం నేను పొందానని గట్టిగా చెప్పలేకపోతున్నాను.

ఈ పుస్తకంలో నేను తరువాత శక్తి యొక్క ప్రవాహం గురించి విపులంగా వ్రాస్తాను. నా శరీరంలోని మెదడు – వెన్నుపాము వ్యవస్థలో శక్తియొక్క ప్రవాహం తరువాతి రోజుల్లో వివిధ రీతుల్లో రూపాంతరం చెందినది. దీనికితోడు, ఈ రోజుల్లో నేను ఈ అనుభవాలను గురించి ప్రతిదినం డైరీలో వ్రాసి ఉంచడం కూడా చేయలేదు. అందువలన నాకు కలిగిన అనుభవాలన్నింటినీ ఇప్పుడు వివరించాలంటే చాలా కష్టంగా ఉన్నది.

ఆ రోజుల్లో నేను ప్రతిదినం ధ్యానం చేస్తూ ఉండేవాడిని. ధ్యానం చేస్తున్న ప్రతిసారి శక్తియొక్క ఆరోహణం కూడా నా శరీరంలో జరుగుతూ ఉండేది. ఒకానొక రోజు ధ్యానం చేస్తున్న సమయంలో శక్తియొక్క ఆరోహణం నా వీపుమీద నాభి ప్రాంతానికి చేరినది. పైకి లేస్తున్న శక్తి ఈ ప్రాంతంలో ఆగిపోయి అక్కడే తిరగడం ప్రారంభించినది. కొంచెంసేపయ్యాక శక్తియొక్క కదలిక వేగాన్ని

పుంజుకొన్నది. ఏమీ సరిగ్గా అర్థంకాని విధంగా మరియు ఒక వింతైన విధంగా నా వెన్నెముక మీద శక్తి కదలిక యొక్క అనుభూతి కలిగినది. ఆ కదలిక తీరుని ఈ ప్రపంచంలో అందరికీ పరిచయమైన ఏ విధమైన కదలికతో సరిపోల్చి చెప్పలేను. నేను చెప్పగలిగనదంతా కేవలం ఒకటే ! అతి వేగవంతమైన మరియు ఏమీ అర్థంకాని శక్తియొక్క కదలిక నా వీపుమీద నాట్యమాడినదని మాత్రం చెప్పగలను.

ఇదేవిధంగా నేను ధ్యానం చేస్తున్నపుడు చాలాసార్లు అనేక విధములైన మరియు వింతైనశక్తి కదలికల యొక్క అనుభూతిని పొందాను. కొన్ని సందర్భాలలో శక్తి నా వెన్నెముక మధ్యభాగాన సన్నటి దారం వంటి మార్గాన దాదాపు వెన్నెముక మధ్యభాగాన్ని చేధిస్తూ పైకిఎక్కిన అనుభూతికూడా పొందాను.

ఒక సుదీర్ఘమైన సమయం ధ్యానం చేస్తూ గడిపిన తరువాత నా మనస్సు ఎంతో వినయంతో అణిగి ఉన్నట్లు అనుభూతి కలిగేది. అయితే నా తలలో అనుభూతి పొందిన మరొక విధమైన క్రియను గురించి ఇక్కడ వివరిస్తాను. నా తలలో బరువుగా ఉన్న అనుభూతి నిరంతరం ఉండేది. ఈ అనుభూతి కొన్ని సంవత్సరాలపాటు నిరంతరం కొనసాగింది. దీనితోపాటు, నా తలలో మద్యం యొక్క మత్తు కూడా నిరంతరం ఉండేది. ఈ మద్యం మత్తు రాత్రి మరియు పగలంతా కూడా ఉండేది. కేవలం ఉదయం నిద్రలో నుండి మెలకువ వచ్చిన తరువాత కొంచెం సమయం వరకు మాత్రమే తలలో బరువుగా ఉండే అనుభూతి తొలగిపోయి తేలికగా ఉండేది. ఇదిగాక ఇంకా నా తలలో నిరంతరం ఒక వింతైన అనుభూతి పొందేవాడిని. ఒక విధమైన రసాయనిక ప్రక్రియ ఏదో నా తలలో నిరంతరం జరుగుతున్న అనుభూతి కలిగేది. దీనికి తోడు శక్తి నా తలభాగానికి ప్రవహించిన ప్రతిసారి, శక్తి నా తలయొక్క పైభాగంలో ప్రవహిస్తున్న అనుభూతి కలిగేది.

అయితే నా శరీరంలో జరుగుచున్న మారణహోమం వంటి శక్తిప్రవాహం వలన నాకు భౌతికంగా మరియు మానసికంగా దైనందిన జీవితంలో ఎలాంటి సమస్యా రాలేదు.

భాగము - 12

నా శరీరంలో విశ్వశక్తి యొక్క గమనము

ఈ పుస్తకంలో ఇంతకు ముందు వ్రాసిన భాగంలో నేను మెదడు - వెన్నుపాము వ్యవస్థ ద్వారా మానవశరీరంలో కుండలినీ శక్తి ప్రవాహాన్ని గురించి వివరించాను. ఈ వ్యవస్థలో జరిగే ఇంకా అనేక రకములైన క్రియలను గురించి వివరించడానికి మరలా తిరిగి ఈ విషయం మీదకు ఈ పుస్తకంలో తరువాత వస్తాను. ఈ భాగంలో నేను వివరించబోయే క్రియలను గురించి ముందు భాగంలో వివరించకపోవడానికి కారణం, రెండూ విభిన్నమైనవి కావడం !

ఇక్కడ పాఠకులకు నేను ఒక విషయాన్ని స్పష్టంగా చెప్పదలచుకున్నాను. క్రియ అనేది మొదలైన తరువాత శరీరంలో నిరంతరం విరామం అనేది లేకుండా 24 గంటలూ జరుగుతూనే ఉంటుంది. అది మానవశరీరంలో అన్ని కోశాలలో ఒకేసారి అయినా జరుగవచ్చును లేదా కేవలం ఏదైనా ఒక కోశంలోనే జరుగవచ్చును. అందువలన క్రియల వ్యక్తీకరణను నిర్దిష్టంగా విభజన చేసి చెప్పడం అనేది చాలా కష్టం. ఏది ఏమైనా ఈ భాగంలో కూడా నేను క్రియల వ్యక్తీకరణ గురించి మరియు నేను పొందిన అనుభవాలను గురించి వివరించడం కొనసాగిస్తాను.

నా శరీరంలోని మెదడు - వెన్నెముక వ్యవస్థద్వారా శక్తి ఆరోహణ క్రమంలో ప్రవహించిన తరువాత, నా శరీరం యొక్క నాడీ వ్యవస్థ అంతా కూకటివ్రేళ్ళతో సహా కదలించి వేయబడింది.

నేను గాఢంగా నిద్రిస్తున్నప్పుడు తప్ప నా శరీరంలో శక్తి 24 గంటలు ప్రవహించుట అనుభూతి పొందేవాడిని.

ఇప్పుడు పాఠకులకు బహుశః ఆశ్చర్యం గొలిపే ఒక వింతైన విషయాన్ని వివరిస్తాను. ఒక వ్యక్తి గాఢమైన నిద్రలో ఉన్నపుడు శరీరంలో క్రియలు వ్యక్తమవడం ఆగిపోతాయని లేదా శక్తి సంచారం చేయడం మానివేస్తుందని

ఏమీలేదు. నేను ఈ విషయం గురించి కొన్ని ఉదాహరణలు వివరిస్తాను. వాటి ఆధారంగా మిగిలిన విషయాలను పాఠకులు సులభంగా ఊహించగలరు. ఈ విషయాన్ని అర్థం చేసుకోవడం పాఠకులకు చాలా అవసరం ! ఎందుకంటే విశ్వశక్తి ఒక సాధకునిలో క్రియలను వ్యక్తపరచే సమయంలో ఆ క్రియలు సాధకుని నియంత్రణలో ఎంతమాత్రం ఉండవనే విషయాన్ని ఆ సాధకునికి బాగా అర్థమయ్యేలా చేస్తుంది. ఈ క్రియలు శరీరంలో, మనస్సులో మరియు సాధకుని దైనందిన జీవితంలో ఎక్కడైనా జరుగవచ్చును. అయితే ఆ క్రియలు వ్యక్తమైనపుడు వాటిమీద తనకు ఎలాంటి నియంత్రణ లేదనే విషయం ఆ సాధకునికి అర్థమయ్యే జ్ఞానాన్ని కూడా విశ్వశక్తి ప్రసాదిస్తుంది. అందువలన వ్యక్తమయ్యే కొన్ని క్రియలను గమనిస్తే, అవి ఆధునిక శాస్త్రానికి అంతుచిక్కనివిగా మరియు హేతుబద్ధమైన వివరణకు కూడా అంతుచిక్కనివిగా కనిపిస్తాయి. ఈ భాగంలో ఇలాంటి క్రియలకు సంబంధించిన కొన్ని ఉదాహరణలు వివరించాను. అవి పాఠకులకు ఈ విషయాన్ని అర్థం చేసుకోవడంలో అవసరానికి మించి మరీ ఉపయోగ పడతాయి.

ఒకరోజు మధ్యాహ్నం వేళ నేను నిద్రపోతున్నాను. అకస్మాత్తుగా నా ఫోను మ్రోగుతున్న శబ్దం వినిపించింది. నేను నిద్రలోనుండి లేచి ఫోనుఎత్తి మాట్లాడాను. అయితే అవతలి వైపున ఉన్న వ్యక్తి ఏదో తప్పు నంబరుకి ఫోన్ చేసినట్లు తెలిసింది. అయితే ఈ ఫోను వలన నా నిద్ర చెడిపోయింది. నేను మరలా నిద్ర పోదామని తిరిగి వచ్చి నా మంచంమీద పడుకున్నాను. నేను అలా పడుకున్నానో లేదో నా శరీరంలోని మెదడు – వెన్నుపాము వ్యవస్థలో తీవ్రమైన స్పందనలు కలిగిస్తూ క్రియ మొదలైనది. ఒక యోగసాధకునికి ఎంత నిద్ర అవసరమో అది జ్ఞానవతి అయిన విశ్వశక్తి యొక్క నియంత్రణలో ఉంటుంది. ఈ విధంగా నా నిద్ర చెడిపోవడం అనేది లెక్కకుమించి అనేకసార్లు జరిగింది.

మరొక సందర్భంలో నేను నిద్ర పోతుండగా మధ్యలో స్వప్నంలోకి జారుకున్నాను. అకస్మాత్తుగా ఈ స్వప్నం నుండి మరొక భయంకరమైన స్వప్నం

లోకి జారుకోవడం మరియు ఆ భయం వలన నా నిద్ర చెడిపోయి జాగృతస్థితిలోకి రావడం జరిగింది. నాకు మెళకువ వచ్చిన మరుక్షణం నుండే క్రియ మొదలైనది. నా శరీరంలోని మెదడు – వెన్నుపాము వ్యవస్థ అంతా తీవ్రమైన స్పందనలతో కంపించినది.

జాగృతస్థితికి మరియు స్వప్నస్థితికి మధ్యన మరొక స్థితి ఉంటుంది. ఈ అవస్థను సంస్కృతభాషలో తంద్రావస్థ అంటారు. అయితే ఈ స్థితిని గురించి ఎక్కువగా ప్రపంచంలో బహుశః ఎవరికీ తెలిసి ఉండదు. ఎందుకంటే ఈ ప్రపంచంలో లభ్యమౌతున్న యోగశాస్త్ర గ్రంథాలలో కూడా సాధారణంగా అందరికీ పరిచయమైన నాలుగు స్థితుల గురించి మాత్రమే వ్రాసి ఉన్నది. అవి జాగృతస్థితి, స్వప్నస్థితి, నిద్ర మరియు ఏ ఆలోచనలూ లేని సమాధి స్థితి. అయితే జాగృతస్థితికి మరియు స్వప్నస్థితికి మధ్యంతరంగా ఉన్న తంద్రావస్థ గురించి ఎక్కువ సమాచారం ఎక్కడా లేదు.

నేను తరచుగా దాదాపు ప్రతిరోజూ ఈ స్థితిలోకి ప్రవేశిస్తూ ఉండేవాడిని. ఈ స్థితిలో నేను నగరాలు, పట్టణాలు మరియు గ్రామాలు మొదలైన ఎన్నో వింతైన మరియు ఆశ్చర్యం గొలిపే దృశ్యాలను దర్శించేవాడిని. ఈ ప్రదేశాలలో కొన్ని ఆధునిక కాలం నాటి నగరాలు, పట్టణాలు మరియు గ్రామాలు కూడా ఉండేవి. అయితే వాటిని నేను జీవితంలో ఎప్పుడూ దర్శించి ఉండని కారణంగా గుర్తుపట్టలేక పోయేవాడిని. కొన్ని సందర్భాలలో దృశ్యంలో కనిపిస్తున్న నగరంలో మేడల మీద వ్రాసివున్న పేర్లు మొదలైనవాటిని చదవడానికి ప్రయత్నించే వాడిని. అయితే దృశ్యం అతికొద్ది సమయం వరకే దర్శనమయ్యేది మరియు వేగంగా మారిపోతూ ఉండేది. దీని ఫలితంగా ఆ దృశ్యంలో దర్శనం అయిన నగరాన్ని లేదా పట్టణాన్ని గుర్తించడానికి ఏమైనా ఆధారాలు దొరుకుతాయని చేసిన నా ప్రయత్నాలు వ్యర్థమయ్యేవి. అంతేగాక, కొన్ని సందర్భాలలో కనిపించే దృశ్యంలో వ్రాసివున్న భాషలు కూడా పరిచయం లేనివిగా ఉండేవి. కొన్ని సందర్భాలలో నాకు దర్శనం అయిన ప్రదేశాలు ఎంత వింతగా ఉండేవి అంటే, అసలు అవి భూమిమీద ఉంటాయా లేదా, అవి భూమిమీద ఎప్పుడైనా పూర్వం ఉండేవా

అనే అనుమానం వస్తుంది. ఇవిగాక, ఇంకా పరిచయం ఉన్నవి మరియు పరిచయం లేని ఎన్నో ఆయుధాలు, పుష్పాలు, చెట్లు, జంతువులు, మనుష్యుల ముఖాలు, మనుష్యులు ధరించిన వస్త్రాలు, వాహనాలు మొదలైనవి దర్శనం అవుతుండేవి. నేను దర్శించిన ఈ దృశ్యాలు అన్నీ ఎంతో స్పష్టంగా కూడా కనిపించేవి.

అయితే ఈ దృశ్యాలన్నీ ఇంతవరకే కాదు. ఇవిగాక ఇలాంటి ఎన్నో ఇతర దృశ్యాలను దర్శిస్తూ ఉండేవాడిని. దాదాపు ప్రతిరోజు నేను ఈ స్థితిలోకి ప్రవేశించి ఇలాంటి దృశ్యాలను దర్శిస్తూ ఉండేవాడిని. ఇలాంటి క్రియలు వ్యక్తమైనపుడు ఒక వ్యక్తికి తను ఇంతకుపూర్వం ఎన్నో జన్మలెత్తి ఉన్నాననే నమ్మకం దృఢపడుతూ ఉంటుంది.

అయితే ఆదిపరాశక్తి అయిన విశ్వశక్తి ఒకవ్యక్తి మనస్సులో జన్మాంతరాల నుండి ముద్రింపబడి ఉన్న ఈ చరిత్రనంతా తుడిచివేస్తుంది. దీనికోసం ఆ వ్యక్తి మనస్సులో ఆ చరిత్రకు సంబంధించిన దృశ్యాలను అన్నింటినీ ఆఖరిసారిగా మరొకసారి దర్శింపజేయిస్తుంది.

ఒకవ్యక్తి మనస్సు నుండి ఈ ముద్రింపబడిన జన్మాంతరాల చరిత్ర తుడిచి పెట్టబడే కొలదీ, ఆ వ్యక్తికి తన ప్రస్తుత జన్మలో మిగిలిన మానవులతో ఉన్న మోహబంధాలు కూడా విలీనమైపోవడం ప్రారంభమౌతుంది.

ఒకవ్యక్తి తన గతజన్మలలో ఎంతోమందికి ప్రియుడు లేదా ప్రేయసి అయి వుండవచ్చును. అలాగే లెక్కకుమించిన తండ్రులకు కుమారునిగా, లెక్కకు మించిన కుమారులకు మరియు కుమార్తెలకు తండ్రిగా, లెక్కకుమించిన స్నేహితులకు స్నేహితునిగా, లెక్కకుమించిన పిల్లలకు అమ్మగా మొదలైన మోహబంధాలను అనుభూతి పొందివుంటాడు.

ఇంతేగాకుండా, బాహ్య ప్రపంచంలోని సామాజిక జీవితం మీద ఉండే ఆసక్తి కూడా ఎలాంటి దుఃఖము మరియు పశ్చాత్తాపము లేకుండా తుడిచిపెట్టుకు పోతుంది.

ఆ వ్యక్తి తన అంతరంలోనే ఆనందంగా జీవించడం ప్రారంభిస్తాడు.

ఇది ఒక మానవుడు పొందే శాశ్వతమైన ఆనందం.

మానవుని అంతరంలో 'ఆత్మ'ను కప్పివుంచిన భ్రమపూరితమైన పొరలు ఒక్కొక్కటిగా తొలగింపబడుతూ ఉన్నప్పుడు, ఆత్మజ్ఞానం అంతరంలోనే ప్రకాశిస్తుంది. దీనివలన మనస్సులో మార్పురావడం మొదలౌతుంది. ఈ మార్పు కారణంగా శాశ్వతమైన ఆనందం కూడా అంతరంలోనే ఉబికి ఉబికి రావడం మొదలౌతుంది. ఇలా ఎందుకు జరుగుతుందంటే, ఆనందం అనేది ఆత్మ యొక్క లక్షణం కాబట్టి ! కనుక విశ్వశక్తి అయిన ఆదిపరాశక్తి ఒక మానవునిలో పేరుకుని ఉన్న మోహబంధాలను నరికివేయడం ద్వారా, ఆ వ్యక్తిమీద తన కృపావర్షాన్ని కురిపిస్తుంది. ఒక సాధకుని యొక్క మనస్సు ఈ మోహబంధాలు పోతూ ఉన్నపుడు ఎలాంటి ఉన్నత భూమికలకు చేరుకుంటుందంటే ఇక ఆ వ్యక్తి మనస్సు మీద ఈ ప్రపంచంలోని ఏ విషయం తన ప్రభావాన్ని చూపించలేదు. సంతోషము మరియు దుఃఖము లేదా ఇంకేమైనా ద్వంద్వప్రవృత్తితో కలిసివున్న ప్రాపంచిక విషయాలు ఆ వ్యక్తి మనస్సును ప్రభావితం చేయలేవు.

ఆ వ్యక్తియొక్క అంతరం తన అంతరంలోనే సంపూర్ణమైన తృప్తిని అనుభూతి పొందుతుంది. ఈ అనుభూతి పొందడానికి బాహ్యప్రపంచం నుండి ఇక దేని యొక్క అవసరం ఉండదు.

ఈ విధంగా సిద్ధమహాయోగం ఒక సాధకుణ్ణి అమరత్వం వైపు ప్రస్థానం గావిస్తుంది.

అయితే పాఠకులు ఒక విషయాన్ని అర్థం చేసుకోవాలని విజ్ఞప్తి చేస్తున్నాను. మనస్సులో ఈ విధంగా మార్పురావడం అనేది రాత్రికి రాత్రే జరుగదు. దీనికి చాలా సుదీర్ఘమైన సమయం పడుతుంది. కొన్ని సందర్భాలలో విశ్వశక్తి మనస్సును అతివేగంగా ఉన్నత భూమికలకు తీసుకువెళుతుంది. అయితే మనస్సు మరలా తిరిగి క్రిందిస్థాయికి రావడం కూడా జరుగుతుంది. క్రిందిస్థాయికి పడిన మనస్సు మరలా తిరిగి ఉన్నత భూమికలకు చేరుకుంటుంది. కనుక యోగసాధనలో చాలా ఓర్పు అనేది ఉండాలి.

ఇక నేను మానవుని శరీరంలోని నాడీవ్యవస్థ ద్వారా శక్తి ఎలా సంచారం

చేస్తుందనే విషయం గురించి వివరిస్తాను.

ఎక్కువసార్లు శక్తి యొక్క సంచారాన్ని నేను నా గుదము మరియు జననాంగము ప్రాంతంలో అనుభూతి పొందేవాడిని. అయితే కొన్ని సందర్భాలలో మిగిలిన శరీరభాగాలలో కూడా అనుభూతి పొందాను. ఒక్కోసారి నా జననాంగంలో మరియు జననాంగం మొదలయ్యే ప్రాంతంలో కూడా శక్తియొక్క ప్రవాహాన్ని అనుభూతి పొందేవాడిని. కుండలినీ శక్తి వెన్నెముక మొదలయ్యే ప్రాంతంలో కేంద్రీకృతమై ఉన్న కారణంగా ఈ విధంగా జరిగి ఉంటుందను కుంటాను. అంతేగాక యోగశాస్త్ర గ్రంథాల ప్రకారం, నిద్రాణమై ఉన్న కుండలినీ శక్తి జాగృతమైన వెంటనే, జననాంగం మొదలయ్యే ప్రాంతానికి చేరుకుంటుంది. దీనిని స్వాధిష్టానచక్రం అంటారు. బహుశః అందువలన నేను శక్తియొక్క ప్రవాహాన్ని ఈ ప్రాంతంలో లెక్కకు మించిన సందర్భాలలో ఎక్కువగా అనుభూతి పొందేవాడిని.

ఎన్నో సందర్భాలలో ధ్యానం చేస్తున్న సమయంలో నాకు ఎంత బలీయమైన కామవాంఛ కలిగేదంటే, నేను ధ్యానం నుండి లేచి టాయిలెట్ గదిలోకి వెళ్లి మరలా తిరిగి ధ్యానంలో కూర్చొనవలసి వచ్చేది.

ఎన్నో సందర్భాలలో బొట్లు బొట్లుగా వీర్యస్ఖలనమై నా దుస్తులు తడిసి పోయేవి.

తరువాతి రోజుల్లో నేను దుస్తులేమీ ధరించకుండానే నగ్నంగా ధ్యానంలో కూర్చొనేవాడిని.

ఎన్నో సందర్భాలలో వీర్యస్ఖలనమై బొట్లు బొట్లుగా నేను కూర్చునివున్న ఆసనం మీద పడిపోయేది.

ఎన్నో సందర్భాలలో అసహ్యకరమైన కామక్రీడలకు సంబంధించిన ఆలోచనలు మనస్సులో వరదలా ప్రవహించేవి. ఆ ఆలోచనలు ఒక్కోసారి జీవితంలో బాగా పరిచయం ఉన్న మరియు పూజనీయమైన వారికి సంబంధించినవి కూడా అయివుండేవి. నాకు దృశ్యాలు కూడా దర్శనం అవుతుండేవి. అయితే నేను మాత్రం ఒక మౌన ప్రేక్షకునిలా ధ్యానం చేస్తూ

ఉండి పోయేవాడిని.

క్రియలు శరీరంలో వ్యక్తమయ్యే సమయంలో కామక్రీడలకు సంబంధించిన ఎన్నో ఆలోచనలు మనస్సులో అంతర్భాగం నుండి ఉబికి పైకి రావచ్చును. ఈ ఆలోచనలు ఒక యోగసాధకునికి బాగా పరిచయమున్న మరియు పూజనీయమైన వారికి సంబంధించినవి కూడా అయి ఉండవచ్చును. ఇవి జన్మ జన్మలనుండి మానవుని అంతరంలో కూడబెట్టుకొని ఉన్న ఇంద్రియాల అనుభూతులు మరియు వాటి జ్ఞాపకాలు. అయితే ఇలాంటి ఆలోచనలు మనస్సులో ప్రతిబింబితమైనప్పుడు ఒక వ్యక్తి యొక్క మనస్సుకి పెద్ద ఘాతము తగులుతుంది. ఎందుకంటే ఈ ప్రపంచంలో ప్రతి మానవుడు పాపం మరియు పుణ్యం అనే భావనలతో నలిగిపోతూ ఉంటాడు. ఈ పరిమితమైన నిబంధనల కారణంగానే అపరిమితమైన ఆత్మ యొక్క జ్ఞానం అంతరంలో ప్రకాశించదు. అందువలన సర్వమూ తెలిసిన జ్ఞానవతి అయిన విశ్వశక్తి యోగసాధకుని మనస్సు నుండి ఈ సంస్కారాలన్నింటినీ శాశ్వతంగా తొలగించి వేస్తుంది. దానికోసమే ఇలాంటి క్రియలు వ్యక్తమౌతాయి. కాని ఒక సాధారణ వ్యక్తి యోగసాధనలో ఉన్నతస్థితికి చేరని మనస్సుతో ఈ విషయాన్ని జీర్ణించుకోలేడు. దీని ఫలితంగా మనస్సు భయం అనే రోగంతో దిగజారి పోతుంది. తను ఈ ప్రపంచంలో బ్రతకడానికి కూడా అర్హత కోల్పోయానని అనుభూతి పొందడం జరుగుతుంది.

మనస్సుయొక్క అంతరంలో జన్మ జన్మలనుండి పేరుకొని ఉన్న సంస్కారాలు తొలగింపబడవలసిన అవసరం ఉన్నది. అది కేవలం జ్ఞానవతి అయిన విశ్వశక్తి మాత్రమే చేయగలుగుతుంది. అందువలన ఇలాంటి క్రియ అనేది ఆదిపరాశక్తి ఒక యోగసాధకుని మనస్సుమీద అజ్ఞానాన్ని తొలగించుటకు వ్యక్తపరచే ఒక జ్ఞానక్రీడ వంటిది అని చెప్పవచ్చును.

అన్ని భయాలు, ఆత్రుత, కామక్రీడలకు సంబంధించిన ఊహాజనిత ఆలోచనలు, విపరీతమైన భావనలు, పాపపుణ్యాలకు సంబంధించిన ఆలోచనలు, ధర్మం మరియు అధర్మం అనే భావాలకు సంబంధించిన భ్రమపూరితమైన ఊహాజనిత ఆలోచనలు మొదలైనవన్నీ ఒక యోగసాధకుని మనస్సులో

అఖరిసారిగా ప్రతిబింబింప చేయబడుతాయి. ఆ సాధకుని మనస్సులో పేరుకొని ఉన్న ఈ చెత్తనంతా శాశ్వతంగా తొలగించుటకు విశ్వశక్తి ఈ విధంగా చేస్తుంది.

పైన వివరించిన విషయాలే కాకుండా దేవీ దేవతలకు సంబంధించిన అనేక వికారమైన ఆలోచనలు సైతం మనస్సులో ప్రకటితం అవుతుండేవి. మనస్సులో వరదలా వచ్చిపోయే ఇలాంటి ఆలోచనలను నియంత్రించుటకు ఎప్పుడూ ప్రయత్నించలేదు. కేవలం ఒక మౌన ప్రేక్షకునిలా నా మనస్సుతోనే, మనస్సులో క్షణకాలం మెదిలి మాయమయ్యే ఈ ఆలోచనల చెత్తను గమనిస్తూ ఉండేవాడిని. నా అంతరంలో శుద్ధీకరణ గావింపబడుచున్న ఈ ధూళిని గమనిస్తూ మౌనంగా ధ్యానంలో ఉండిపోయేవాడిని.

ఆత్మసాక్షాత్కారానికై పయనించే ఈ పథంలో భగవంతుని యొక్క కరుణ సైతం ఇంత క్రూరత్వంగా రూపుదాల్చగలదని నేను ఏనాడూ ఊహించలేదు.

విశ్వశక్తి శరీరంలోని అన్నిభాగాలలో మరియు ప్రతి అణువులో నిరంతరం ప్రవహిస్తూ ఉండేది.

ఈ శక్తి యొక్క సంచారం నా తల పైభాగం, ముక్కు, ముక్కు రంధ్రాలు, చెవులు, నోరు, నాలుక, బుగ్గలు, కళ్ళు, గొంతు, చేతులు, భుజాలు, అరచేతులు, వేళ్ళు, కడుపు, తొడలు, ఇంకా అరికాళ్ళలో సైతం నిరంతరం జరుగుతున్న అనుభూతిని పొందేవాడిని.

ఒక్కోసారి శక్తి యొక్క ప్రవాహం స్పందనగా మరియు ఒక్కోసారి సూదితో పొడవబడుతున్నట్లుగా అనుభూతి అవుతుండేది. నా శరీరంలో అంతర్భాగాన జరుగుచున్న ఈ బీభత్సం సంవత్సరాల పాటు కొనసాగినది.

శరీరంలో శక్తియొక్క గతిశీలత సరిగ్గా ఏవిధంగా ఉండేది అని వర్ణించడం చాలా కష్టం. కొన్ని సందర్భాలలో శక్తి యొక్క కదలిక మరియు ప్రవహించే తీరు వింతవింతగా అనుభూతి అవుతుండేది. ఏదీ ఒక క్రమపద్ధతిలో ఉన్నట్లు అనుభూతి అయ్యేది కాదు. మామూలుగా ఈ ప్రపంచంలో అందరికీ పరిచయ మున్న నానా విధములైన కదలికలతో శక్తియొక్క సంచారాన్ని పోల్చి గుర్తించలేము. అంటే శరీరంలో శక్తి యొక్క కదలిక బాహ్యప్రపంచంలో

ఉన్నట్లు అలా ఉంటుంది లేదా ఇలా ఉంటుంది అని వర్ణించలేము. శక్తి శరీరంలోని ప్రతిభాగంలో ప్రవహిస్తుంది. ఈ అనుభవాలన్నింటినీ నా గురువుగారితో మరియు అతి కొద్దిమంది తోటి యోగాభ్యాసకులతో తప్ప నేను ఎప్పుడూ ఎవరితోనూ చర్చించేవాడిని కాదు.

ఈ అనుభవాలన్నీ హేతుబద్ధమైనవి కావు. అయితే ఆధునిక శాస్త్రం యొక్క నియమాలకు అనుగుణంగా ఉన్నాయా లేదా అనే విషయం నేను ఎప్పుడూ అసలు పట్టించుకునేవాడినే కాదు.

❖◆❖

భాగము - 13

వెన్నుపాము-మెదడు వ్యవస్థలో ప్రత్యేక స్పందనలు

మానవశరీరంలో శ్వాస అనేది మనస్సు యొక్క పని. అంటే ఊపిరితిత్తుల కదలికకు కారణం ఒక వ్యక్తి యొక్క మనస్సు అని అర్థం. ఊపిరితిత్తుల కదలికలో గాలి లోపలికి పీల్చబడుట మరియు బయటికి వదలబడుట జరుగుతుంది. అయితే ఈ శ్వాసప్రక్రియకు మూలకారణం మాత్రం మనస్సు. మనస్సు ప్రశాంతంగా మరియు నిర్మలంగా లేనపుడు, శ్వాస కూడా చాలా అసహజంగా మారుతుంది. పాఠకులందరికీ ఈ విషయం గురించి తెలిసే ఉంటుంది. ఒక వ్యక్తి అశాంతిగా లేదా కోపంగా ఉన్నపుడు, శ్వాసప్రక్రియ కూడా ప్రశాంతంగా ఉండదు. శ్వాస యొక్క వేగం పెరుగుతుంది. అలాగే ఒక వ్యక్తి భయంతో మరియు ఆందోళనతో ఉన్నపుడు కూడా శ్వాసప్రక్రియ ప్రశాంతంగా జరుగదు. యోగసాధనలో ఒక వ్యక్తి యొక్క మనస్సు ఏ ఆలోచనలు లేకుండా ప్రశాంతంగా మరియు నిర్మలంగా మారినపుడు, అసహజమైన శ్వాసప్రక్రియ సంపూర్ణంగా ఆగిపోయే స్థితి వరకు వెళుతుంది. ప్రతి మానవుడు యోగసాధనలో ఉన్నతమైన స్థితిలో ఉండుట జరుగదు కనుక, శ్వాసప్రక్రియ సాంకేతికపరంగా పూర్తిగా ఆగిపోవడం జరుగదు. అయితే బయటనుండి గమనించేవారికి మాత్రం శ్వాస ఆగిపోయినట్లు కనిపిస్తుంది. బహుశః ఈ కారణం చేతనే ఒక యోగి దీర్ఘకాలం గాలిలేకుండా సమాధిలో ఉండుట సాధ్యం అవుతుంది. శ్వాసప్రక్రియ ఆగిపోయిన కారణంగా శరీరంలో అన్ని జీవ వ్యవస్థలు కూడా దాదాపు ఆగిపోతాయి. శరీరంలో వృద్ధాప్యం యొక్క ప్రక్రియ కూడా దాదాపు ఆగిపోతుంది. బహుశః దీని వలననే ఒక యోగికి ఏ ఆహారం మరియు నీరు లేకుండా దీర్ఘకాలం సమాధిలో జీవించవుండగల సామర్థ్యం కలుగుతుంది. అయితే ఇది ఆధునిక విజ్ఞాన శాస్త్ర సమ్మతంగా ఉందా లేదా అనే విషయం నాకు ఖచ్చితంగా తెలియదు. ఎప్పుడైనా మనస్సు మరియు శ్వాసకు సంబంధించిన క్రియ నా

శరీరంలో వ్యక్తమైనపుడు, శ్వాసప్రక్రియ ఆగిపోయిన అనుభూతి పొందేవాడిని. ఇంకా ఈ క్రియ వెన్నుపాము మీద ఉండే ఏదో ఒక చక్రానికి లేదా శక్తికేంద్రానికి ముడిపెట్టబడి ఉండేది. అంటే ఇలాంటి క్రియ ఎప్పుడైనా జరిగినపుడు ఏదో ఒక చక్రంలో కూడా క్రియ జరిగేదని అర్థం.

అలాంటి ఒకానొక సందర్భంలో, నేను నా మంచం మీద తంద్రావస్థలో పడుకొని ఉన్నాను. ఆకస్మాత్తుగా వెన్నుపాములో శక్తియొక్క ప్రవాహం అనుభూతి కలిగినది. ప్రవహించే శక్తి నాభిప్రాంతంలో వెన్నుపాము మీద అకస్మాత్తుగా ఆగిపోయింది. ఒకేఒక కేంద్రబిందువులో కేంద్రీకృతం కావడం ప్రారంభించింది. శక్తి అంతా ఒక సూదిమొనలాంటి కేంద్రబిందువులోకి చాలా శక్తివంతంగా లాగబడి కేంద్రీకృతమవుతున్న అనుభూతి కలిగినది. అకస్మాత్తుగా నా ఊపిరి తిత్తుల నుండి గాలి బయటికి వెళ్ళగొట్టబడుట మరియు కొన్ని క్షణాల సమయం వరకు శ్వాసప్రక్రియ ఆగిపోవుట జరిగాయి.

నేను తరువాత నా ఈ అనుభవాన్ని గురువుగారికి వివరించి చెప్పాను. ఆయన ఇలాంటి అనుభవం రాబోయే సమయంలో నాకు వెన్నుపాము మీద అనాహత చక్రం దగ్గర కూడా కలుగుతుందని చెప్పారు. ఇంకా ఇలాంటి శ్వాస ఆగిపోయే క్రియ అనాహత చక్రంలో జరిగితే, ఇక ఆ తరువాత సాధకునికి యోగసాధనలో క్రిందికి జారిపడిపోయే ప్రమాదం ఉండదని కూడా చెప్పారు. ఇక్కడ పాఠకులకు ఈ విషయం గురించి కొంచెం వివరిస్తాను. ఏదైనా యోగాభ్యాసం చేసే ఒక యోగసాధకునికి ఉండే అన్నింటి కన్నా పెద్దభయం, యోగసాధనలో సాధించిన ఉన్నతి నుండి జారి క్రింద పడిపోతానేమోనని. ఈ జారిపోవడం అనేది ప్రతి ఒక్క సాధకునికి జరుగుతుంది. అయితే ప్రతి ఒక్క యోగసాధనలో కొన్ని నిర్దిష్టమైన హద్దులు దాటగలిగితే ఈ భయం మనస్సు నుండి శాశ్వతంగా తొలగింపబడుతుంది. మనస్సు కూడా ఆధ్యాత్మికంగా ఉన్నత భూమికలకు చేరుకుంటుంది. ఇంకా ఒక యోగసాధకుడు తరువాత జారిపడినా, అంత ఎక్కువగా క్రిందికి జారిపోవడం జరుగదు.

నాకు ఈ అనుభవం కలిగిన కొన్ని వారాల తరువాత మరొక క్రొత్త

అనుభవం కలిగింది. ఈసారి కూడా నేను మంచం మీద తంద్రావస్థలో పడుకొని ఉన్నాను. నా వెన్నుపాము మీద నాభి ప్రాంతం నుండి అకస్మాత్తుగా శక్తి యొక్క ఆరోహణం అనుభూతి కలిగింది. శక్తి అనాహత చక్రం దగ్గరకు చేరిన తరువాత వింతవింత విన్యాసాలు చేయడం మొదలుపెట్టింది. శక్తి యొక్క కదలిక నా వీపుమీద చాలా బరువుగా మరియు శక్తివంతమైనదిగా అనుభూతి కలిగినది. పరిచయం లేని శక్తి ఏదో నా వీపుని శక్తివంతంగా త్రొక్కుతున్నట్లు మరియు నలిపివేస్తున్నట్లు అనుభూతి కలిగినది. ఆ తరువాత శక్తి నా హృదయం ఉన్న ప్రాంతంలో వెన్నుపాము మీద సూదిమొన వంటి ఒక కేంద్రబిందువు దగ్గర కుదించుకుపోతూ మరియు కేంద్రీకృతమైపోతూ ఉన్నట్లు అనుభూతి కలిగింది. నాకు ఇంతకుముందు కలిగిన అనుభవం జ్ఞాపకం వచ్చినది. శక్తి ఇదేవిధంగా నా వెన్నుపాము మీద నాభి ప్రాంతంలో విన్యాసాలు చేసింది. అయితే ఈ సందర్భంలో మాత్రం శక్తి చాలా శక్తివంతంగా ఉన్నట్లు అనుభూతి కలిగింది.

మానసికంగా నేను గురువుగారి చిత్రాన్ని గుర్తుకు తెచ్చుకుని నా ప్రణామములర్పించాను.

అకస్మాత్తుగా శక్తి నా వీపుమీద మరియు భుజాల మీద నలువైపులకు వెళ్లుట మొదలు పెట్టింది. నా వీపుమీద శక్తియొక్క కదలిక మరికొంతసేపు కొన్ని నిమిషాల వరకు కొనసాగింది. మొత్తం మీద ఆ అనుభవం ఎలా ఉన్న దంటే, ఒక మల్లయోధుడు నన్ను నేలమీద తన పట్టులో గట్టిగా బిగించి ఉన్నట్లు శక్తి కూడా మంచం మీద నాపై అదేవిధంగా చేసింది. శక్తి యొక్క బలం అంత శక్తివంతంగా ఉన్నట్లు అనుభూతి కలిగింది. అయితే ఈసారి మాత్రం శ్వాసప్రక్రియ ఆగిపోలేదు. నేను ఇంతకుముందే వ్రాసినట్లు, ఈ శక్తి ప్రవాహము అనుభూతి పొందిన సమయంలో నేను తంద్రావస్థలో పడుకొని ఉన్నాను. శక్తి నాభి ప్రాంతం నుండి నా వెన్నుపాము మీద త్వరితగతిన ఆరోహణం చేసినపుడు నేను మంచం మీద వెల్లకిలా పడుకొని ఉన్నాను. శక్తి యొక్క కదలిక ప్రారంభం కాగానే వెంటనే ఉదరము మీద బోర్లా పడుకున్నాను. ఎందుకంటే శక్తి ఏ అవరోధము లేకుండా సునాయసంగా వెన్నుపాములో

ప్రవహించగలదని ! మరికొన్ని నిమిషాల తరువాత శక్తి యొక్క విన్యాసం నా వీపు మీద జరుగుతూ ఉండగానే, నేను కొద్దిపాటి సమయం స్వప్నస్థితిలోకి వెళ్లాను. స్వప్నస్థితిలో కూడా శక్తియొక్క విన్యాసం నా వీపుమీద స్వప్నం చెదిరిపోయే వరకూ అనుభవమౌతూనే ఉన్నది.

స్వప్నం చెదిరిన వెంటనే శక్తి యొక్క విన్యాసం ఆగిపోయినది. నేను కూడా స్వప్నావస్థ మరియు తంద్రావస్థ నుండి బయటపడ్డాను. నేను మంచం మీద మరికొంత సమయం వరకూ పడుకొనే ఉన్నాను. ఆ తరువాత లేచి గురువుగారికి ఫోను చేశాను. నేను జరిగిన క్రియను గురించి గురువుగారికి వివరించాను. ఇంతసేపు నా శరీరంలో శక్తి ప్రకటితం చేసిన క్రియ భౌతిక స్థూల శరీరానికి సంబంధించినదని మరియు రాబోయే కాలంలో శక్తి మనస్సులో మరియు బాహ్య ప్రపంచంలోని దైనందిన జీవితంలో కూడా ఇలాంటి క్రియలను ప్రకటితం చేస్తుందని ఆయన చెప్పారు. అయితే ఇలాంటి క్రియ నా శరీరంలో వికసించినందుకు తనకు చాలా సంతోషంగా ఉన్నదని మరియు రాబోయే కాలంలో ఇది మంచి ఫలితాలను అందిస్తుందని కూడా ఆయన చెప్పారు.

మరికొన్ని వారాల తరువాత నాకు మరొక తీవ్రమైన అనుభవం కలిగినది. అయితే ఇది శ్వాసప్రక్రియకు ఏమాత్రం సంబంధం లేని క్రియ. నేను మంచం మీద తంద్రావస్థలో పడుకుని ఉన్నాను. నా మెదడు - వెన్నుపాము క్రిందిభాగం నుండి శక్తి వీపు మీద పైకి ప్రవహించుట ప్రారంభించినది. శక్తి యొక్క కదలిక వేగముగా ఉన్నట్లు అనుభూతి కలిగినది. అయితే కదలిక చాలా శక్తివంతంగా ఉన్నట్లు మరియు ఏదో చిన్న పొట్లంగా కట్టబడి ఉన్నట్లు అనుభూతి కలిగింది. అంటే శక్తి వీపుమీద అన్ని ప్రదేశాలలో ప్రవహించలేదని అర్థం. శక్తి నేరుగా మెదడు ప్రాంతానికి చేరినతరువాత నా మెదడుయొక్క అంతర్భాగంలో విస్ఫోటనం చెందిన అనుభూతి కలిగింది. మూతబడి ఉన్న నా నేత్రములతో అంతరాకాశంలో వివిధ రంగులలో ఉన్న జ్యోతికణికలను తిలకించాను. ఈ విస్ఫోటనము తరువాత నా మనస్సులో ప్రశాంతమైన స్థితిని అనుభూతి పొందాను. నా మనస్సు ఎంతో నిశ్శబ్దమైన మరియు నిర్మలమైన స్థితిలోకి వెళ్ళినది.

నేను ఎప్పుడైనా ఓంకార శబ్దాన్ని కొన్నిసార్లు ఉచ్చరించగానే క్రియ వెంటనే మొదలవుతుండేది. శక్తి మెదడు - వెన్నుపాము వ్యవస్థ ద్వారా ప్రవహించేది. వెన్నుపాము మీద ఉండే చక్రాలలో ఏదో ఒక చక్రం దగ్గర ఆగిపోయి సూదిమొన వంటి కేంద్రబిందువులో కేంద్రీకృతమౌతుండేది. ఆ తరువాత నలువైపుల నుండి ఆ బిందువు లోపలికి శక్తి కుదించుకుపోయిన అనుభూతి కలిగేది. ఆ తరువాత శక్తి తల పైభాగానికి కూడా ప్రవహించేది. ఇక్కడ పాఠకులకు ఒక విషయాన్ని చెప్పదలచుకొన్నాను. శక్తి మెదడు - వెన్నుపాము వ్యవస్థ ద్వారా ఆరోహణం చేసినపుడు అది ఏ చక్రం నుండి అయినా జరుగవచ్చును. ప్రతిసారి వెన్నుపాము క్రిందిభాగం నుండి మాత్రమే ఆరోహణ చేయడం ప్రారంభిస్తుందని ఏమీలేదు. అకస్మాత్తుగా ఏ చక్రం అయినా క్రియాశీలమై శక్తి అక్కడినుండి ఆరోహణ ప్రారంభించవచ్చును.

ఎన్నోసార్లు శక్తి నా కనుబొమ్మల మధ్య ప్రాంతంలో ఆజ్ఞాచక్రంలో కూడా సూదిమొన వంటి కేంద్రబిందువులో కేంద్రీకృతమౌతుండేది. యధావిధిగా ఆ బిందువులోనికి కుదించుకు పోతున్న అనుభూతి కూడా కలిగేది. నాకు ఈ ప్రదేశంలో కలిగిన అనుభూతిని యథాతథంగా వర్ణించడం కష్టంగా ఉన్నది. ఏది ఏమైనా ప్రయత్నించి చూస్తాను ! నా కనుబొమ్మల మధ్యన కొన్నిసార్లు స్పందనగా, మరికొన్నిసార్లు సూదిమొనతో పొడవబడుతున్నట్లు అనుభూతి కలిగేది. అంతేగాక నా కనుబొమ్మలు ఉండే స్థాయిలో నా తల వెనుకభాగాన కూడా స్పందన యొక్క అనుభూతి కలిగేది.

ఎన్నోసార్లు నేను నిద్ర నుండి జాగ్రదావస్థలోకి వచ్చిన తరువాత నా పెదవులు మంత్రాన్ని జపిస్తూ ఉండటం ప్రత్యక్షంగా గమనించాను. దీనినిబట్టి నేను నిద్రపోతున్న సమయంలో కూడా నా మనస్సు మంత్రాన్ని జపిస్తూ ఉన్న దనే విషయం అర్థం అవుతుంది. అంటే నాకు నిద్ర నుండి మెలకువ రాగానే, నా ప్రయత్నం అనేది ఏమీ లేకుండానే నా పెదవులు కదులుతూ శబ్దం బయటకు రాకుండా మంత్రాన్ని జపిస్తూ ఉండటం నేను గమనించేవాడిని. ఈ విధంగా లెక్కకుమించిన సార్లు జరిగింది.

ఎన్నోసార్లు నేను ధ్యానంలో ఉండగా నాకు అంతరాకాశంలో వివిధ రకముల జ్యోతులు దర్శనం అయ్యేవి. వెలుగుతున్న క్రొవ్వొత్తులు, లాంతర్లు, పున్నమినాటి చంద్రుడు, నక్షత్రాలు, సూర్యుడు, కొన్నిసార్లు ఆకాశంలో మెరిసే మెరుపులు మొదలైన దృశ్యాలు నేను ధ్యానంలో ఉన్నపుడు దర్శనం అవుతూ ఉండేవి. నేను మంచం మీద పడుకొని తంద్రావస్థలో ఉన్నపుడు కూడా ఇలాంటి దృశ్యాలు చాలాసార్లు దర్శనం అవుతుండేవి. మామూలుగా కొన్ని క్షణాల సమయం వరకే అవి దర్శనం అయ్యేవి.

అయితే వెలుగుతున్న లాంతర్లు మరియు పున్నమి నాటి చంద్రుడు యొక్క దృశ్యాలు మాత్రం తరచుగా ఎక్కువసార్లు కనిపించేవి. నా గురువుగారు వివరించిన దాని ప్రకారం వీటిని విశోకా జ్యోతులని పిలుస్తారు. సంస్కృతభాషలో 'విశోక' అనే పదానికి అర్థం దుఃఖాన్ని పారద్రోలేదని. కనుక ఈ జ్యోతుల యొక్క దృశ్యాలు ఒక యోగసాధకుని అంతరాకాశంలో దర్శనం అవడం అనేది సాధనలో మంచి ఉన్నతిని సూచిస్తుందని చెప్పవచ్చును.

కొన్నిసార్లు ధ్యానం చేస్తున్న సమయంలో గుర్తు తెలియని మరియు వింతైన జ్యోతులు కూడా కొన్ని అంతరాకాశంలో దర్శనం అవుతుండేవి.

నా శరీరంలో క్రియలు మొదలైన తరువాత, ప్రారంభ సమయంలో కొన్ని నెలల వరకూ ధ్యానం చేస్తున్నపుడు నా అంతరాకాశంలో శక్తివంతమైన ఒక జ్యోతి యొక్క ప్రకాశం దర్శనం అవుతుండేది. ఈ జ్యోతి సూర్యుని మాదిరిగా చాలా ప్రకాశవంతంగా కనిపించేది. ఇంతకు ముందు వివరించిన కొద్ది సమయం వరకే దర్శనం అయ్యే జ్యోతుల మాదిరిగా కాకుండా ఈ జ్యోతి చాలా ఎక్కువ సమయం వరకు ధ్యానంలో దర్శనం అవుతుండేది.

ఇంకా హిందూమతంలోని దేవీ దేవతల యొక్క దృశ్యాలు, ఋషులు, బుద్ధుడు, క్రైస్తవమత చిహ్నం మరియు వివిధ ఇతర మతవ్యవస్థలకు సంబంధించిన యోగులలాంటి వ్యక్తుల యొక్క దృశ్యాలు మొదలైనవి ధ్యానం చేస్తున్న సమయంలో మరియు తంద్రావస్థలో ఉన్నపుడు కూడా తరచుగా దర్శనం అవుతుండేవి.

నాకు ఎప్పుడైనా ధ్యానంలో బాగా ఏకాగ్రత ఏర్పడినపుడు, ప్రశాంతమైన పరమానందం అంతరంలో అనుభూతి అవుతుండేది. దీనివలన ధ్యానం ముగిసిన తరువాత కళ్లను తెరవలేక పోయేవాడిని. అసలు కళ్లు తెరవాలనిపించేది కాదు. నా మనస్సు కళ్లు తెరవడానికి అసలు అంగీకరించేది కాదు. అయితే దీర్ఘసమయం ధ్యానంలో కూర్చొని ఉన్న కారణంగా కాళ్లలో నొప్పి మొదలయ్యేది. దీనివలన బలవంతంగా కళ్లు తెరచి ధ్యానం చేయడం ఆపవలసి వచ్చేది.

నేను ఇరవైమూడు సంవత్సరాల వయస్సులో ఉన్నప్పుడు మొదటిసారిగా అనాహత శబ్దాన్ని వినడం మొదలుపెట్టాను.

అసలు అనాహతశబ్దం అంటే ఏమిటి అనే విషయాన్ని ముందుగా వివరిస్తాను.

ఇది ఒక సాధకునికి తన అంతరంలో వినిపించే శబ్దం. శరీరం బయట నుండి గాని లేదా శరీరం యొక్క అంతర్భాగంలో కాని ఏ కారణం చేతనైనా ఉత్పత్తి కాకుండా కేవలం తన అంతరంలోనే సాధకునికి వినిపించే శబ్దం. ఈ శబ్దాన్ని ఒక సాధకుడు కేవలం తన అంతరంలో మాత్రమే వినడం జరుగుతుంది. బయటవారికి బాహ్యంగా ఎవరికీ ఈ శబ్దం వినిపించదు. ఇది మానవశరీరంలో హృదయం ఉండే ప్రాంతంలో గల అనాహతచక్రంతో సంబంధం కలిగి ఉండుట వలన దీనిని అనాహత శబ్దం అని అంటారు.

ఒక సాధకుని శరీరంలో ఒక గురువు కుండలినీ శక్తిని జాగృతం గావించిన తరువాత, ఆ శక్తి వెన్నుపాము వ్యవస్థ ద్వారా పైకి ఆరోహణం చేయడం ప్రారంభిస్తుంది. వెన్నుపాము వ్యవస్థ లోని శక్తికేంద్రాలు లేదా చక్రాలను అన్నింటినీ ఛేదిస్తూ పైకి ఆరోహణం చేస్తుంది. ఈ శక్తి హృదయం ఉన్న ప్రాంతానికి వెన్నుపాము మీద చేరినపుడు అనాహత శబ్దం వినిపించడం ప్రారంభమౌతుంది. అయితే ఈ శబ్దం శరీరం లోపలిభాగంలో గాని మరియు బయట ఉన్న బాహ్యప్రపంచంలో గాని దేనివలన ఉత్పత్తి అవటం జరుగదు. దీనివలన సహేతుకంగా తర్కించిచూస్తే, ఈ శబ్దమే కుండలినీ శక్తి అయి వుంటుంది అనిపిస్తుంది. లేదా తన ఆదిస్వరూపంలో విశ్వశక్తి అయిన కుండలినీ

శక్తి యొక్క లక్షణం ఒక నాదంగా ఉండి ఉండవచ్చునని కూడా చెప్పవచ్చును. ఈ సందర్భంలో ఇది ఆధునిక శాస్త్రపరంగా ప్రతిపాదించి ఉన్న 'స్ట్రింగ్ థియరీ'కి కూడా అనుగుణంగానే ఉన్నదనే విషయం పాఠకులకు చెప్పదలచుకున్నాను. ఆధునిక విజ్ఞానశాస్త్రం మరియు సైద్ధాంతిక భౌతిక శాస్త్రం గురించి నాకు తెలిసిన అతి తక్కువ సమాచారం ప్రకారం, ఈ విశ్వంలో ఉన్న పదార్థం అంతా 'స్ట్రింగ్స్' లేదా తంతులు అనే అణువు కన్నా చాలా చిన్న పరిమాణంలో ఉండే వాటితో నిర్మితమై ఉన్నదని అర్థం అవుతుంది. దీని అర్థం ఏమిటంటే ఈ విశ్వంలో ఉన్న పదార్థం అంతా సంగీతం లేదా శబ్దంతో సమానం అని ! స్ట్రింగ్ లేదా తంతి యొక్క మెలిక ఒక స్పందనను కలిగి ఉండి ఉంటుంది. స్పందన కలిగిన తంతికి అర్థం శబ్దశరీరం అని. బహుశః ఈ శబ్దం లాంటి శరీరమే సంస్కృతభాష యొక్క అక్షరం అయివుంటుంది. సంస్కృతభాష యొక్క అక్షరాలు మానవశరీరంలోని మెదడు - వెన్నుపాము వ్యవస్థలోని శక్తికేంద్రాలలో లేదా చక్రాలలోని తామరపుష్పాల దళాల మీద ముద్రింపబడి ఉన్నాయని ఇంతకు ముందే ఈ పుస్తకంలో వివరించాను. ఈ మెదడు - వెన్నుపాము వ్యవస్థ ద్వారానే ఒక మానవునికి భ్రమపూరితమైన జగత్తు సృష్టింపబడి ఇంద్రియముల ద్వారా అనుభూతి అవుతుందని కూడా వివరించాను. కనుక బహుశః ఈ కారణం చేతనే ఈ విశ్వం అంతా ఓంకార శబ్దం నుండి సృష్టింపబడినదని చెప్పబడింది. బహుశః అందువలననే ఓంకార శబ్దం స్వయంగా ఆదిపరాశక్తి యొక్క స్వరూపం అని కూడా అంటారు.

ఒక సర్పం బుస కొడుతున్నట్లున్న శబ్దం నిరంతరం నా చెవుల్లో వినిపిస్తుండేది.

ఈ శబ్దం గత ఇరవై సంవత్సరాల నుండి నేటికీ ఈ పుస్తకం వ్రాస్తున్న సమయంలో కూడా నిరంతరం నా చెవుల్లో వినిపిస్తూనే ఉన్నది.

మొదటిసారి ఈ శబ్దం వినడం ప్రారంభించిన ఏడు - ఎనిమిది సంవత్సరాల తరువాత ఈ శబ్దం ఇంకా పెద్దగా మరియు ఇంకా స్పష్టంగా వినిపిస్తుండేది. నేను గాఢమైననిద్రలో ఉన్నప్పుడు తప్ప ఈ శబ్దం నాకు నిరంతరం

ఎల్లవేళలా వినిపిస్తూ ఉండేది. కొన్ని సందర్భాలలో అప్పుడప్పుడూ చిరాకుగా ఉండేది. ఇదితప్ప ఈ శబ్దంవలన నాకు ఎటువంటి సమస్యా రాలేదు.

తరువాతి సంవత్సరాలలో నేను తుమ్మెద ఝుంకారం లాంటి వివిధ ఇతర శబ్దాలను వినుట ప్రారంభించాను. కొన్ని సందర్భాలలో చిరుగజ్జెల సవ్వడి వినిపించేది. మరికొన్ని సందర్భాలలో తియ్యటి మురళీనాదం వినిపించేది.

కొన్నిసార్లు స్వల్ప వ్యవధిలో అకస్మాత్తుగా వర్షం కురుస్తున్న శబ్దం వినిపించుట జరిగేది. నేను వెంటనే నా గదిలో నుండి బయటకు వెళ్ళి మామూలుగా ఉన్న వాతావరణం చూసేవాడిని.

కొన్నిసార్లు నా తలుపుగంట మ్రోగుతున్న శబ్దం వినిపించేది. వెంటనే తలుపు తీయుటకు వెళ్లి, తలుపు తెరచి చూస్తే బయట అసలు ఎవరూ లేనట్లు తెలిసేది.

కొన్నిసార్లు నేను నిద్రపోతున్న సమయంలో నా మొబైల్ ఫోను మ్రోగు తున్నట్లు శబ్దం వినిపించేది. నేను నిద్రలోనుండి లేచి మాట్లాడడానికి ఫోను తీసి చూస్తే అసలు ఎవరూ ఫోను చేయలేదన్న విషయం అర్థమయ్యేది.

లెక్కకు మించినసార్లు ఇలాంటి సంఘటనలు జరిగి నా నిద్ర చెడిపోయేది.

కొన్నిసార్లు అసలు ఎప్పుడూ పరిచయం లేని వింతైన మరియు అద్భుతమైన సువాసన నాశికా రంధ్రాలను తాకుతుండేది.

కొన్నిసార్లు తేలికపాటి తియ్యదనంతో కూడిన మధురమైన రుచి నా నోటిలో అనుభూతి పొందేవాడిని.

నేను ఇరవైమూడు సంవత్సరాల వయస్సులో అనాహత శబ్దాన్ని వినుట ప్రారంభించిన సమయంలోనే, నా వెన్నుపాము వ్యవస్థలో స్పందనలు మొదలైన అనుభూతి కూడా పొందడం ప్రారంభించాను. తరువాతి సంవత్సరాలలో ఈ స్పందనలు ఇంకా తీవ్రరూపం దాల్చాయి. అనాహత శబ్దంతో పాటు వెన్నుపాము వ్యవస్థలోని స్పందనలు కూడా ఇరవై సంవత్సరాల నుండి అనుభూతి పొందు తున్నాను. అయితే నా శరీరం యొక్క అంతర్భాగంలో ఇరవై సంవత్సరాల నుండి జరుగుచున్న ఈ బీభత్సం నా ఆరోగ్యం మీద ఎటువంటి విపరీత

ప్రభావాన్ని చూపించలేదు.

ఇక్కడ పాఠకులు ఒక విషయాన్ని గమనించి నన్ను ప్రశ్నించవచ్చును. నేను సిద్ధమహాయోగంలో 2007 వ సంవత్సరంలో దీక్ష పొందాను. అయితే అనాహత శబ్దం వినుట మరియు వెన్నుపాములో స్పందనలు అనుభూతి పొందుట నేను ఇరవైమూడు సంవత్సరాల వయస్సులో ఉన్నపుడే ఎలా మొదలైనవి అని ప్రశ్నించవచ్చును. బహుశః నేను ఇలాంటి యోగమార్గంలో నా గతజన్మలలో దీక్ష పొంది ఉండవచ్చును. అయితే ఈ విషయం గురించి నిర్ధారణగా చెప్పగల శక్తి నాకు లేదు. అందువలన ఈ విషయాన్ని వినయంతో నా గురువుగారికే వదిలేస్తున్నాను. నేను ఇంతకు ముందు చెప్పినట్లు గతజన్మల స్మృతులు నేను 30 - 31 సంవత్సరాల వయస్సులో ఉన్నప్పటి నుండి నా మనస్సులో వరదలా ప్రవహించుట ప్రారంభమైనవి. అయితే ఆ దృశ్యాలు నా గతజన్మల గురించి నాకు ఇంతవరకూ ఏమీ పరిచయం చేయలేదు. అందువలన నా గతజన్మల జ్ఞాపకాలు నాకు ఎంతమాత్రం గుర్తులేదని విజ్ఞప్తి చేస్తున్నాను.

———◆◆◆———

భాగము - 14

సాధకునికి విశ్వశక్తి తన పరిచయం అందించుట

యోగశాస్త్ర గ్రంథాల ప్రకారం మానవుని మనస్సులో తొమ్మిది రకముల భావోద్వేగాలు నిరంతరం సంచరిస్తూ ఉంటాయి. అవి భయం, కోపం, లోభం, మదము, మోహం మొదలైనవి.

జ్ఞానవతి అయిన ఆదిపరాశక్తి మానవుని మనస్సులో వివిధరకముల భావోద్వేగాలకు సంబంధించిన వివిధ క్రియలను ప్రేరేపిస్తుంది. ఈ క్రియల వలన మానవుని మనస్సులో ముద్రింపబడి ఉన్న భావోద్వేగాలకు సంబంధించిన అనుభూతుల యొక్క జ్ఞాపకాలను శాశ్వతంగా తుడిచివేస్తుంది. ఈ భావోద్వేగాలకు సంబంధించిన సంస్కారాలను కూకటి వ్రేళ్లతో సహా పెకలించి వేస్తుంది. అవి తిరిగి మరలా ఎలాంటి భౌతిక లేదా మానసిక పరిస్థితులలో మొలకెత్తకుండా, మనస్సు యొక్క అంతర్భాగంలోనే కాల్చివేస్తుంది. దీని ఫలితంగా ఒక యోగసాధకుని యొక్క చిత్తం ఎలాంటి ఆలోచనలు మరియు భావోద్వేగాలు లేకుండా నిర్మలమౌతుంది. అంటే ఒక వ్యక్తి మనస్సులో కేవలం ఈ ఆలోచనలను మరియు భావోద్వేగాలను అణగద్రొక్కి ఉంచినంత మాత్రాన లేదా నియంత్రణలో ఉంచినంత మాత్రాన ఫలితం ఏమీ ఉండదని పాఠకులకు ఈ పాటికి అర్థమయ్యే ఉంటుందనుకుంటాను. దానివలన ఏ వ్యక్తికి ఎలాంటి లాభం ఉండదు. ఈ సంస్కారాలను మనస్సు నుండి శాశ్వతంగా తొలగించాలి. ఇది కేవలం జ్ఞానవతి అయిన విశ్వశక్తి మాత్రమే చేయగలుగుతుంది.

ఒక యోగసాధకుడు తన మనస్సు యొక్క అంతర్భాగాన ముద్రింపబడి ఉన్న నానావిధములైన స్మృతులు మరియు వాటి జ్ఞాపకాలకు సంబంధించిన ఆలోచనలను చూసి దిగ్భ్రాంతి చెందడం జరుగుతుంది. తన ప్రయత్నం ఏమీ లేకుండానే, ఊహించనలవికాని మరియు ఆలోచింపవీలుకాని రకరకాల ఆలోచనలు మనస్సు యొక్క అంతర్భాగం నుండి ఉబికి పైకివచ్చి అంతరా

కాశంలో మెదలి మాయమవడం గమనించగలుగుతాడు.

ఆదిపరాశక్తి ఒక వ్యక్తి యొక్క మనస్సులో ఎంతో లోతుగా త్రవ్వి సంస్కారాలన్నింటినీ పైకి తెస్తుంది. పైకి వచ్చిన సంస్కారాలన్నింటినీ సాధకునికి అంతరాకాశంలో ఆఖరిసారిగా చూపించి, ఆ తరువాత వాటినన్నింటినీ సమూలంగా తొలగించి, ఆ వ్యక్తి యొక్క మనస్సును ప్రక్షాళన చేస్తుంది.

మనస్సులో నుండి ఇంద్రియ అనుభూతుల యొక్క స్మృతులు మరియు వాటి జ్ఞాపకాలు తొలగించబడే కొలదీ మనస్సు ఎంతో నిర్మలమైన స్థితిలో స్థిరపడటం ప్రారంభిస్తుంది. దీని ఫలితంగా ఒక వ్యక్తి యొక్క అంతరంలో విరాజిల్లుచున్న ఆత్మకు తనయొక్క నిజస్వరూపం నిర్మలమైన చిదాకాశంలో లేదా నిర్మలస్థితిలో ఉన్న మనస్సులో ప్రతిబింబిస్తుంది.

ఇది నా మనస్సులో ఒక తేజోవంతమైన సూర్యుని యొక్క ప్రకాశము మాదిరి ప్రత్యక్షమౌతుండేది. కొన్ని సందర్భాలలో అంతరాకాశంలో ప్రకటితమైన సూర్యబింబం, పొగతో కప్పబడినట్లు మసకబారిన స్థితిలో కూడా ప్రకటితమౌతుండేది.

అయితే ఈ సూర్యుని యొక్క ప్రకాశం అంతరంలో ప్రకటితమవడం మాత్రమే ముఖ్యం కాదు. ఈ సూర్యబింబం మనస్సు యొక్క స్థితి మీద ఎలాంటి ప్రభావాన్ని చూపిస్తుందనేది అసలైన ముఖ్యమైన విషయం. ఇంకా ఈ స్థితి మనస్సులో ఎంతకాలం ఉంటుందనేది ముఖ్యం ! మామూలుగా ధ్యానం బాగా జరిగితే కనీసం రెండు – మూడు రోజుల వరకు దాని ప్రభావం మనస్సు మీద ఉంటుంది. అయితే కాలాన్ని ఖచ్చితంగా లెక్కవేసి చెప్పలేము.

నేను ఇంతకుముందే చెప్పినట్లు, ఇంద్రియ అనుభూతులను రాత్రికి రాత్రి మనస్సు నుండి తొలగించలేము. ఇది దీర్ఘకాలం చాలా నిదానంగా జరిగే ఒక యోగప్రక్రియ.

మానవుని మనస్సులో ముద్రింపబడే ఇంద్రియ అనుభూతులు తొమ్మిది రకముల భావోద్వేగాలకు సంబంధించినవి అయి ఉంటాయి. ఇవి ఏవిధంగా మనస్సులో నుండి తొలగింపబడుట జరుగుతుందనే విషయాన్ని వివరించుటకు

నేను కొన్ని సంఘటనలు వివరిస్తాను. ఏదైనా ఒక రకానికి చెందిన భావోద్వేగాలకు సంబంధించిన ఇంద్రియ అనుభూతులను తొలగించుటకు విశ్వశక్తి ఏదో ఒక సంఘటనను దైనందిన జీవితంలో ఒక సాధకుని చేత అనుభవింపజేస్తుంది. కొన్ని సందర్భాలలో ఈ అనుభవం చాలాసార్లు దీర్ఘకాలం అనుభవించాల్సిన అవసరం కూడా ఉంటుంది. సాధకుని మనస్సులో మందముగా ఘనీభవించి మరియు పేరుకొని ఉన్న సంస్కారాల పొరను కొద్దికొద్దిగా తొలచివేయాల్సిన అవసరం ఉంటుంది. అయితే ఈ ప్రక్రియ చాలా వేగవంతంగా జరుగుతూ ఉంటుంది. కాబట్టి ప్రతి సాధకుడు గుర్తుంచు కోవాల్సిన విషయం ఏమిటంటే, ఒక మామూలు వ్యక్తితో పోల్చి చూసినపుడు ఒక సాధకుని యొక్క విధిరాత చాలా వేగముగా వికసించి దైనందిన జీవితంలో అనుభవానికి వస్తుంది. ఈ విషయం గురించి తరువాతి భాగాలలో వివరంగా వ్రాయడం జరిగింది. అయితే ఈ ప్రక్రియ జరుగుతున్నపుడు, ఒక వ్యక్తి యొక్క మానసిక సమతుల్యతా స్థితికి ఎటువంటి విపత్తు రాకుండా జ్ఞానవతి అయిన పరాశక్తి కాపాడుతుంది.

నేను జమ్ము - కాశ్మీర్ రాష్ట్రానికి రాజధాని అయిన శ్రీనగర్ నగరంలో నివసిస్తున్నపుడు మొదటిసారిగా క్రియలు వ్యక్తమవడం ప్రారంభమయినవి. దీని ఫలితంగా నా మనస్సు యొక్క అంతర్భాగంలో చాలా గర్వంగా ఉండేది. నేనొక గొప్ప ఋషిలాగా ప్రవర్తించడం ప్రారంభించాను. బహుశః ఇలాంటి సంస్కారాలు నా గతజన్మలలో ఎప్పటినుండో మనస్సులో పేరుకొని ఉండి ఉండవచ్చును.

శ్రీనగర్ నగరం నడిబొడ్డున ఉన్న ఒక కొండ మీద ఒక గుహ ఉన్నదని ఎవరో నాకు చెప్పారు. భారతదేశంలో గొప్ప ప్రఖ్యాతి గాంచిన 'శంకరాచార్య' అనే గొప్ప ఋషి వెయ్యి సంవత్సరాల క్రితం ఈ గుహలో నివసించేవాడని మరియు తపస్సు చేసేవాడని అంటారు.

ఈ విషయం తెలిసిన తరువాత నాకు ఆసక్తి పెరిగింది. నేను వెళ్ళి ఆ గుహను సందర్శించి వీలయితే ఆ గుహలో కొంతసేపు ధ్యానం చేయాలని

నిర్ణయించుకున్నాను. ప్రశాంతమైన పరిసరాల వలన మరియు ఆ గుహలోని శక్తివంతమైన స్పందనల వలన లాభం చేకూరుతుంది అనిపించింది.

నేను కారులో కొండమీదకు చేరుకున్నాను. ఆ తరువాత కాలినడకన బాగా ఎత్తుగావున్న మెట్లని ఎక్కుతూ గుహ దగ్గరకు చేరుకున్నాను. గుహ చాలా చిన్నదిగా ఉన్నది. గరిష్టంగా 6-8 మంది మాత్రమే గుహలో కూర్చొన గలరు.

నేను గుహలో ఒక మూలకు వెళ్లి యధావిధిగా కాళ్లు మడచి సుఖాసనంలో ధ్యానానికి కూర్చున్నాను. అయితే ఈ కొండ శ్రీనగర్ నగరంలో చాలా ప్రసిద్ధి గాంచిన యాత్రాస్థలం. దానివలన గుహలోకి నిరంతరం యాత్రికులు రావడం మరియు గుహను సందర్శించి మరలా తిరిగి వెళ్లిపోవడం జరుగుతూ ఉన్నది.

ప్రారంభంలో యాత్రికుల రాకపోకల వలన నా మనస్సులో ధ్యానానికి అంతరాయం కలగడం జరిగింది. అయితే గుహలో ఆధ్యాత్మిక స్పందనలు మాత్రం చాలా శక్తివంతంగా ఉన్నట్లు నాకు స్పష్టంగా అనుభూతి కలిగింది. అప్పుడు అకస్మాత్తుగా ఇలా జరిగింది !

ఒక తీవ్రమైన ఏకాగ్రతతో కూడిన ధ్యానంలోకి నేను ప్రవేశించాను. దాదాపు రెండుగంటల సమయం దాకా ఈ ధ్యానం కొనసాగింది. నేను గుహలో కటిక రాతినేల మీద కూర్చునివున్నాను. నా పాదాలు రాతినేల మీద వత్తుకుంటున్నాయి.

అయితే నా శరీరం మాత్రం ఏ కదలిక లేకుండా శిలావిగ్రహం మాదిరిగా తయారయినది. నిదానంగా గుహలోపల యాత్రికుల రాకపోకల వలన వినిపిస్తున్న శబ్దంయొక్క స్థితి నాకు వినిపించకుండా తగ్గిపోవడం ప్రారంభమైనది. నేను ఒక తీవ్రమైన ధ్యానంలోకి ప్రవేశిస్తూ ఉన్నాను. అయితే ఈ స్థితిలో కూడా యాత్రికుల యొక్క మాటలు నాకు చిన్నస్థాయిలో ఇంకా వినిపిస్తూనే ఉన్నాయి. కొన్ని సందర్భాలలో వాళ్లు నా ధ్యానం గురించి మంచి అభిప్రాయంతో మాట్లాడుతున్నట్లు కూడా వినిపిస్తూనే ఉన్నది.

అకస్మాత్తుగా గర్వానికి సంబంధించిన భావోద్వేగము నా మనస్సు యొక్క అంతర్భాగం నుండి పైకి ఉబికి వచ్చినది.

నేను ఒక గొప్ప ఖుషిలా అనుభూతి చెందడం ప్రారంభించాను. అప్పటిదాక ఎంతో ప్రశాంతంగా కొనసాగుతున్న నా ధ్యానాభ్యాసం చిటికెలో ఎగిరిపోయింది. గర్వంతో ఉప్పొంగిన హృదయంతో నేను ఆ గుహలో కూర్చుని ఉన్నాను. ఈ స్థితి చాలా సమయం వరకు నేను తిరిగి మరలా మామూలు స్థితిలోకి వచ్చిన దాకా కొనసాగినది. అయితే తరువాత నేను మరలా ఎప్పటిలా ఏకాగ్రతతో కూడిన ధ్యానంలోకి తిరిగి ప్రవేశించగలిగాను.

గర్వానికి సంబంధించిన భావోద్వేగపు సంస్కారాలన్నీ ఈవిధంగా నా మనస్సులో నుండి శుద్ధీకరణ గావింపబడే ప్రక్రియ వికసించడం మొదలైంది. దీనికి అవసరమైన పరిసర ప్రాంతాలను విశ్వశక్తే సృష్టించడమే కాక గుహకు వెళ్ళి ధ్యానం చేయాలని నా మనస్సుని కూడా ప్రేరేపితం చేసింది.

ఇక్కడ పాఠకులు ఒక విషయాన్ని అర్థం చేసుకోవలసిన అవసరమున్నది. ఇంద్రియ అనుభూతులను మనస్సులో నుండి తొలగించడం అనేది రెండు విధములుగా జరుగవచ్చును. మానవునిలోని అహం తగ్గిపోయిన తరువాత సంస్కారాల తీవ్రత కూడా తగ్గిపోతుంది. లేదా ఇంద్రియాల అనుభూతులను మరొక్కసారి కొద్దిస్థాయిలో అనుభవించడం ద్వారా వాటి స్మృతులు మనస్సులో నుండి క్షీణింపబడుట జరుగుతుంది. ఈ శుద్ధీకరణ ప్రక్రియను విశ్వశక్తి ఎలా చేస్తుంది అనేది చాలా సూక్ష్మాతి సూక్ష్మమైనది. అందువలన ఈ ప్రక్రియను అర్థం చేసుకోవడం చాలా కష్టం.

2011 వ సంవత్సరం. అగస్టు 29వ తేదీ నేను శ్రీనగర్ నుండి వైష్ణోదేవి అని పిలువబడే ఒక ప్రసిద్ధిగాంచిన మందిరానికి నా కారులో ప్రయాణిస్తున్నాను. రాత్రికి దారి మధ్యలోని ఉదంపూర్ అనే పట్టణంలో ఆగాను. ఆ రాత్రి నేను ఒక స్నేహితుని ఇంట్లో బస చేశాను. నా స్నేహితుడు కూడా మరుసటి రోజు నాతోపాటే వైష్ణోదేవి దర్శనానికి రావడానికి నిర్ణయించుకొని ఉన్నాడు.

ఆ మరుసటి రోజు, మేమిద్దరం 'కత్ర' అని పిలువబడే పట్టణానికి బయలు దేరాము. కత్ర పట్టణం హిమాలయ పర్వత శ్రేణులలోని త్రికూట పర్వతము యొక్క పాదాలచెంత ఉన్నది. వైష్ణోదేవి త్రికూట పర్వత శిఖరాగ్రానికి కొంచెం

దిగువగా ఒక గుహలో వెలసియున్నది. ఇది భారతదేశంలో ముఖ్యంగా శక్తిని పూజించే శాక్తేయులకు అతి ముఖ్యమైన, ప్రసిద్ధి గాంచిన శక్తిపీఠము.

మేమిద్దరం ఒక జీపులో ప్రయాణించి కట్ర పట్టణానికి ఉదయం తొమ్మిది - పది గంటల ప్రాంతంలో చేరుకున్నాము. ఎత్తైన త్రికూట పర్వతాన్ని గుఱ్ఱం మీద ఎక్కడానికి నేను నిర్ణయించుకున్నాను. అయితే నా స్నేహితుడు మాత్రం మత సంబంధిత కారణాల వలన కేవలం కాలినడకన మాత్రమే పర్వతాన్ని ఎక్కడానికి నిర్ణయించుకున్నాడు. కాని నేను పట్టుబట్టి నా స్నేహితుణ్ణి కూడా గుఱ్ఱం మీద ఎక్కడానికి బలవంతంగా ఒప్పించాను.

అయితే కట్ర పట్టణాన్ని చేరుకున్న తరువాత నేను నా ప్రయాణపు ప్రణాళికను ఇంకా మార్చివేశాను. వైష్ణోదేవి మందిరానికి గుఱ్ఱం మీద వెళ్ళకుండా వాయుమార్గాన హెలికాప్టర్‌లో వెళ్లాలని నిర్ణయించాను. మేమిద్దరం కలసి హెలికాప్టర్ టిక్కెట్లు కొనడానికి హెలిపాడ్‌కి చేరుకున్నాము. హెలిపాడ్ దగ్గర టిక్కెట్లు కొనడానికి ప్రయత్నించాము. టిక్కెట్లు ఉన్నాయా అని కౌంటర్‌లో విచారించాము. మేమడిగిన ప్రశ్నకు సమాధానంగా టిక్కెట్టు కౌంటర్‌లోని వ్యక్తి తన చేతివేలు ఎత్తి ఆకాశం వైపు చూపించాడు. అప్పుడు మాకు అసలు విషయం అర్థమైంది. త్రికూటపర్వత శిఖరం అంతా దట్టమైన మేఘాలతో కప్పబడి ఉన్నది. వాతావరణం వర్షం వచ్చే సూచనలిస్తున్నది. దానివలన అన్ని హెలికాప్టర్ సర్వీసులను తాత్కాలికంగా రద్దుచేశారు. అంతేగాక ఆ రోజు ఉదయం నుండీ హెలికాప్టర్ సర్వీసులను రద్దుచేసి ఉన్నందున ఎంతోమంది ప్రయాణీకులు మా కంటే ముందువచ్చి టిక్కెట్లు కొని ఉన్నవారు ఎదురు చూస్తున్నారు. అందువలన హెలికాప్టర్ సర్వీసులు తిరిగి మొదలయినా మాకు టిక్కెట్లు దొరకడం కష్టం అని కౌంటర్‌లోని వ్యక్తి చెప్పాడు.

ఇక చేసేదేమీ లేక మేమిద్దరం రెండు గుఱ్ఱాలను అద్దెకు తీసుకుందామని గుఱ్ఱాలు లభించే స్థలానికి చేరాము. అక్కడి పరిస్థితి చూసి నేను తీవ్ర ఆశ్చర్యానికి గురయ్యాను. గుఱ్ఱాల వాళ్లంతా ప్రాంతీయ ప్రభుత్వ అధికారులకు వ్యతిరేకంగా సమ్మె చేస్తున్నారు. అందువలన వాళ్లు ఎవరూ గుఱ్ఱాలను అద్దెకు ఇవ్వడానికి

ఒప్పుకోలేదు. ఇక చేసేది ఏమీ లేక నేను పల్లకీని అద్దెకు తీసుకుందామను కున్నాను. అయితే పల్లకీ మోసేవాళ్లు కూడా గుఱ్ఱాల యజమానులతో కలసి సమ్మెలో ఉన్నారు. అందువలన పల్లకీ వాళ్లు కూడా లభ్యం కాలేదు.

హెలికాప్టర్లు, గుఱ్ఱాలు మరియు పల్లకీలు ఏమీ దొరకని కారణంచేత త్రికూట పర్వతాన్ని కాలినడకన ఎక్కకుండా ఉండేందుకు నేనుచేస్తున్న ప్రయత్నాలన్నీ విఫలమౌతున్నాయి !

ఆఖరికి త్రికూట పర్వతాన్ని కాలినడకన ఎక్కడమా లేక వెనుదిరిగి రావడమా అనే నిర్ణయం తీసుకోవలసిన సమయం వచ్చేసింది. నా స్నేహితుడు నా చిన్ననాటి బాల్య స్నేహితుడు. నేను పడుతున్న అవస్థలన్నీ చూసి కడుపుబ్బా నవ్వుతున్నాడు. అతికష్టం మీద చివరకు కాలినడకన త్రికూట పర్వతాన్ని ఎక్కడానికి నిర్ణయం తీసుకున్నాను.

త్రికూట పర్వతాన్ని ఎక్కాలంటే 14 కిలోమీటర్లు దాదాపు నిట్టనిలువుగా ఉన్న మెరక మీద నడవాలి. సాధారణంగా పర్వతాన్ని ఎక్కడానికి నాలుగు - ఐదు గంటల సమయం పడుతుంది. మేము సగం దూరం పర్వతాన్ని ఎక్కిన తరువాత అకస్మాత్తుగా అక్కడ ఒక అలజడి లాంటి గందరగోళం చెలరేగింది.

హెలికాప్టర్లు గాలిలో ఎగరడం ఆరంభించాయి. గుఱ్ఱాలు అకస్మాత్తుగా కనిపించాయి. పల్లకీ వాళ్లు యాత్రికులను మోసుకు వెళుతూ కనిపించారు. దీనికంతటికీ కారణమేమిటని విచారించగా, ప్రభుత్వ అధికారులు మరియు గుఱ్ఱాల యజమానుల మధ్య సమస్య పరిష్కారం అయిందని తెలిసింది. దానివలన జరుగుతున్న సమ్మెను విరమించేశారని తెలిసింది.

ఇది చాలక నా గాయాలకు ఉప్పు అద్దడానికి అన్నట్లు గుఱ్ఱాల వాళ్ళు తమ సేవలందిస్తామని నా ఎదురుగా వచ్చి నిలబడ్డారు.

నన్ను ఈ విధంగా ఇలా కాలినడకన నడిపించి నన్ను ఇబ్బందికి గురిచేసిన వైష్ణోదేవి మాత మీద పట్టరాని కోపం వచ్చింది. మిగిలిన దారిని కూడా కాలినడకనే పూర్తి చేయాలని నేను ఆ కోపంలో నిర్ణయించుకున్నాను. అయితే ఆశ్చర్యకరంగా, ఆ పర్వతాన్ని ఎక్కడం నాకు చాలా సులువుగా అనిపించింది.

నాకు ఏ మాత్రం ఆయాసం కలుగలేదు.

ఒక మానవుని యొక్క మనస్సులో నుండి విశ్వశక్తి అహం సంబంధిత సంస్కారాలని నిర్మూలించే ప్రక్రియ ఈ విధంగా వికసించడం జరుగుతుంది.

కొన్ని రోజుల తరువాత, 2011 వ సంవత్సరం సెప్టెంబరు 3 వ తేదీన నేను దేవాస్ నగరంలోని నారాయణ కుటి సన్యాస్ ఆశ్రమాన్ని సందర్శించడానికి వెళ్లాను. బహుశః పాఠకులకు గుర్తుండే ఉంటుంది. ఈ ఆశ్రమాన్ని గురించి ఇంతకు ముందుభాగాలలో వ్రాయడం జరిగింది.

నాకు తరువాత తెలిసింది ! ఈ ఆశ్రమంలో ఒక గుహ ఉన్నదని మరియు ఎందరో ఋషులు ఆ గుహలో పూర్వకాలం నుండి తీవ్రమైన తపస్సు చేశారని తెలిసింది. సహజంగానే ఈ విషయం తెలిసిన తరువాత ఆ గుహమీద నాకు ఆసక్తి కలిగింది. నేను ఆశ్రమానికి వెళ్లి మంత్రజపం సాధన చేయుటకు ఆ గుహలోకి వెళ్లి కూర్చున్నాను.

నాకు ఆశ్చర్యం గొలిపే విధంగా నేను జపం చేయాలనుకున్న మంత్రంలోని ఒక వాక్యం నాకు జ్ఞాపకం రాలేదు.

ఇది నాకొక పెద్ద షాక్ ! ఎందుకంటే ఈ మంత్రజపం నేను చాలా కాలంగా ప్రతిరోజూ సాధన చేస్తున్నాను. నేను చాలా సమయం వరకు మంత్రం లోని వాక్యాన్ని గుర్తుకు తెచ్చుకుందామని ప్రయత్నించాను. చివరకు నా ప్రయత్నం వదలివేయాల్సిన పరిస్థితి వచ్చింది. నేను ఆశ్రమం నుండి ఎంతో నిరాశతో వెనుదిరిగి నా హోటల్ గదికి చేరుకున్నాను. అయితే నేను గదిలో కాలుపెట్టిన మరుక్షణం మంత్రంలోని మరచిపోయిన వాక్యం వెంటనే జ్ఞాపకం వచ్చింది.

ఆ మరుసటిరోజు నేను ఆశ్రమానికి మరలా తిరిగివెళ్లి గుహలో కూర్చున్నాను. మంత్రజపం సాధన చేయడం ప్రారంభించాను. నా సాధన ఒక గంటకుపైగా జరిగిన తరువాత, అకస్మాత్తుగా గుహ బయట కుండపోతగా వర్షం కురుస్తున్న శబ్దం వినిపించింది.

నా సాధనకు కొంచెం అంతరాయం కలిగింది. నేను కళ్లు తెరచి చూస్తే

గుహలో దట్టమైన చీకటి అలుముకొని ఉన్నది. గుహలో కరెంటు పోయినందున లైట్లు వెలగడం లేదు. సాధనలో నుండి లేద్దామా వద్దా అని నేను కొంచెంసేపు ఆలోచించాను. అలాగే కూర్చుని సాధన కొనసాగించడమే ఉత్తమం అనిపించింది. నేను మరలా తిరిగి కళ్లు మూసుకొని ధ్యానంలోకి వెళ్ళిపోయాను.

గుహ బయట కుండపోతగా వర్షం కురవడం కొనసాగింది. గాలికి వానజల్లు గుహను అన్నివైపుల నుండి బాదుతున్న శబ్దం వినిపిస్తుంది. ఇలాంటి పరిస్థితిలో ఆ గుహలో నా ధ్యానం కొనసాగించాను. అయితే నేను ఒంటరిగా కరెంటు లేకుండా గాఢమైన అంధకారంలో కూర్చొని ఉన్నాననే భావన నా మదిలో చిన్నగా కలవర పెట్టుట మొదలైంది. అంతేగాక ఆ గుహ ఆశ్రమంలోని మిగిలిన మేడల నుండి కొద్ది దూరంలో వేరుగా మరియు ఒంటరిగా ఉన్నదనే భావన కూడా నా మనస్సులో మెదలడం మొదలైంది.

గుహ బయట మాత్రం ఉరుములతో మరియు మెరుపులతో కూడిన కుండపోత లాంటి వర్షం ఎడతెరిపి లేకుండా కొనసాగుతూనే ఉన్నది.

ఆ గుహలో దెయ్యాలు మరియు మానవ ఆత్మలు నివసిస్తుంటాయని ఎక్కడో నేను చదివాను ! దెయ్యం అంటే దుర్మార్గమైన ఆత్మ అని మాత్రమే అర్థం కాదు ! దెయ్యం అంటే భౌతికమైన స్థూలశరీరం లేనిదని అర్థం. అది మానవఆత్మ అయివుండవచ్చు లేదా ఒక జంతువుయొక్క ఆత్మ కూడా అయివుండ వచ్చును. ఇంకా చెప్పాలంటే ఒక మానవుని యొక్క ఆత్మ చనిపోయిన తరువాత తిరిగి మరలా మానవునిగా మాత్రమే జన్మ ఎత్తుతుందని ఏమీలేదు. మానవుని ఆత్మ ఆధ్యాత్మికంగా దిగజారిపోయి జంతువుగా జన్మ ఎత్తవచ్చును. మరలా తిరిగి మరొకసారి మానవ ఆత్మగా జన్మ ఎత్తవచ్చును. యోగశాస్త్రాల ప్రకారం ఇలా జరగడం అనేది చాలా సర్వ సాధారణమైన విషయం. ప్రతి ఒక్క ప్రాణికి సంభవిస్తుంది. ఈ కారణంచేతనే పరబ్రహ్మం ఈ భూమి మీద నివసిస్తున్న ప్రతి జీవిలో విరాజిల్లుచున్నాడంటారు !

ఆ గుహలో బహుశః జీవాత్మలు ఉండి ఉండవచ్చనే ఆలోచన నా మనస్సులో మొదలైంది. అసలే చుట్టూ గాఢమైన అంధకారం. బయట

కుండపోతగా కురుస్తున్న వర్షం. ఆశ్రమంలో అందరికీ దూరంగా ఒంటరిగా ఉన్న గుహ. ఆ స్థితిలో ఉన్న నన్ను అకస్మాత్తుగా ఒక్కసారిగా భయం ఆవహించింది.

ఈ అర్థరహితమైన భయంచేత నేను ఒక్కసారిగా భయాందోళనకు గురై పోయాను. ఈ మానసిక స్థితి చాలా నిమిషాల పాటు కొనసాగినది. చివరికి నేను బలవంతంగా కళ్లు తెరవాల్సిన పరిస్థితి వచ్చింది. చూస్తే గుహలో నా చుట్టూ దట్టమైన చీకటి ! ఇక నేను ధ్యానాన్ని కొనసాగించలేక పోయాను. మరొకవైపు భయం అనే క్రియ మనస్సులో వికసిస్తున్నపుడు, అలా సాధన ఆపివేయడం అనేది శక్తిపాత పరంపరలో సాధన ధర్మానికి విరుద్ధమైనదని నాకు తెలుసు. అలా మరికొన్ని నిమిషాలపాటు ఏమి చేయాలో అర్థంగాక ఆ గుహలోనే కూర్చుండిపోయాను. చివరికి నా మొబైల్ ఫోను యొక్క టార్చిలైటు వేసి ఆ గుహలో నుండి బయటపడదామని నిర్ణయించుకున్నాను.

విశ్వశక్తి ఒక మానవుని యొక్క మనస్సులో నుండి దెయ్యాలకు మరియు ప్రేతాత్మలకు సంబంధించిన భయానక సంస్కారాలను ఎలా తుడిచి వేస్తుందనే దానికి ఇది ఒక ఉదాహరణ.

నేను దేవాస్ నగరంలో ఉన్న సమయంలో మరొక ముఖ్యమైన ప్రదేశాన్ని సందర్శించడానికి నిర్ణయించాను. దేవాస్ నగరంలో వంద సంవత్సరాల కంటే ముందుకాలంలో ఒక గొప్ప యోగి నివసిస్తుండేవారని తెలిసింది.

ఈ యోగి భారతదేశంలో అతి ప్రాచీనకాలం నుండి ఉన్న 'నాథ్' అనే యోగసాంప్రదాయానికి చెందినవారు. ఈ గొప్ప యోగి పేరు బాబా శీలనాథ్. ఆయన ఎల్లవేళలా ఒక మండుతున్న కొయ్యముక్కను తన దగ్గర ఉంచుకునేవారు. కాల్చబడుతున్న కొయ్యముక్క ఒక యోగసాధకుని మనస్సులో నుండి కాల్చబడుచున్న ఇంద్రియ సంస్కారాలకి ప్రతీక. ఆయన దేవాస్ నగరం నుండి వెళ్లిపోయిన తరువాత కూడా ఆయన భక్తులు, ఆయన నివసించే ప్రదేశంలో కొయ్యముక్కను కాల్చే సాంప్రదాయాన్ని కొనసాగిస్తూ వచ్చారు. నేటికీ దేవాస్ నగరంలో బాబా శీలనాథ్ ఒకప్పుడు యోగసాధన చేసిన ప్రదేశంలో ఒక

కొయ్యముక్క కాలుతూ ఉంటుంది. ఈ ప్రదేశాన్ని బాబా శీలనాథ్ ధుని సంస్థాన్ అంటారు. ఇది దేవాస్ నగరం యొక్క శివార్లలో ఉంటుంది.

సహజంగానే ఈ ప్రదేశాన్ని సందర్శించాలనే ఆసక్తి నాకు కలిగింది. ఆయన యోగసాధన చేసిన ఆ ప్రదేశానికి నా ప్రణామములు అర్పించుటకు అక్కడికి చేరుకున్నాను. కాలుతున్న ఒక కొయ్యముక్క నాకు కనిపించింది. దాని ప్రక్కనే కూర్చుని ధ్యానంలోకి వెళ్లాను. నేను ఆ రోజు దేవాస్ నగరం నుండి బయలు దేరాల్సి ఉన్నది. కనుక నగరం నుండి బయలుదేరే ముందు కొంచెంసేపు ఈ ప్రశాంతమైన పరిసరాలలో గడుపుదామని ఆశించాను. అయితే ఆశ్చర్యకరంగా కూర్చున్నవాడిని అలాగే ఏకాగ్రతతో కూడిన తీవ్రమైన ధ్యానంలోకి వెళ్లిపోయాను. ధ్యానం రెండుగంటల కంటే ఎక్కువసేపు కొనసాగింది. నేను ఈ ప్రదేశంలో కూర్చుని ఇంతసేపు ధ్యానం చేయాలని అసలు అనుకోలేదు. పైగా ఆరోజు నేను చాలా దూరం కారులో డ్రైవ్ చేయాల్సివుంది. అందువలన దేవాస్ నగరం నుండి వీలైనంత త్వరగా బయలుదేరాలనే తొందరలో ఉన్నాను. అయితే దీనంతటికీ విరుద్ధంగా మరియు అనుకోకుండా ఒక తీవ్రమైన ఏకాగ్రతతో కూడిన ధ్యానావస్థలోకి బలవంతంగా నెట్టబడ్డాను.

ఒక సాధకుడు తన గతజన్మలలో అభ్యాసం చేసివున్న తీవ్రమైన ధ్యానం వలన ఇలాంటి క్రియలు జరుగుతాయి. ఎందుకంటే ధ్యానం చేసిన కారణంగా మనస్సులో ముద్రితమై ఉన్న ధ్యానసంస్కారాలు సైతం మనస్సులో నుండి తుడిచి వేయబడాలి ! పరాశక్తి ఒక యోగసాధకుని మనస్సులో ముద్రితమై ఉన్న ప్రతి ఒక్క ఇంద్రియ అనుభూతిని తుడిచి వేస్తుందని పాఠకులు గ్రహించాలి. యోగశాస్త్రాల ప్రకారం ఆఖరికి పరాశక్తి ఒక వ్యక్తి మనస్సులో నుండి తను పరబ్రహ్మం నుండి వేరుగా మనుగడ సాగించాననే భావనను కూడా శాశ్వతంగా తొలగించివేస్తుంది. యోగము అను విశ్వప్రక్రియ లేదా జీవాత్మ పరబ్రహ్మంతో ఐక్యం చెందడం అనేది ఈ విధంగా జరుగుతుంది.

నేను దేవాస్ నగరాన్ని సందర్శించిన తరువాత గోదావరీనదీ తీరానవున్న బాసర అనే పట్టణానికి కారులో డ్రైవ్ చేసుకుంటూ ప్రయాణించాను. ఈ పట్టణం

భారతదేశంలోని తెలంగాణ రాష్ట్రంలో ఉన్నది.

వ్యాసుడు అని పిలువబడే ఒక గొప్ప ఋషి ప్రాచీనకాలంలో ఈ పట్టణంలో నివసించేవాడని మరియు యోగసాధన చేస్తుండేవాడని అంటారు. ఆయన వేదాలను క్రమపద్ధతిలో సంకలనం చేశాడని మరియు మహాభారత గ్రంథాన్ని రచించాడని ప్రతీతి. ఆయన ఏ గుహలో అయితే నివసిస్తుండేవాడని మరియు యోగాభ్యాసం చేసేవాడని ప్రజలు నమ్ముతున్నారో ఆ గుహ నేటికీ బాసర పట్టణంలో ఉన్నది.

కనుక సహజంగానే ఆ గుహను చూడాలని మరియు వీలయితే ఆ గుహలో కూర్చొని ధ్యానం చేయాలని నాలో ఆసక్తి కలిగింది. గుహ చాలా సన్నగా మరియు చిన్నగా ఉన్నది. నేను లోపలికి వెళ్లడానికి ద్వారంగుండా మోకాళ్ళ మీద వెళ్లాల్సివచ్చింది. అయితే గుహ లోపలిభాగం మాత్రం నలుగురు - ఐదుగురు వ్యక్తులు కూర్చోడానికి అనువుగా ఉన్నది. నేను కాళ్ళుమడచి సుఖాసనంలో నేలమీద ధ్యానానికి కూర్చున్నాను. గుహను మరొకగంటలో మూసివేస్తారని ద్వారం దగ్గర తెలిసింది. అంతేగాక సాధారణ పర్యాటకులు కూడా గుహలోపలికి వెళ్లడం మరియు బయటకు వెళ్ళడం జరుగుతూఉన్నది. గుహ లోపల విద్యుత్ దీపం వెలిగించి ఉన్నది. పర్యాటకుల వలన నా ధ్యానానికి అంతరాయం కలుగకుండా ఉండేందుకు, నేను గుహలో ఒకమూలకు వెళ్లి కొద్దిగా చీకటిగా ఉన్న ప్రదేశంలో కూర్చొన్నాను.

గుహ లోపల ప్రకంపనలు మాత్రం చాలా శక్తివంతంగా ఉన్నాయి. ఆ ప్రకంపనలు నా మనస్సు మీద చూపిస్తున్న ప్రభావాన్ని అనుభూతి చెందాను. కొన్ని వేల సంవత్సరాల క్రితం ఒక గొప్ప ఋషి యోగసాధన చేసిన గుహ ఇది.

ఆ గుహ లోపలిభాగం అంతా శక్తివంతమైన మరియు సానుకూలమైన ప్రకంపనలతో సంపూర్ణంగా శక్తితో నిండివున్న అనుభూతి !

నా ధ్యానం దాదాపు ఒక గంటసేపు జరిగిన తరువాత, ఏదో తెలియని కారణం వలన అంతరాయం కలిగింది. నేను కళ్లుతెరచి చూస్తే గుహలోని

విద్యుత్తు దీపం ఆర్పివేసి ఉంది. అయితే ఏదో మూలనుండి కొంచెం సూర్యకాంతి మాత్రం గుహలోపలికి ప్రవేశిస్తూ కనిపించింది. అంతే కాకుండా గుహలోకి పర్యాటకుల రాకపోకలు పూర్తిగా ఆగిపోయి ఉన్నట్లు కనిపించింది. ఆ ప్రదేశం అంతా జనసంచార రహితంగా కనిపించినది. పర్యాటకశాఖకు సంబంధించిన కర్మచారి గుహద్వారం దగ్గర ఇంకా ఉన్నాడో లేదో అనే విషయం నాకు స్పష్టంగా తెలియడంలేదు. ఇంకా ఆ గుహ ఒక చిన్న కొండగుట్ట మీద చుట్టూ దట్టమైన పొదలతో ఆక్రమించబడి ఉన్నది.

బహుశః పర్యాటకశాఖకు చెందిన కర్మచారి నేను ఇంకా గుహ లోపలే ఉన్నానన్న విషయం గమనించకుండా గుహద్వారాన్ని మూసివేసి వెళ్ళిపోయి ఉంటాడని అనుమానం రావడం మొదలైనది. ఆ గుహ మరలా తిరిగి మరుసటి రోజు దాకా తెరువబడదు.

దేవాస్ నగరంలో ఏవిధంగా జరిగిందో, అదేవిధంగా నా మనస్సు భయం అనే వలలో చిక్కుకుపోవడం మొదలైంది.

అయితే ఈసారిమాత్రం భయంవలలో చిక్కుకోకూడదని గట్టిగా నిర్ణయించుకొని మరొకసారి కళ్ళుమూసి అలాగే ధ్యానంలో కూర్చొండిపోయాను.

నేను ఆలోచన చేసినదేమిటంటే, మహా అయితే ఆ రోజు రాత్రికి ఆహారం మరియు నీరు లేకుండా ఆ గుహలోనే ఉండిపోవాల్సి వస్తుంది. ఆ గుహ తప్పకుండా మరుసటిరోజు ఉదయం తెరవబడుతుందని నాకు స్పష్టంగా తెలుసు. ఈ విధంగా నా మనస్సులో తీర్మానం చేసుకొని ఆ గుహలో నేను నా ధ్యానం కొనసాగించాను. కాని నేను నా మనస్సును ఎంతగా నియంత్రించుకొన్నా భయం గుప్పిట్లోకి నిదానంగా జారుకోవడం ప్రారంభించాను. నేను నా మనస్సులో భయపడవలసిన అవసరం ఎంతమాత్రం లేదని ఎంత తర్కించి చెప్పుకున్నా నా మనస్సు మీద నియంత్రణ కోల్పోవడం ప్రారంభమైనది.

బహుశః నా ధ్యానం మరొక పదిహేను నిముషాల పాటు కొనసాగి ఉంటుంది. నా మనస్సులో భయం ఎంత తీవ్రరూపం దాల్చిందంటే, చివరికి నేను ఓటమిని అంగీకరించి కళ్ళు తెరిచాను. మోకాళ్ళ మీద కదులుతూ గుహలో

నుండి బయట పడ్డాను. పర్యాటకశాఖ యొక్క కర్మచారి గుహబయట ద్వారం దగ్గరే నా కోసం వేచి ఉన్నాడు. ఆయన నన్ను గుహలో ధ్యానం చేస్తుండడం చూసి, అంతరాయం కలిగించడం ఇష్టంలేక, మరికొంతసేపు వేచి చూద్దామను కొని ద్వారం దగ్గరే ఆగిపోయి ఉన్నట్లు ఎంతో వినమ్రతతో నాకు వివరించాడు.

ఒక యోగసాధకుని దైనందిన జీవితంలో విశ్వశక్తి ఏ విధంగా తన లీలను ప్రదర్శిస్తుందో చెప్పడానికే నేను పై సంఘటనలను వివరించాను. ఒక యోగసాధకుడు విశ్వశక్తిని తనకు వేరుగా తన శరీరంలో సంచరిస్తున్నదని మరియు తన ముందు నిరంతరం విశ్వలీలను ప్రదర్శిస్తున్నదని, చాలా స్పష్టంగా అనుభూతి చెందడం జరుగుతుంది. నేను పైన వివరించిన ఇలాంటి సంఘటనలు నా జీవితంలో ఎన్నోసార్లు జరగడం అనుభూతి చెందాను. బహుశః ఈపాటికి పాఠకులు నా దైనందిన జీవితంలో నేను అనుభూతి చెందిన వివిధరకముల క్రియలను గురించి చాలా సులభంగా అర్థం చేసుకొని ఉంటారని భావిస్తున్నాను.

అయితే నేను పైన వివరించిన ఇలాంటి సంఘటనలు సాధారణంగా మామూలు జీవితంలో కూడా ఎవరికైనా జరగవచ్చును కదా అని పాఠకులు నన్ను ప్రశ్నించవచ్చును.

ఇక్కడ నేను పాఠకుల దృష్టిని ఇంతకు ముందు భాగాలలో నేను వివరించిన శక్తి యొక్క ప్రవాహం మరియు శరీరంలో ఏ విధంగా శక్తి సంచరిస్తుందనే విషయం మీదకు తీసుకువెళతాను. శక్తి యొక్క ప్రవాహం శరీరంలో వేరుగా అనుభూతి చెందడం జరిగినప్పుడు, అది అన్ని ఆధునిక శాస్త్ర నియమాలను మరియు సహేతుకమైన వివరణను ఉల్లంఘించి మరీ జరుగుతుంది. ఆ అనుభూతిని తన శరీరంలో పొందిన తరువాత ఒక యోగసాధకుని యొక్క మనస్సులో అకస్మాత్తుగా మార్పు వస్తుంది. చిత్తనిర్మాణ వ్యవస్థ అంతా మారి పోతుంది.

శక్తిని యోగసాధకుడు తనకన్నా వేరని అప్పటినుండే అనుభూతి పొందడం ప్రారంభమౌతుంది.

యోగసాధనలో అభివృద్ధి చెందేకొద్దీ ఈ ద్వైతభావన విలీనమవడం

ప్రారంభమవుతుంది.

అయితే విశ్వశక్తి యొక్క నిజస్వరూపం ఏమిటో స్వయంగా ఆ పరాశక్తే సాధకునికి పరిచయం ఇవ్వాల్సివున్నది. దీనికోసమే చిత్తనిర్మాణంలో అవసరమైన మార్పును తీసుకురావడం జరుగుతుంది. దీనికోసమే ఆ సాధకుని యొక్క దైనందిన జీవితంలో విశ్వశక్తి అదృశ్యరూపంలో ఉండి నిరంతరం ఆ వ్యక్తి ముందు తన లీలను ప్రదర్శిస్తూ ఉంటుంది. సాధకుని యొక్క మనస్సులో అవసరమైన మార్పును తీసుకురావడానికే ఇలా జరుగుతుంది. నేను పైన వివరించిన ఇలాంటి వివిధ సంఘటనలు సాధకుని యొక్క దైనందిన జీవితంలో జరగడం ప్రారంభమవుతాయి. అంతేగాక సాధకునికి విశ్వశక్తి తన యొక్క పనిచేసే సూక్ష్మాతి సూక్ష్మమైన మరియు సున్నితమైన విధానాన్ని పరిచయం చేయడం ప్రారంభిస్తుంది.

సాధకుని యొక్క చిత్తం, విశ్వశక్తి యొక్క జ్ఞానం వలన నిదానంగా మరియు క్రమంగా ఉన్నత భూమికలకు చేరడం ప్రారంభమవుతుంది.

ఈ విషయం గురించి ఇంకా విపులంగా చెప్పనివ్వండి.

ఒక సాధారణ మానవునిలో 'అహం' అనేది పూర్తిగా వికసించి ఉంటుంది. ఏ పని చేసినా, ఎంత పని చేసినా అది తనే స్వయంగా చేశాననే భావన ఆ మానవునిలో నిండి ఉంటుంది. అంటే ఇక్కడ ఆ మానవునిలో తను మరియు పరాశక్తి వేరు కాకుండా ఒకటే అనే భావన ఉంటుంది. ద్వైతభావన కాకుండా అజ్ఞానంతో అద్వైత భావన ఉంటుంది. ఆ వ్యక్తి చేసే ప్రతి పనికి కారణం మరియు ఫలం రెండూ పరాశక్తే నన్న జ్ఞానం ఉండదు. ఆ రెండు క్రియలు తన నియంత్రణలోనే ఉంటాయన్న భావన ఉంటుంది. అయితే ఈ విధంగా ఆ మానవుడు ఆలోచించడానికి కారణం ఆ వ్యక్తి యొక్క మనస్సే. ఆ మానవుని యొక్క మనస్సు పొరపాటున తనే సర్వ శక్తివంతమైనదని భావిస్తుంది. లేదా ఈ విషయాన్ని మరొకవిధంగా కూడా చెప్పవచ్చు. ఆ వ్యక్తిలో విరాజిల్లుచున్న ఆత్మ, విశ్వశక్తి యొక్క మాయవలన భ్రమపూరితమై తాను ఆత్మకాదు కేవలం మనస్సు మాత్రము అనే అజ్ఞానంతో భ్రమపడుతుంది. కనుక ఆ మానవుని

యొక్క మనస్సుకు ఏ శక్తి లేకపోయినా తానే సర్వశక్తివంతమైనదనే భావన కలిగించి, ఆ మానవుని మనస్సుని విశ్వశక్తి భ్రమింపజేస్తుంది. చేసే ప్రతిపని ఆ మనస్సే చేస్తుందని దానిని భ్రమింపజేసి దానికి విశ్వాసం కూడా కలిగించడం జరుగుతుంది.

ఆ మానవుని యొక్క మనస్సు పరాశక్తి యొక్క అసలు స్వరూపాన్ని విస్మరించి అజ్ఞానంతో తానే పరాశక్తినని భ్రమపడుతుంది. దీనంతటికీ కారణం జగన్మోహిని అయిన పరాశక్తే. మహామాయ అయిన పరాశక్తి యొక్క భ్రమింప జేయగల తత్వము వలన ఆ మానవుని యొక్క మనస్సు ఈ విధంగా భ్రమకు లోనవుతుంది. అయితే మానవుని మనస్సు కూడా పరాశక్తి యొక్క మరొక రూపమే. అందువలన ప్రాపంచిక తర్కంతో ఆలోచించి చూస్తే, ఒకవిధంగా మనస్సు కూడా తాను సర్వ శక్తివంతమైనదని భ్రమ పడినపుడు తప్పుగా ఏమీ చెప్పుకోవడం లేదు అని కూడా చెప్పవచ్చును.

అయితే ఈ కథ అంతటికి ఒక మెలిక ఉన్నది. అంటే నేను పైన వివరించిన దంతా ఒక సాధారణ మానవునికి సంబంధించినది మాత్రమే.

ఒక మానవునిలో పరాశక్తిని జాగృతం చేయబడిన తరువాత, ఈ శక్తిని ఆ మానవుడు తన శరీరం లోపలే వేరుగా సంచరించే మరొకటిగా అంటే తను మరియు విశ్వశక్తి వేరు అని అనుభూతి చెందడం ప్రారంభిస్తాడు. ఈ స్థితిలో ఆ మానవుని యొక్క మనస్సు మొదటిసారిగా భంగపడి వినమ్రతకు లోనవుతుంది. ఆ మనస్సుకి మొదటిసారిగా తనకు ఈ విశ్వంలో జరిగే ఏ మానసిక మరియు భౌతికమైన ప్రక్రియ మీద ఎలాంటి నియంత్రణ లేదనే విషయం అవగతమవుతుంది.

ఇప్పుడు మనస్సు అన్ని ఆలోచనలూ మరియు తర్కించే పనిని మానివేసి తనకు తాను సమర్పితం అయిపోతుంది.

మనస్సులో సమర్పిత భావన మొదలు కాగానే దానిలోని అహం కూడా విలీనం కావడం మరియు దానిలోని సంస్కారాల శుద్ధీకరణ ప్రారంభమవుతాయి. దీని ఫలితంగా నిర్మలమైన మనస్సులో ఏ అలలు అంటే ఆలోచనలు,

భావోద్వేగాలు లేని కారణంగా ఆత్మ యొక్క స్వరూపం మొదటిసారిగా ప్రతి బింబిస్తుంది.

ఇది జరిగిన మరుక్షణం, దాని ఫలితం నిజంగా ఎంతో అద్భుతమైనదిగా మరియు దివ్యమైనదిగా అనుభవానికి వస్తుంది.

ఆదిపరాశక్తి అయిన విశ్వశక్తి స్వయంగా ఆత్మస్వరూపమే. అంటే ఆత్మ నుండి వేరుగా ఏమీ ఉండదు కనుక, అది తన నిజస్వరూపాన్ని ఆ మానవునికి పరిచయం చెయ్యడం ప్రారంభిస్తుంది. ఆ మానవునితో దైనందిన జీవితంలో వివిధ రకముల క్రియల ద్వారా సంప్రదింపులు జరుపుతుంది. ఆ యోగసాధకుని ముందు నిరంతరం తన విశ్వలీలను ప్రదర్శించి తన అసలు స్వరూపాన్ని కొంచెం కొంచెం అవగతమయ్యేలా చేస్తుంది. పరాశక్తి మరియు యోగసాధకునికి మధ్యన ఒక విధమైన సమాచార వ్యవస్థ వంటిది సృష్టింపబడుతుంది. ఆ సాధకునిలో ఆత్మసాక్షాత్కారమనే విశ్వప్రక్రియ ప్రారంభమవుతుంది.

దీని తరువాత ఆ వ్యక్తికి, తనలోని శక్తి మరియు బాహ్యప్రపంచంలోని విశ్వశక్తి ఒకటేననే విషయం కూడా అవగతమవడం ప్రారంభమౌతుంది.

దీని ఫలితంగా ఇంతవరకు తన శరీరంలో సంచరిస్తున్న పరాశక్తి తన కంటే వేరు అనే భావన విలీనం కావడం ప్రారంభమవుతుంది. అంతేగాక ఇంతవరకు తను తనశరీరంలో వేరుగా అనుభూతి చెందిన విశ్వశక్తి తన స్వంతశక్తియే నన్న విషయం కూడా అవగతమవుతుంది.

దీని ఫలితంగా ఆ యోగసాధకుడు విశ్వశక్తి గురించి తన ద్వైతభావాన్ని వదిలి, అద్వైతభావాన్ని మరొకసారి అనుభూతి చెందడం ప్రారంభిస్తాడు. అయితే ఒక సాధారణ మానవుడు అజ్ఞానంతో అనుభూతి చెందే విషయాన్ని తాను సంపూర్ణమైన జ్ఞానంతో అనుభూతి చెందడం జరుగుతుంది.

ఒక సాధారణ మానవునికి మరియు యోగసాధకునికి మధ్య ఉన్న తేడా ఒకే ఒకటి. ఒక సాధారణ వ్యక్తి తన గురించి అజ్ఞానంలో ఉండుట మరియు ఒక యోగసాధకుడు తన గురించి ఆత్మజ్ఞానంతో ఉండుట జరుగుతుంది. ఇద్దరికీ మధ్యన ఉండే తేడా ఇంతే ! ఇది ఇంత సాధారణమైన చిన్న విషయం

అని చెప్పవచ్చును. అంతే తప్ప ప్రాపంచిక దృష్టితో చూస్తే, ఏ అద్భుతమూ జరిగినట్లు అసలు కనిపించదు.

విశ్వశక్తి మరియు యోగసాధకునికి మధ్యన జరిగే సంప్రదింపుల వంటి క్రియలన్నీ చాలా వినోదభరితమైనవిగా మరియు హాస్యపూరితమైనవిగా మరియు అద్భుతమైనవిగా మరియు ఆశ్చర్యమైనవిగా ఉంటాయి. దీనివలన ఈ క్రియల ప్రభావం మనస్సు మీద చాలా తక్కువ మోతాదులో పడుతుంది. ఈ క్రియలన్నీ మనస్సుకి తాను ఆత్మ కాదనే విషయాన్ని అవగతం చేయడానికి మాత్రమే జరుగుతాయి.

నేను పైన వ్రాసిన విశ్వప్రక్రియను ఏ సహేతుకమైన మరియు ఆధునిక శాస్త్ర పరంగా కూడా వివరించడానికి కుదరదు. ఆదిపరాశక్తి పనిచేసే విధానం అత్యంత సూక్ష్మంగా ఉంటుంది. అందువలన ఆ విధానాన్ని ఒక యోగసాధకుడు తన అంతరంలోనే అనుభూతి పొందవలసిన అవసరం ఉన్నది.

ఈ విషయం గురించి ఇంకా విపులంగా నన్ను వివరించనివ్వండి.

ఆత్మసాక్షాత్కారమనే ప్రక్రియ వివిధరకముల చిత్తభూమికలతో సునిర్మితమై ఉన్న ఒక విశ్వప్రక్రియ. యోగశాస్త్రాల ప్రకారం ఆత్మసాక్షాత్కారం నాలుగు రకముల చిత్త భూమికల మాధ్యమంగా సంభవిస్తుంది. నాకున్న పరిమిత జ్ఞానం మరియు భాషా పదజాలంతో పాఠకులకు ఈ నాలుగు చిత్త భూమికల గురించి వినమ్రతతో వీలయినంత వరకు వివరించడానికి ప్రయత్నిస్తాను.

అన్నింటి కంటే ముందుగా, ఒక సాధారణ వ్యక్తి విశ్వశక్తి యొక్క మాయ వలన, శక్తిని మరియు తనను ఒకటేనని అనుభూతి చెందడం జరుగుతుంది. అంటే ఆ వ్యక్తి యొక్క మనస్సు తన మనుగడ మాత్రమే ఈ విశ్వంలో ఉన్న అసలు సత్యం అని నమ్ముతుంది. ఆత్మ మరియు శక్తి ఒకటేనని, శక్తి యొక్క జ్ఞానం లేదా ఆత్మ యొక్క జ్ఞానం లేకుండానే అజ్ఞానంలో ఈ విషయాన్ని అనుభూతి చెందడం జరుగుతుంది. నిజానికి ఒక మానవుని యొక్క మనస్సు మాత్రమే ఈ విధంగా ఆలోచన చేయడం జరుగుతుంది.

దీని ఫలితంగా, మనస్సులో అజ్ఞానంతో కూడిన అద్వైత భావన ఉంటుంది.

ఈ భావనకు మరియు ఆలోచనకు కారణం ఆత్మ కాదు. దీనికి కారణం అహంకార పూరితమైన మనస్సే ! పొరపాటున మనస్సు ఈ విధంగా తనే ఆత్మ అని ఆలోచన చేస్తుంది. అందువలన తను మరియు శక్తి లేదా ఆత్మ ఒకటేనని అనుకుంటుంది.

అయితే విశ్వశక్తి ఒక గురువుగారి ద్వారా జాగృతం చేయబడి సృష్టికి వ్యతిరేకదిశలో విలీనం కావడం ప్రారంభించిన తరువాత మనస్సుకి మొదటిసారిగా షాక్ తగులుతుంది. తనే సర్వంకాదు అనేవిషయం మొదటిసారిగా అవగతం అవుతుంది. ఇది ఆత్మసాక్షాత్కార ప్రక్రియలోని మొదటి స్థితి.

దీని తరువాత మధ్యంతరమైన రెండవస్థితి ఉంటుంది. ఈ స్థితిలో ఒక యోగసాధకుని యొక్క శరీరం అంతా విశ్వశక్తితో కుండలో నీళ్లు నిండినట్లు నిండిపోతుంది. అయితే ఇంతకు మినహాయించి, ఆ యోగసాధకుని మనస్సులో ఏ పెద్ద మార్పు జరుగదు.

ఈ స్థితిలో విశ్వశక్తి స్వతంత్రంగా మరియు ఏ నియంత్రణలో లేకుండా మానవశరీరంలో సంచరిస్తున్న అనుభూతి పొందడం జరుగుతుంది. ఆ మానవుని యొక్క మనస్సులో అహం మీద మొదటిసారిగా దెబ్బపడుతుంది. అప్పటివరకూ ఇంద్రియాల మాధ్యమంగా కేవలం బాహ్యజగత్తు వైపు ప్రసరిస్తున్న మనస్సే మొదటిసారిగా తన అంతరంపై దృష్టిని ప్రసరింపజేస్తుంది. ముందు దృష్టి అంతర జగత్తు వైపు ప్రసరింపబడకుండా, అంతర జగత్తు గురించి ఎలాంటి విధమైన పరిశోధన చేయడానికి సాధ్యం కాదు. అంటే ఇప్పుడు మనస్సే ఒక ప్రయోగశాలగా మారడం జరుగుతుంది. చివరికి అన్ని సమస్యలు అంతర్గతంగానే పరిష్కారమైపోతాయి. మనస్సు అన్ని ఆలోచనలు మరియు తర్కించుట వదిలేసి తనకు తాను సమర్పితం అయిపోతుంది. ఇది ఒక ఆలోచనా రహిత స్థితి. దీనిని యోగశాస్త్రాలలో సమాధి అంటారు.

ఎప్పుడైతే మనస్సు (అప్పటిదాకా ఇది పరబ్రహ్మ స్వరూపం అయిన ఆత్మని ప్రకాశించనివ్వకుండా కప్పివుంచుతుంది) సమర్పితం అవడం జరుగుతుందో ఆ ప్రశాంతమైన మనస్సు అనే సరోవరంలో ఆత్మకు తన ప్రతిబింబం కనిపిస్తుంది.

అంటే ఆలోచనా రహిత మనస్సు అద్దంలాగా పనిచేస్తుంది. మానవుని యొక్క అంతరంలో విరాజిల్లుచున్న ఆత్మకి తన నిజస్వరూపం ఏమిటో అవగతమవడం మొదలౌతుంది. శక్తి మరియు తను ఎన్నటికీ వేరు కాదనే విషయం కూడా అవగతమవడం మొదలవుతుంది.

ఆ మానవుడు తనకి మరియు శక్తికి మధ్యన గల అద్వైత సంబంధం మరొకసారి అనుభూతి చెందడం ప్రారంభిస్తాడు. అయితే ఈ సారి శక్తి గురించిన సంపూర్ణ జ్ఞానం ఉంటుంది. ఎప్పుడైతే శక్తి గురించి అంటే తన స్వంత శక్తి గురించి లేదా తన గురించి జ్ఞానం పొందడం జరుగుతుందో, అప్పుడు ఆ శక్తిని నియంత్రించగలిగిన సామర్థ్యం కూడా అవగతమౌతుంది. అందువలన ఈ స్థితిలో ఆ యోగసాధకుడు అన్ని మహిమలను మరియు సిద్ధులను ప్రాప్తించు కొని ఉంటాడు.

యోగశాస్త్రాల ప్రకారం బ్రహ్మజ్ఞానం పొందడం లేదా ఆత్మసాక్షాత్కారం అనేది భగవంతుని యొక్క అధీనంలో మాత్రమే ఉంటుంది. అంటే అన్నిరకముల మహిమలు మరియు సిద్ధులు ప్రాప్తించినంత మాత్రాన కూడా బ్రహ్మజ్ఞానం కలుగుతుందన్న నమ్మకం ఏమీ లేదు. అది కేవలం భగవంతుని కృపవలనే కలుగుతుంది. దాని కోసం మహిమలు మరియు సిద్ధులు ప్రకటితం కావడం సైతం ఆగిపోవడం జరుగుతుంది. ఈ విషయాన్ని మరొక విధంగా చెప్పాలంటే, ఆత్మసాక్షాత్కారం జరిగిన తరువాత యోగశాస్త్ర నియమాలు కూడా భౌతిక శాస్త్ర నియమాల వలె విలీనం కావడం జరుగుతుంది. అంటే సిద్ధులు ప్రకటితం అవడం అనేది కూడా ఇక సంభవించదు. ఎందుకంటే పరబ్రహ్మంలో జీవాత్మ ఐక్యం చెందడం అనేది ఈ పాటికి జరిగిపోయి ఉంటుంది. కాబట్టి యోగం యొక్క ఉద్దేశ్యం సంపూర్ణమయినది అని కూడా చెప్పవచ్చును. ఈ స్థితిలో మానవుడు వ్యక్తిగత స్థాయిలో మానవశరీరంలో జీవించి ఉండుట కూడా ఇక సంభవం కాదు.

దీని తరువాత ఉండేది ఆఖరి స్థితి. అయితే ఈ స్థితిని గురించి ఏ విధమైన వ్యాఖ్యానం చేయడానికి నాకు అర్హత కూడా లేదు.

ఎందుకంటే ఇప్పుడు మనం చర్చిస్తున్నది స్వయంగా ఆ పరబ్రహ్మం గురించి కాబట్టి.

ఒకేసారి ఒకవైపు మానసికంగా సాక్షీభూత స్థితిలో ఉంటూ మరొకవైపు ఈ భ్రమపూరితమైన జగత్తులో మానవశరీరంలో జనసమాజం మధ్యలో నివసించడం అనేది సాంకేతికంగా యోగశాస్త్రానుసారం అసలు సాధ్యం కాదు. అంటే ఒక వ్యక్తి భౌతిక శాస్త్ర నియమాలను మరియు యోగశాస్త్ర నియమాలను దాటిపోయి మరలా తిరిగి ప్రాపంచిక జీవితంలోకి వచ్చి మామూలు జనం మధ్య ఉంటూ భావోద్వేగాలకు లోను కాకుండా కేవలం సాక్షీభూత స్థితిలో మాత్రమే ఉండగలగాలి.

అయితే మానవజాతి చరిత్రలో ఇలాంటి సామర్థ్యం తమకు ఉన్నదని నిరూపించిన కొందరు మానవులు ఈ భూమి మీద పుట్టడం జరిగింది. వారిని అందరూ భగవంతుని యొక్క అవతారాలని స్తుతించారు. శ్రీరాముడు, కృష్ణుడు, జీసస్, మహమ్మద్ ప్రవక్త, బుద్ధుడు ఇంకా వివిధ ఇతర మతవ్యవస్థలకు సంబంధించిన అవతార పురుషులు ఈ భూమిమీద నివసించిన విషయం అందరికీ పరిచయమే. అందువలన వారిని గురించి మరియు వారి యొక్క ఆధ్యాత్మిక స్థితి గురించి నేనేమీ వ్యాఖ్యానించలేను.

────◆◆◆────

భాగము - 15

జీవితమే విశ్వశక్తి యొక్క క్రియ

నేను ఈ పుస్తకంలోని ముందు భాగంలో క్రియ అనే పదం గురించి వివరించాను. శరీరంలో క్రియ అంటే మానవుని మనస్సులో, శరీరంలో మరియు దైనందిన జీవితంలో జరిగే ఒక ప్రక్రియ. మానవుని మనస్సు ఆ వ్యక్తి యొక్క దైనందిన జీవితంతో కలిసి మెలసి ఉంటుందని ఇక్కడ అర్థం చేసుకోవలసిన ముఖ్యమైన విషయం.

ఒక మానవుడు అనుభూతి చెందే బాహ్య ప్రపంచం మరియు అతని దైనందిన జీవితం అనేది శూన్యంలోకి ఇంద్రియాల మాధ్యమంగా ప్రసరింపబడిన ఆ వ్యక్తి యొక్క మనస్సులో ఉన్న సంస్కారాలని అర్థం !

బాహ్య ప్రపంచం అనేది ఈ భూమి మీద నివసించే మిగిలిన మానవు లందరికీ ఇదేవిధంగా ధారణ చేయబడుతుంది. అంటే వారి యొక్క మనస్సు లోని విషయాలే వారి శరీరం యొక్క ఇంద్రియాల మాధ్యమంగా శూన్యంలోకి ప్రసరింపబడతాయి.

బాహ్య ప్రపంచం అనేది రెండు స్థాయిలలో ఇక్కడ ధారణ చేయబడుతుంది. ఒకటి వ్యక్తిగతస్థాయిలో మరొకటి మానవజాతి సమిష్టిస్థాయిలో ధారణ చేయ బడుతుంది.

ఒక వ్యక్తి గాఢమైన నిద్రలోకి జారుకున్నపుడు బాహ్య ప్రపంచం అనేది ఆ వ్యక్తికి విలీనం అయిపోతుంది. ఆ వ్యక్తి స్వప్నంలోకి జారుకున్నపుడు మరొక క్రొత్త ప్రపంచం సృష్టింపబడుతుంది. ఆ వ్యక్తి మరలా తిరిగా జాగ్రదావస్థలోకి వచ్చినపుడు, మానవులందరికీ పరిచయమైన బాహ్య ప్రపంచం అనేది సృష్టింప బడుతుంది. ఇది నేను వివరించినంత సాధారణమైన విషయం ! బాహ్య ప్రపంచం లేదా భౌతిక జగత్తు అని మానవులు విశ్వసించే ఈ నిజానికి ఇంతకు మినహాయించి ఏ ఆధారమూ లేదు. భౌతిక ప్రపంచం అనేది కేవలం భ్రమ

పూరితమైనది మాత్రమే. దీని మనుగడకి ఏ ఇతర అస్థిత్వము లేదు. దీనిని ఎడారిలోని ఎండమావితో పోల్చవచ్చును.

అయితే ఒక వ్యక్తి నిద్రలోకి జారుకోక ముందు బాహ్య ప్రపంచాన్ని ఏ విధంగా అనుభూతి చెందుతాడో, నిద్రనుండి తిరిగి మేల్కొన్నాక కూడా బాహ్య ప్రపంచం గురించి అదే జ్ఞానం ఉంటుంది. అంతేగాక ఆ వ్యక్తి యొక్క మనస్సు సేదతీరి తాత్కాలికంగా ప్రశాంతంగా మారుతుంది. ఆ వ్యక్తి యొక్క శరీరం కూడా అలసట తీరి శక్తివంతంగా అనుభూతి చెందుతుంది. ఇంతకు మినహాయించి ఇంకేమీ జరుగదు. ఆ వ్యక్తి యొక్క జ్ఞానంలో ఎటువంటి మార్పు సంభవించదు.

నేను ఇంతకు ముందే చెప్పినట్లు ఒక వ్యక్తికి అనుభవానికి వచ్చే బాహ్య ప్రపంచం అనేది ఆ వ్యక్తి మనస్సు యొక్క ప్రతిబింబం మాత్రమే ! అయితే ఈ ప్రపంచంలోని ప్రతి వ్యక్తి తన దైనందిన జీవితంలో మిగిలిన ఇతర మానవులతో మరియు ప్రపంచంలో జరిగే వివిధ సంఘటనలతో సంబంధం కలిగి ఉన్నప్పటికీ, ఆ వ్యక్తి మాత్రం ఒక ఏకైక శీలాన్ని కలిగి ఉంటాడు.

ఒక వ్యక్తి అనుభూతి చెందే బాహ్య ప్రపంచం ఇతర వ్యక్తులు అనుభూతి చెందే ప్రపంచానికి కొంత భిన్నంగా ఉంటుంది. ఆ వ్యక్తి యొక్క అనుభవమంతా కేవలం మనస్సులో కూడబెట్టుకొని ఉన్న తన సంస్కారాల మీద లేదా నేను ఇంతకు ముందుభాగాలలో చెప్పినట్లు శీలం మీద ఆధారపడి ఉంటుంది. కొన్ని ఖచ్చితమైన పరిస్థితుల మధ్య సంభవించే ఒక శుభప్రదమైన లేదా అశుభప్రద మైన అనుభవం వివిధ వ్యక్తులకు వివిధ రకములుగా వారివారి శీలాన్ని బట్టి అనుభవానికి వస్తుంది.

అయితే ఒక వ్యక్తి మనస్సులో జన్మజన్మల నుండి కూడబెట్టుకొని ఉన్న ఇంద్రియాల అనుభూతులు మరియు వాటి జ్ఞాపకాలు తుడిచివేయబడనంత వరకు, బాహ్య ప్రపంచంలోకి అవి ఇంద్రియాల మాధ్యమంగా ప్రసరింపబడుట ఆగదు ! అంటే ఈ సంస్కారాలన్నీ మనస్సులో నుండి తొలగింపబడిన తరువాత ఇక ఆ వ్యక్తిలో విరాజిల్లుచున్న జీవాత్మకి మానవశరీరంలో ఈ భూమి మీద

మనుగడ సాగించవలసిన అవసరం కూడా ఏమీ ఉండదు. ఎందుకంటే అసలు మానవజన్మ ఎత్తడానికి గల ప్రాథమిక కారణం, ఒక వ్యక్తి మూటగట్టుకొని ఉన్న సంస్కారాల లేదా కర్మల ఫలితాన్ని భూమి మీద అనుభవించడానికి మాత్రమే!

మనస్సులో పేరుకొని ఉన్న ఇంద్రియాల అనుభూతులు మరియు వాటి జ్ఞాపకాలు శాశ్వతంగా తొలగింపబడే కొద్దీ సాధకుని యొక్క మనస్సు ఉన్నత భూమికలకు చేరుతుంది. అయితే ఈ సంస్కారాలను ఏ విశ్వశక్తి యొక్క శక్తితో సృష్టించడం జరిగిందో, అదే శక్తిచే అవి తిరిగి తొలగింపబడవలసిన అవసరం ఉన్నది. అయితే విషయాన్ని వివరించడానికి మాత్రమే మనస్సు ఉన్నత భూమికలకు చేరుతుంది అని వ్రాయడం జరిగింది. అంతేగాని మనస్సు ఎక్కడికీ పురోగమించవలసిన అవసరం అనేది ఉండదు. జరుగవలసినదంతా కేవలం మనస్సులో పేరుకుని ఉన్న ఇంద్రియ అనుభూతులను తొలగించుట. అప్పుడు మనస్సు ఏ ఆలోచనా లేని నిర్మలమైన స్థితిలో స్థిరపడటం జరుగుతుంది. ఈ నిర్మలమైన స్థితిలో జీవాత్మకి తన గురించి అసలు నిజం తన మనస్సులోనే ప్రతిబింబించడం జరుగుతుంది.

అయితే ఒక వ్యక్తికి బ్రహ్మజ్ఞానం ప్రాప్తించిన తరువాత మరియు ఆత్మసాక్షాత్కారం జరిగిన తరువాత ఏమౌతుందని పాఠకులు ప్రశ్నించవచ్చును.

ఈ విషయం మీద వ్యాఖ్యానించగల అర్హత కూడా నాకు లేదని విజ్ఞప్తి చేస్తున్నాను. నేను చెప్పదలచుకున్నదంతా కేవలం ఒకే ఒక విషయం ! మానవు లందరికీ గోచరమయ్యేది మరియు అనుభవానికి వచ్చేది అయిన బాహ్య ప్రపంచం అనేది కేవలం శూన్యం అనే తెరమీద ప్రసరింపబడే వారి మనస్సులు మాత్రమే !

ఆత్మసాక్షాత్కారానికి ముందు ఒక వ్యక్తి అనుభూతి చెందిన బాహ్యప్రపంచం కేవలం ఆ వ్యక్తికి మాత్రమే విలీనమవుతుంది. అయితే ఆత్మసాక్షాత్కారం జరుగనంతవరకు, వ్యక్తిగతస్థాయిలోని బాహ్యప్రపంచం మరియు మానవజాతి సమిష్టిస్థాయి లోని బాహ్యప్రపంచం రెండు ఒకదానితో మరొకటి సంబంధం

కలిగివుంటాయి.

నేను ఇంతకుముందే ఈ పుస్తకంలోని ముందుభాగాలలో వివరించినట్లుగా ఒక గురువు ద్వారా వెన్నెముక క్రిందిభాగాన కేంద్రీకృతమై ఉన్న విశ్వశక్తి జాగృతం గావింపబడిన తరువాత, అది సృష్టికి వ్యతిరేకదిశలో సృష్టిని వినాశనం చేయడం లేదా ఒక వ్యక్తి మనస్సులో కూడబెట్టుకొని ఉన్న సంస్కారాలన్నింటినీ విలీనం చెయ్యడం ప్రారంభిస్తుంది.

కాబట్టి అన్నింటికంటే ముందుగా విశ్వశక్తి వివిధ రకముల విషయాలకు సంబంధించిన ఇంద్రియ అనుభూతులను మరియు వాటి జ్ఞాపకాలను చెరిపి వేయడం ప్రారంభిస్తుంది. దీని ఫలితంగా శరీరంలో, మనస్సులో మరియు దైనందిన జీవితంలో వివిధరకముల ప్రక్రియలు అనుభవానికి వస్తాయి. అయితే బాహ్య ప్రపంచంలోని దైనందిన జీవితంలో జరిగే ప్రక్రియలకు సంబంధించి సాధారణ పాఠకుల మనస్సులో ఒక అనుమానం రావచ్చును. ఒక యోగమార్గంలో దీక్ష పొంది ఉన్న యోగసాధకుని యొక్క బాహ్య ప్రపంచం మిగిలిన మానవుల యొక్క సమిష్టి ప్రపంచంతో కలిసి మెలసి ఉంటుంది. కాబట్టి ఆ యోగసాధకుని దైనందిన జీవితంలో జరిగే ప్రతి మామూలు సంఘటనను ఒక క్రియగా ఎలా పరిగణనలోకి తీసుకొనవచ్చు అని అనుమానం రావచ్చును.

ఇక్కడ పాఠకులు ఒక విషయాన్ని అర్థం చేసుకోవాలి. యోగమార్గంలో దీక్షపొంది ఉన్న ఒక యోగసాధకుడు తను ఎక్కడినుండి వచ్చి మానవునిగా అవతారమెత్తాడో, అదే ప్రదేశానికి పరబ్రహ్మంలో ఐక్యం చెందడానికి తిరుగు ప్రయాణంలో ఉంటాడు.

మనస్సులో ముద్రింపబడి ఉన్న ఇంద్రియాల అనుభూతులు మరియు వాటి జ్ఞాపకాలు అహం అనే రంగుతో కలిసి కర్మలుగా పరిణామం చెందుతాయి. ఒక వ్యక్తి యొక్క జీవితం బాహ్య ప్రపంచంలో ఏ విధంగా వికసించబోతుంది అనేది ఆ వ్యక్తి తన మనస్సులో కూడబెట్టుకొని ఉన్న ఈ కర్మలు నిర్దేశిస్తాయి. కనుక ఈ ఇంద్రియాల అనుభూతులు మరియు వాటి జ్ఞాపకాలు మనస్సులో

నుండి చెరిపివేయబడాలి మరియు అదే సమయంలో ఆ వ్యక్తి తన జీవితంలో వికసిస్తున్న విధిరాతకి కేవలం ఒక మౌనసాక్షిగా మాత్రమే ఉండిపోవాలి. లేదంటే ప్రారబ్ధాన్ని అనుభవించే సమయంలో, ఉత్పన్నమయ్యే ఇంద్రియాల అనుభూతులు మరలా తిరిగి మనస్సులో ముద్రితమవడం జరుగుతుంది. జ్ఞానవతి అయిన పరాశక్తి ఇలాంటి సమయంలో ఒక సాధకునికి అవసరమైన జ్ఞానాన్ని ప్రసాదించి, జరుగుతున్నది కేవలం ఒక క్రియ మాత్రమే నన్న విషయాన్ని అవగతం అయ్యేలా చేస్తుంది. దీనివలన సంస్కారాలు తిరిగి మనస్సులో ముద్రితం కాకుండా జరుగుతుంది.

అయితే కొన్ని సందర్భాలలో సాధకుడు యోగసాధనలో ఇంకా తగినంత ఉన్నతిని సాధించి ఉండకపోవచ్చును. అందువలన ప్రారబ్ధాన్ని క్రియగా అనుభవిస్తున్నా తగినంత సాక్షీభూత స్థితిలో ఉండని కారణంగా అవి తిరిగి మనస్సులో ముద్రితం అవుతాయి. అయితే ఈ విధంగా తిరిగి ముద్రితమైన వాటిని మరలా తిరిగి చెరిపివేయడం కొంచెం సులభంగా చేయవచ్చును.

ఏ యోగమార్గంలో దీక్ష పొందని వ్యక్తిలో మాత్రం విశ్వశక్తి తన ప్రాథమిక దిశ అయిన సృష్టిక్రమంలో ఉంటుంది. అంటే సృష్టిని నిరంతరం ధారణ చేస్తూ ఉంటుంది.

ఒక భ్రమపూరితమైన మాయాప్రపంచాన్ని నిరంతరం ఒక వ్యక్తి ముందు నిలిపి ఉంచుతుంది. దీని ఫలితంగా ఆ వ్యక్తి ఇంద్రియాల మాధ్యమంగా అనుభూతి చెందే ప్రతి ఒక్క సంస్కారం మనస్సులో ముద్రితమై భవిష్యత్తులో విధిరాతకి ఒక విత్తనంగా మారుతుంది. కాని విశ్వశక్తి సృష్టికి వ్యతిరేకదిశలో ఉన్న వ్యక్తిలో మాత్రం, ఆ వ్యక్తి విధిరాత నుండి లేదా ఇంతకు ముందు ముద్రితమై ఉన్న సంస్కారాల నుండి ముక్తి పొందడం జరుగుతుంది. అహంకారంతో పూరితమైవున్న ఇంద్రియాల అనుభూతులు మనస్సులో ముందునుండి ముద్రితమై ఉన్న కారణంగా, అవి భవిష్యత్తులో ఏ మానవునికైనా విధిరాతని బహిర్గతం చేస్తాయి.

ఇక్కడ పాఠకులు ఒక ప్రశ్న వేయవచ్చును. విధిరాత క్రియలద్వారా ఒక

సాధకుని జీవితం నుండి చెరిపి వేయబడినదని చెప్పడానికి సహేతుకమైన ఋజువు ఏమిటి అని ప్రశ్నించవచ్చును. ఈ విషయాన్ని అర్థం చేసుకోవడం చాలా కీలకమైన విషయం. ఈ విషయం గురించి ఒక సాధకుడు తన అంతరంలోనే అనుభూతి చెందడం జరుగుతుంది. ఒక క్రియగా ఏదైనా సంఘటన జరిగినపుడు, ఆ అనుభవం సాధకునికి ఒక క్రీడలాగా చిలిపిగా ఉంటుంది. అంటే అది కఠినంగా అనుభవం కాదు.

నేను చెప్పదలచుకున్నదేమిటంటే ఆ అనుభవం పొందుతున్న సమయంలో ఒక సాధకుడు ఎలాంటి భావోద్వేగాలకు లోనుగావడం అనేది జరుగదు. అయినా సరే ఆ అనుభవాన్ని మాత్రం చాలా స్పష్టంగా అనుభూతి చెందడం జరుగుతుంది. ఇలాంటి సమయంలో ఆ సాధకుని యొక్క మనస్సు ఏ స్థితిలో ఉంటుంది మరియు ఎలా ఉంటుంది అనేది బయటి నుండి గమనించేవారికి ఏమీ తెలియదు. అయితే శారీరక కదలికల ద్వారా కొన్ని సూచనలు మాత్రం గమనించ వచ్చును. వీటికి తోడు కొన్ని చిన్నచిన్న ప్రమాదాలు జరగడం వంటి సంఘటనల వలన కూడా ఆ వ్యక్తిలో క్రియ జరుగుతున్నదని గ్రహించవచ్చును. ఉదాహరణకు ఒక పెద్ద ప్రమాదం జరగడానికి అన్ని పరిస్థితులు చాలా సానుకూలంగా ఉండి ఉండవచ్చును. అయితే ఒక పెద్ద దుర్ఘటన జరుగడానికి అవకాశం బాగా ఉన్నా, ఏదో చిన్న ప్రమాదంతో ఆ వ్యక్తి ఆశ్చర్యకరమైన రీతిలో తప్పించుకొన వచ్చును. ఒక క్రియ దైనందిన జీవితంలో ఎలా జరుగుతుందనే దానికి ఇది ఒక ఉదాహరణ.

అందువలన, పరబ్రహ్మం అనే గమ్యస్థానానికి తిరుగుప్రయాణంలో ఉన్న ఒక యోగసాధకునికి జీవితం అనేది అడుగడుగునా ఒక క్రియగా మారిపోతుంది. విశ్వశక్తి ఆ వ్యక్తి మనస్సులో జన్మజన్మల నుండి సృష్టించిన వివిధ సంస్కారాలను, వివిధరకముల క్రియలను సృష్టించి వినాశనం చేస్తుంది. ఇదంతా ఆ పరాశక్తే స్వయంగా జరిగేటట్లు చేస్తుంది.

ఇది ఎలా ఉంటుందంటే ఏ తిరుగు ప్రయాణపు టిక్కెట్టు లేకుండా ఒక యాత్రికుడు ఎక్కడా ఆగని ఒక రైలుబండిలో ప్రయాణిస్తున్నట్లు ఉంటుందని

గురువుగారు వివరించారు. ఒక యోగసాధకునికి ఇక చేయడానికంటూ ఏమీ ఉండదు. ఇక ఎప్పటికీ తిరిగి రావడం సంభవం కాని దిశలో ఆ సాధకుడు ముందుకి ప్రస్థానం అవడం జరుగుతుంది. ఒక వ్యక్తిలో కుండలినీ శక్తి జాగృతం గావింపబడిన మరుక్షణం నుండి ఆ సాధకుడు ఈ తిరుగు ప్రయాణంలోకి నెట్టబడతాడు. జనన - మరణ చక్రం అనే సాధారణ భ్రమపూరితమైన జీవితంలోకి తిరిగి రావడం సంభవం కాని రీతిలో ఆ సాధకుడు అమరత్వం వైపు ప్రస్థానం చేయుట జరుగుతుంది.

నేను కొన్ని సందర్భాలలో ఈ విషయం గురించి గురువుగారిని అడిగాను. ఆ విధంగా ఒకసారి తిరుగు ప్రయాణంలోకి నెట్టబడిన సాధకుడు తిరిగి ఎప్పటికైనా యోగమార్గాన్ని వదిలి మామూలు సాధారణ జీవితంలో అడుగు పెట్టడం అనేది సంభవించగలదా లేక ఆ వ్యక్తి శాశ్వతంగా ఇక తిరిగి రావడం అంటూ జరగదా అని అడిగాను. దీనికి గురువుగారు చాలా స్పష్టంగా నాకు సమాధానం ఇచ్చారు. ఒక యోగసాధకుడు తన అహం వదిలి పరాశక్తికి సమర్పితం అయిపోయి జరుగుచున్న క్రియకు కేవలం మౌనసాక్షిగా ఉండకపోతే, మహా అయితే తిరుగు ప్రయాణం కొంచెం ఆలస్యం అవుతుంది. ఇంతకు మినహాయించి కావాలనుకుంటే తన ప్రాపంచిక అహంకారపూరిత సంకల్పాన్ని ఉపయోగించి, రైలుబండిలో తను కూర్చుని ఉన్న సీటు వదలి మరొక సీటు మీద కూర్చొన వచ్చని గురువుగారు విపులంగా వివరించారు. ఒక సాధకుడు ఈ చిన్న స్వేచ్ఛను తన సంకల్పం ద్వారా అనుభూతి చెందడం తప్ప ఇక చేయగలిగినదేమీలేదు. ఇక తిరిగి మామూలు జీవితంలోకి లేదా జనన - మరణ చక్రంలోకి ఎప్పటికీ తిరిగిరాని విధంగా ఆ సాధకుడు శాశ్వతంగా అమరత్వం వైపు తన ప్రయాణం కొనసాగించడం జరుగుతుంది.

అయితే నేను పైన వివరించినదంతా జీవితంలో ఎలాంటి విపరీతమైన పరిణామాలకు దారితీయకుండా, చాలా అనుకూలమైన పరిస్థితుల మధ్య జరుగు తుందని పాఠకులందరికీ నమ్మకం కలిగించగలను.

అన్నింటికంటే ముందు, ఈ ప్రపంచంలో ఏ వ్యక్తికి ఒకే రాత్రి బ్రహ్మజ్ఞానం

ప్రాప్తించబోదు. ఆత్మసాక్షాత్కారం అనేది ఒకే ఒక క్షణంలో సంభవించబోదు. అలాగే కొన్ని సంవత్సరాలలో కూడా సాధ్యం కాదు. అందువలన యోగమార్గం లోకి వెళితే తను ప్రేమించే ఇతర మానవులందరినీ వెంటనే వదిలివేయాల్సి వస్తుందని ఎవరూ భయపడవలసిన అవసరం లేదు. జన్మజన్మల నుండి కూడబెట్టుకొని ఉన్న బాంధవ్యాలు మరియు ప్రేమ అనే మురికి అంతా వదిలి వెళ్ళిపోతుందేమోనని ఎవరూ ఆందోళన చెందవలసిన అవసరం లేదు.

రెండవ విషయం, నేను పైన వివరించినది కాకుండా భయపడవలసిన అవసరం లేదని నిరూపించడానికి మరొక ప్రక్రియ గురించి వివరిస్తాను.

ఒక బీదవాడు లక్షల రూపాయల అప్పు తీర్చవలసి వస్తుందనే పరిస్థితిని ఎప్పటికీ ఊహించలేడు. అయితే అలాంటి పరిస్థితి ఆ వ్యక్తికి ఎదురుకావచ్చు మరియు ఆ వ్యక్తి అంత డబ్బును ఇచ్చి అప్పు నుండి బయటపడవచ్చును. ఇలాంటి పరిస్థితులు ఆ వ్యక్తికి కావాలని కల్పించబడవచ్చును. అంటే అవసరమైనపుడు ప్రతి వ్యక్తికి ఎంత శక్తి అవసరమౌతుందో అంత శక్తిని స్వయంగా పరాశక్తే ప్రసాదిస్తుందని అర్థం.

ఇదే విధంగా ఒక సాధారణ మానవుడు తనను చాలామంది వ్యక్తులు చంపాలని ప్రయత్నిస్తున్నారనే విషయాన్ని ఎప్పటికీ ఊహించలేడు మరియు కల్పన చేయలేడు. అయితే అలాంటి పరిస్థితి నిజంగా ఎదురైనపుడు, ఆ సాధారణ మానవునికి కూడా అవసరమైనంత బలం, ధనం మరియు జనం రూపంలో లభ్యం కావచ్చును.

కాబట్టి ఏ విధంగా చూసినా భయపడవలసిన అవసరం ఎంతమాత్రం లేదు. ప్రేమ మరియు బాంధవ్యాలను త్యజించవలసిన సమయం వచ్చినపుడు, ప్రతి వ్యక్తికి మనస్సు కూడా అవసరమైన స్థితిలోనే ఉంటుంది.

పరాశక్తి అయిన విశ్వశక్తి జ్ఞానవతి ! సర్వమూ తెలిసినది ! కావున ఒక సాధకునికి రక్షణగా జీవితం అనే యుద్ధభూమిలో విజయం సాధించడానికి అన్ని కవచాలను ముందే సిద్ధం చేసి ఉంచుతుంది. ఒక్కమాటలో చెప్పాలంటే, పరబ్రహ్మానికి ఏమి చేయాలో, ఎలా చెయ్యవలెనో సర్వమూ తెలుసు !

అయితే ఒక సాధకుని యొక్క జీవితం మాత్రం నిరంతరం అగ్నిపరీక్షకు లోనవుతుంది. ఒక్కోసారి విజ్ఞానమయ కోశంలో క్రియ జరుగుతుంది. అప్పుడు ఆ వ్యక్తి యొక్క అహం కొంచెం కొంచెంగా తొలగించబడుతుంది. దీని ఫలితంగా కలిగే అనుభవం ఏ సాధకునికి ఇష్టం ఉండదు. ఎన్నోసార్లు ఒక సాధకుని యొక్క దైనందిన జీవితంలో ఇలాంటి క్రియ జరుగుతుంది. ఇలాంటి పరిస్థితిని ఎదుర్కోవడానికి నేను నా తోటి యోగాభ్యాసకులకు ఇవ్వగలిగిన సూచన ఒకటే! దయచేసి మరి కొంతసేపు ఓపిక పట్టండి! అలాగే అశుభప్రదమైన ఆ అనుభవాన్ని మరి కొంచెంసేపు ఓరిమితో అనుభవించండి ! ఎంతో సమయం పట్టక పోవచ్చును. బహుశః మరికొన్ని గంటలు లేదా రోజులు లేదా నెలలు ! అంతే! శరీరంలో గుచ్చుకొని బాధపెడుతున్న ఆ ముల్లు శాశ్వతంగా తొలగింప బడుతుంది. ఇక జీవితంలో బాధ మరియు దుఃఖము అనేవి ఎన్నటికీ వుండవు.

------◆◆◆------

భాగము - 16

చిత్తనిర్మాణంలో మార్పు

ఒక వ్యక్తిలో కుండలినీ శక్తి ఒక గురువు ద్వారా జాగృతం గావింపబడిన తరువాత మనస్సులో, శరీరంలో మరియు దైనందిన జీవితంలో వ్యక్తమయ్యే వివిధ రకముల క్రియల గురించి వ్రాయడం జరిగింది.

అయితే ఒక సాధకునికి సంబంధించి ముఖ్యమైన అసలు విషయం ఏమిటంటే, వ్యక్తమయ్యే ఈ వివిధ రకముల క్రియలు కాదు. అవి ఆ సాధకుని మనస్సు మీద ఏ విధమైన ప్రభావాన్ని చూపించాయి మరియు వాటి ఫలితంగా చివరికి ఆ వ్యక్తి యొక్క చిత్తంలో ఎలాంటి మార్పు వచ్చినది అనేది ముఖ్యం. ఆ సాధకుని మనస్సు క్రియల వలన ఆఖరిలో ఏ స్థితికి చేరినది అనేది ముఖ్యం.

జ్ఞానవతి అయిన విశ్వశక్తి శరీరంలో క్రియలను వ్యక్తపరిచే కొద్దీ, మనస్సులో అప్పటి వరకు ముద్రితమైవున్న ఇంద్రియాల అనుభూతులు మరియు వాటి జ్ఞాపకాలు కూడా శాశ్వతంగా చెరిపివేయబడుట జరుగుతుంది. దీని ఫలితంగా మనస్సు క్రమంగా ఉన్నత భూమికలకు చేరుతుంది మరియు ఆ వ్యక్తిలో జ్ఞానము కూడా సంపూర్ణమైన రీతిలో వికసిస్తుంది.

నా మనస్సు ఏవిధంగా పరిణామం చెందినది అనే అంశంపై నా స్వంత అనుభవాలను వివరిస్తాను. ఈ విషయాన్ని మరొక విధంగా చెప్పాలంటే నా మనస్సు నిదానంగా పరివర్తన చెందిన తరువాత నా జీవితంలో ఎలాంటి మార్పులు వచ్చాయి అనే విషయం గురించి వివరిస్తాను.

కుండలినీ శక్తి నా శరీరంలో జాగృతమైన తరువాత అన్నింటికంటే ముందుగా నాకున్న మత సంబంధిత నమ్మకాలు, వేదాంతపరంగా నేను విశ్వసించిన నిజాలు మరియు నైతిక విలువల గురించి నాకున్న అభిప్రాయాలు మొదలైన వాటిలో అకస్మాత్తుగా విపరీతమైన మంచి మార్పు సంభవించినది.

ఈ పుస్తకంలోని ఒక ముందుభాగంలో నేను పసిపిల్లల చక్రాలబండి

గురించి వివరించాను. ఈ విషయం బహుశః పాఠకులకు గుర్తుండే ఉంటుంది. ఏ మతవ్యవస్థ అయినా లేదా నమ్మకమైనా వాటికి సంబంధించి ఒకే ఒక విషయాన్ని గుర్తుంచుకోవాలని పాఠకులందరినీ అభ్యర్థిస్తున్నాను. పసిపిల్లల చక్రాలబండి మాదిరిగా అవి కేవలం ఒక మానవుని ఆధ్యాత్మిక ప్రగతికి ఉపయోగపడే పరికరాలు మాత్రమే !

ఒకసారి వాటి ఉపయోగం సాఫల్యం అయిన తరువాత ఇక ఆ పరికరాల అవసరం ఎంత మాత్రం ఉండదు. ఇంకా చెప్పాలంటే, అవి తరువాతి ఆధ్యాత్మిక ప్రగతికి ఆటంకముగా మారడం జరుగుతుంది.

ఈ విధంగా వ్రాసి నేను ఇంతవరకూ మనం నమ్మిన మతవ్యవస్థలను గురించి గాని లేదా నమ్మకాల గురించిగాని ఎంతమాత్రం చులకనగా మాట్లాడుట లేదు. వాటిమీద ఏ విధమైన చెడు అభిప్రాయాన్ని ప్రదర్శించుట లేదు. నేను ఎలాంటి గర్వాన్ని మరియు అగౌరవాన్ని ప్రదర్శించుట లేదు. ఎవరూ తను ఓనమాలు నేర్చుకొన్న పాఠశాలను ఎప్పుడూ మర్చిపోవడం జరుగదు. ఒక వ్యక్తి ఏ విషయానికి సంబంధించిన శాస్త్రంలో అయినా ఎంత పెద్ద పండితునిగా ఉన్నతి సాధించినా దానంతటికీ కారణం అప్పటివరకూ తను నేర్చుకొన్న విద్యే కదా ! అయితే ఇలాంటి తర్కం మరియు వాదన అనేవి మామూలు ప్రాపంచిక విద్యకు సంబంధించినవి మాత్రమే !

ఆధ్యాత్మిక శాస్త్రాలలో ఈ వాదన కొద్దితేడాతో కొంచెం వేరుగా ఉంటుంది. ఒక విద్యార్థి లేదా సాధకుడు ఏదైనా ఒక మతవ్యవస్థను లేదా సిద్ధాంతాన్ని తన ఆధ్యాత్మిక ప్రగతికోసం ఎంచుకుంటాడు. అయితే ఏదో ఒక స్థితిలో తను నేర్చుకున్నదంతా త్యజించవలసిన పరిస్థితి ఎదురవుతుంది.

ఈ విషయాన్ని మరికొంచెం స్పష్టంగా అర్థం చేసుకోవడానికి మరొక ఉదాహరణను విశ్లేషణ చేద్దాం ! ఒక వ్యక్తి భగవంతుణ్ణి ఏదో ఒక రూపంలో పూజిస్తున్నాడని అనుకుందాము. ఆ వ్యక్తిలో ఆధ్యాత్మిక ప్రగతి వికసించే కొద్దీ ఒకానొక స్థితిలో తను ఇంతవరకూ పూజించిన భగవంతుడి రూపాన్ని మనస్సులో నుండి తొలగించాల్సిన పరిస్థితి ఎదురవుతుంది. ఈ విశ్వమంతా వ్యాపించి

ఉన్న పరబ్రహ్మానికి ఒక రూపం ఎలా ఉంటుంది అనే భావన ఉదయించగానే ఇలాంటి పరివర్తన మనస్సులో వస్తుంది. ఆ తరువాత ఏమి జరుగుతుందనేది నేను చెప్పలేను. నేను యోగసాధనలో అంత ఉన్నతస్థితిలో ఏమీ లేను. ఒక వ్యక్తిలో కుండలినీ శక్తి జాగృతమైన తరువాత సంభవించే మనస్సు యొక్క ఒక మధ్యంతర స్థితిని గురించి మాత్రమే నేను వినమ్రతతో వివరించదలచుకున్నాను.

ప్రతి వ్యక్తి ఆఖరిలో తన అంతరంలోనే విరాజిల్లుచున్న దైవత్వాన్ని తానే స్వయంగా తన అంతరమునందే మరియు బయటనుండి ఏ విధమైన సహాయం లేకుండానే వ్యక్తపరచవలసి వస్తుంది. అయితే ఒక గురువుగారి మాధ్యమంగా మాత్రమే అది కూడా కేవలం ఆయన కృపవలన మాత్రమే ఇలాంటి ప్రక్రియ సంభవించుట జరుగుతుంది. ఒక్కమాటలో చెప్పాలంటే నేను చెప్పదలచుకున్న విషయమంతా ఇదే !

నా వ్యక్తిగత జీవితంలో జరిగిన రెండవ అతిముఖ్యమైన విషయం సామాజిక జీవితం పట్ల ఆసక్తి కోల్పోవడం. నా కర్మలు ఇంకా నన్ను వదిలిపెట్టని కారణంగా సామాజిక జీవితం ఇంకా నన్ను వదిలిపెట్టడం లేదు. అయితే నాకు మాత్రం దాని మీద ఆసక్తి పోయింది. ఒక పెద్ద మొత్తంలో ఇంద్రియాల అనుభూతులు లేదా సంస్కారాలు మనస్సులో నుండి ఒక్కసారిగా విశ్వశక్తి ద్వారా తొలగించబడినప్పుడు, దానియొక్క ప్రభావం చాలా స్పష్టంగా అనుభూతి చెందడం జరుగుతుంది. అయితే నేను ఈ పుస్తకంలోని ముందుభాగంలో వివరించిన ఒక విషయాన్ని పాఠకులు గుర్తు చేసుకోవాలని విజ్ఞప్తి చేస్తున్నాను. క్రియలు శరీరంలో వ్యక్తమయ్యే ప్రక్రియ ఒక్కొక్క విభాగంలో ఒక్కొక్కసారిగా ఒంటరిగా జరుగదు. అంటే ఒక రకానికి లేదా విషయానికి చెందిన ఇంద్రియాల అనుభూతులు శుభ్రపరచబడుట పూర్తిగాక ముందే మరొకరకానికి చెందిన సంస్కారాలు శుభ్రపరచబడే ప్రక్రియ మొదలు కావచ్చును.

ఇదే విధంగా నాకు జీవితంలో సంగీతం, సినిమాలు, దూరదర్శన్, ఇంటర్‌నెట్, పుస్తకాలు, వారపత్రికలు, దినపత్రికలు మొదలైన వాటిమీద ఉన్న ఆసక్తి దాదాపు పోయింది. ఎప్పుడైనా వాటిని చూచుట తప్ప వాటిమీద ఎటువంటి

ఆసక్తి లేదు.

ఇదేవిధంగా నేను కారులో ఒంటరిగా సుదూరప్రాంతాలకు ప్రయాణం చేసి వింతైన ప్రదేశాలను తిలకించేవాడిని. ఈ పనిమీద కూడా నాకు ఆసక్తి పోయింది.

ఒక వ్యక్తి మనస్సులో నుండి ఒక విషయానికి సంబంధించిన ఆసక్తిని ఏ విధంగా జ్ఞానవతి అయిన విశ్వశక్తి తొలగించడం జరుగుతుంది అనేది చెప్పడానికి కొన్ని సంఘటనలు వివరించనివ్వండి !

నేను పంజాబ్ రాష్ట్రంలోని జలంధర్ అనే నగరంలో నివసిస్తున్న రోజులవి. ఒకరోజు నాకు వంట చేయాలనే బలమైన కోరిక కలిగింది. అయితే నేను అప్పటి వరకూ ఎప్పుడూ వంట చేయడంలో చేయిపెట్టలేదు. నేను బజారుకి వెళ్లి అవసరమైన సామాగ్రి అంతా కొని తెచ్చాను. ఇక ఆ తరువాత రుచికరమైన కూరలు మరియు భోజనం తయారు చెయ్యడంలో నిమగ్నమైపోయాను. వంట చెయ్యడానికి అవసరమైన ఎన్నో పాత్రలను మరియు ఇతర సామాగ్రి కొనడంలో చాలా ధనాన్ని మరియు సమయాన్ని వెచ్చించడం ప్రారంభించాను.

ఆ తరువాత కొన్ని వారాల వరకూ జరిగిన సంఘటనలు ఎంతో వింతైనవి మరియు ఆశ్చర్యకరమైనవి. నేను కూరగాయలు కొయ్యడం, తరగడం, చీల్చడం, పొట్టుతీయడం వంటి కార్యక్రమాలలో నిమగ్నమైపోయాను. ప్రతిరోజూ ఎన్నో గంటల సమయాన్ని ఇటువంటి పనులకు ఏదో తెలియని దెయ్యం పట్టినట్లు వినియోగించేవాడిని.

అకస్మాత్తుగా నేను నిద్రనుండి లేచి కూరగాయలను తరగడంలో నిమగ్నమై పోయేవాడిని. అర్ధరాత్రి దాటిన తరువాత కూడా ఎన్నో రుచికరమైన కూరలు వండుటలో ఎంతో సమయాన్ని వెచ్చించేవాడిని.

ఈ విధమైన కార్యక్రమం కొన్ని వారాల వరకూ కొనసాగింది. అప్పుడు అకస్మాత్తుగా నాకు వంటచేయాలనే ఆసక్తి పూర్తిగా మనస్సులో నుండి ఎగిరిపోయింది. నా వంటసామాగ్రి మరియు పాత్రలను అన్నింటినీ చెక్క కేబినెట్ లోకి తోసేశాను.

అయితే అప్పుడప్పుడూ మరలా వంటచేయాలనే కోరిక చిన్నగా మనస్సులో పుడుతుండేది. ఆ విధంగా కోరిక పుట్టినప్పుడు బజారుకు వెళ్లి చాలా కూరగాయలను కొని తెచ్చేవాడిని మరియు రెఫ్రిజిరేటర్‌లో భద్రపరచేవాడిని. అంతే ! వాటిని ఎప్పటికీ వండేవాడిని కాదు ! కొన్నిరోజుల తరువాత ఆ కూరగాయలను పారవేసేవాడిని. మరలా తిరిగి చాలారోజుల తరువాత వంటచేయాలనే కోరిక పుడుతుండేది. నేను మరలా బజారుకివెళ్లి చాలా కూర గాయలను తెచ్చి రెఫ్రిజిరేటర్‌లో కొన్నిరోజులు భద్రపరచిన తరువాత పారవేసే వాడిని.

వంటచేసే కార్యక్రమానికి సంబంధించిన ఇంద్రియాల అనుభూతులను మరియు వాటి జ్ఞాపకాలను మనస్సులో నుండి చెరిపివేయబడే ప్రక్రియ ఈ విధంగా జరుగుతుంది. ఎన్నో విషయాలకు సంబంధించిన ఇలాంటి సంఘటనలు ఎన్నోసార్లు నాకు క్రియలుగా వ్యక్తమవడం జరిగింది.

ప్రతి మానవునికి మనస్సులో వివిధ విషయాలకు చెందిన ఎన్నోరకముల కోరికలు మరియు వాంఛలు మరియు స్వప్నములు మెదులుతూ ఉంటాయి. జ్ఞానవతి అయిన విశ్వశక్తి వివిధరకముల క్రియలను వ్యక్తపరచి ఈ చెత్తనంతా మనస్సులో నుండి శాశ్వతంగా తొలగిస్తుంది. ఒక సాధకుని దైనందిన జీవితంలో వివిధ సంఘటనలు సృష్టింపబడి తక్కువ మోతాదులో మనస్సులో మెదులుతున్న కోరికలకు సంబంధించిన అనుభూతి పొందడం జరుగుతుంది. దీని ఫలితంగా ఆ కోరికలన్నీ మనస్సులో నుండి తొలగించబడతాయి. ఆ వ్యక్తికి మనస్సులో ఉన్న ఈ చెత్తనంతా తొలగించడం ద్వారా, ఆ విషయాల మీద ఉన్న ఆసక్తి పోతుంది. ఇదేవిధంగా మనస్సులో ఉన్న వివిధ రకముల భయాలు మరియు ఆందోళనలు కూడా తొలగించబడతాయి. దీని ఫలితంగా ఒక వ్యక్తి మానసికంగా మరియు భౌతికంగా ఆ విషయాలను గురించి ఇక భయపడుట అనేది జరుగదు.

నేను పైన వివరించిన ప్రక్రియ ఒకవైపు దీర్ఘకాలంగా కొనసాగుతూ ఉండగా, మనస్సులో మరొకరకమైన ప్రక్రియ అనుభూతి చెందడం జరుగుతుంది. సాధకుని యొక్క మనస్సు నలువైపుల నుండి అంతరంలోకి లాగబడుతున్నట్లు

మరియు అనంతమైన అంతరాకాశంలో ఏదో కేంద్రబిందువు వైపు కూలి పోతున్నట్లు అనుభూతి చెందడం కూడా జరుగుతుంది. ఈ ప్రక్రియ యొక్క అనుభూతి చాలా స్పష్టంగా మనస్సులో నిరంతరం 24 గంటలు అనుభవానికి వస్తుంది. దీని ఫలితంగా సాధకునికి గాఢమైన నిద్ర యొక్క సుఖం ప్రాప్తిస్తుంది.

అయితే ఇక్కడ నా తోటి యోగాభ్యాసకులందరికీ తాత్కాలికంగా సంభవించే ఒక ప్రక్రియను గురించి హెచ్చరించదలచుకున్నాను. మనస్సులో నుండి ఇంద్రియాల అనుభూతులు మరియు వాటి జ్ఞాపకాలు పెద్దమొత్తంలో తొలగించ బడినప్పుడు, ప్రారంభంలో ఈ ప్రక్రియను గమనించవచ్చును.

మనస్సు విశ్వశక్తి ద్వారా ఇంద్రియ అనుభూతుల నుండి క్రొత్తగా శుభ్ర పరచబడినప్పుడు అది కొంచెం భావోద్వేగాలకు లోనుకావడం మరియు సున్నితంగా మారడం జరుగుతుంది.

నేను గురువుగారిని ఈ విషయం గురించి ప్రశ్నించాను. సంస్కారాలు తొలగింపబడిన తరువాత మనస్సు నిర్మలం కావలసి ఉన్నది. దానికి భిన్నంగా మరియు వ్యతిరేకంగా ఇలా ఎందుకు జరుగుతుందని ప్రశ్నించాను. నిజానికి ఒకసారి గురువుగారే ఏదో విషయం మీద చర్చజరుగుతున్న సమయంలో ఈ విషయాన్ని లేవనెత్తి దానికి వివరణ ఇవ్వడం జరిగింది.

ఇది మనస్సు యొక్క శుద్ధీకరణ జరుగుతున్న సమయంలో ముఖ్యంగా ప్రారంభస్థితిలో జరిగే మామూలు సాధారణ ప్రక్రియ అని గురువుగారు చెప్పారు. దీని తరువాత మనస్సు అన్ని భావోద్వేగాలకు అతీతంగా మారుతుంది.

ప్రతి యోగసాధకునికి ఈ ప్రక్రియ ఇలా జరుగుతుందని తెలియడం మంచిది. ఈ ప్రక్రియ చాలా సాధారణ పద్ధతిలో తాత్కాలికంగా మాత్రమే జరుగుతుంది. అందువలన దీనిని గురించి ఆందోళన చెందనవసరం లేదు. గురువుగారు చెప్పినదాన్ని బట్టి ఇది యోగసాధన బాగా జరుగుతుందన్న దానికి ఋజువు. నేను ఇంతకుముందే ఒక భాగంలో చెప్పినట్లు యోగసాధనలో ప్రతి సాధకునికి ఎన్నో అంతరాయాలు వస్తుంటాయి.

ఉదాహరణకు నేను ధ్యానం చేయడానికి కూర్చున్నప్పుడు ప్రతిసారీ అన్ని

అవసరమైన జాగ్రత్తలు తీసుకునేవాడిని. నా ధ్యానానికి అంతరాయం కలుగకుండా ఉండేందుకు ఇలా చేసేవాడిని. టెలిఫోన్ నిశ్శబ్దంగా ఉండేటట్లు చేసేవాడిని. విద్యుచ్ఛక్తితో పనిచేసే అన్ని పరికరాలను ఆపివేసి ఉంచేవాడిని. విద్యుత్ దీపాలను ఆపివేసే వాడిని మరియు ఎవరూ నా గదిలోకి రాకుండా తలుపువేసి గడియ పెట్టేవాడిని.

అయితే ఎప్పుడైనా అంతరాయం కలుగవలసినప్పుడు ఎన్ని జాగ్రత్తలు తీసుకొని ఉన్నా అది తప్పకుండా అవుతుండేది.

అర్థం చేసుకోవలసిన విషయం ఏమిటంటే, ధ్యానంలో అంతరాయం కలగడం అనేది ప్రారబ్ధకర్మానుసారం జరుగుతుంది. అందువలన దానినుండి తప్పించుకొనలేము. దానిని తప్పనిసరిగా అనుభవించి తీరాలి. అప్పుడు అన్ని అంతరాయాలు సమాప్తం అయిపోయి సాధకునికి భవిష్యత్తులో ధ్యానం చేస్తున్నపుడు ఇక ఏ సమస్యా ఉండదు. లేనిచో మనస్సులో శుద్ధి జరుగని సంస్కారాల వలన ధ్యానం చేసే సమయంలో ఎన్నోసార్లు మానసికంగా లేదా భౌతికంగా అంతరాయం కలుగుతూనే ఉంటుంది.

ఒక విషయాన్ని అన్నివేళలా గుర్తుంచుకోవలసిందిగా నా తోటి యోగాభ్యాసకులందరికీ విజ్ఞప్తి చేస్తున్నాను. జ్ఞానవతి మరియు సర్వమూ తెలిసిన పరాశక్తిని ఏ సాధకుడు అహంకార పూరితమైన సమర్పిత భావనతో సైతం మోసగించడం అనేది అసలు కుదరని పని.

సమర్పణ భావం అనేది ఎలాంటి ప్రోద్బలం అనేది లేకుండా సహజంగా మరియు త్రికరణ శుద్ధిగా ఏర్పడాలి. అంతేగాని దయచేసి ఎలాంటి భ్రమపూరిత మైన మరియు అహం జనితమైన సమర్పణా భావాన్ని తెలిసి లేదా తెలియకుండా కూడా ప్రదర్శించకండి.

నా తోటి యోగాభ్యాసకులందరికీ నేను స్పష్టంగా చెప్పదలచుకున్న విషయమేమిటంటే ధ్యానంలో అంతరాయం అనేది అందరికీ కలుగుతుంది. మరియు అది చాలా సహజసిద్ధమైనది. ప్రతిఘటించకండి ! ప్రతిఘటించడం అనేది ఎలాగూ యోగసాధన ధర్మానికి విరుద్ధం కూడా !

అలాగే ఒక సాధకుని యొక్క మనస్సు శుద్ధీకరణ జరిగే సమయంలో ఒక్కోసారి క్రిందికి జారడం జరుగవచ్చును. అయితే ఇది కూడా అందరికీ జరిగే చాలా సహజమైన ప్రక్రియ. దానిని గురించి విచారించవలసిన అవసరం ఎంతమాత్రం లేదు. అది కేవలం తాత్కాలికమైన ప్రక్రియ మాత్రమే. యోగసాధనలో ప్రతి ఒక్క సాధకుడు అప్పుడప్పుడు జారి క్రిందపడుతూ ఉంటాడనే దానికి అన్ని యోగశాస్త్రాలు సాక్ష్యంగా ఉన్నాయి. నా గురువుగారు చెప్పినట్లు ఇది ప్రతి ఒక్కరికీ జరుగుతుంది. నా విషయంలో కూడా ఎన్నోసార్లు తక్కువ మోతాదులో మరియు కనీసం ఒకసారి అయినా కొంచెం పెద్ద మోతాదులో జరిగింది.

ఒక వ్యక్తిలో కుండలినీ శక్తి జాగృతం అయిన తరువాత ప్రారంభంలో మనస్సు చాలా ఉన్నత భూమికల దాకా చాలా వేగంగా చేరుకుంటుంది. ఆ తరువాత క్రిందికి జారడం జరుగుతుంది. అయితే పెద్దగా నష్టం ఏమీ జరుగదు. ఒక వ్యక్తి తన క్రిందటి జన్మలో యోగసాధన చేసినపుడు, మరణించే సమయానికి ఏ స్థితికి చేరుకుని ఉంటాడో ఆ స్థితికి వేగంగా ప్రారంభంలో చేరుకోవడం జరుగుతుంది.

ఏ వ్యక్తికి అయినా యోగసాధన అనేది, తను క్రిందటి జన్మలో సాధించిన స్థాయి నుండి మరలా తిరిగి ప్రారంభమౌతుంది. అది మరలా తిరిగి వచ్చే జన్మలో కూడా అలాగే జరుగుతుంది. అంటే ప్రస్తుత జన్మలో మోక్షం లేదా ఆత్మసాక్షాత్కారం పొందని పక్షంలో ఇలా జరుగుతూనే ఉంటుంది.

ఇది భగవంతుడు మానవజాతికి ఇచ్చిన ఒక గొప్ప బహుమతి అని చెప్పవచ్చును. బహుశః బహుమతి అనే పదానికి ఇంతకన్నా మించి మరొక అర్థం ఉంటుందని లేదా దీనికి మించిన బహుమతి అనేది ఈ లోకంలో ఉంటుందని నేను భావించడం లేదు.

మనస్సులో నుండి ఇంద్రియాల అనుభూతులు మరియు వాటి జ్ఞాపకాలు తొలగింపబడే సమయంలో ఇంకా వివిధ రకముల ప్రక్రియలు కూడా జరుగవచ్చును.

ఉదాహరణకు కొన్ని ప్రమాదకరమైన సంఘటనలు తక్కువ మోతాదులో జరగడానికి అవకాశం ఉన్నది.

పాఠకులు ఎప్పుడైనా ఒక యోగసాధకుణ్ణి ఏదైనా చిన్న ప్రమాదానికి గురైనప్పుడు తిలకించడం జరిగితే, ఆ వ్యక్తికి శుభాకాంక్షలు అందజేయడం మరచిపోకండి ! ఎందుకంటే ఒక చిన్న ప్రమాదానికి గురిచేసి, పరాశక్తి ఆ సాధకుని మీద తన కృపావర్షాన్ని కురిపించుట జరిగింది కనుక ! లేనిచో ఆ వ్యక్తి చాలా పెద్ద ప్రమాదానికి గురైవుండేవాడు.

ఇదేవిధంగా జీవితంలో శుభప్రదమైన సంఘటనలు కూడా చిన్న మోతాదులో జరుగుతూ ఉంటాయి. అయితే ఈ సారిమాత్రం ఆ సాధకునికి శుభాకాంక్షలు అందజేయకండి ! ఇది కేవలం హాస్యం !

పరాశక్తి ద్వారా శుభప్రదమైన మరియు అశుభప్రదమైన సంఘటనలు రెండూ ఒక యోగసాధకుని జీవితంలో నుండి వేగంగా తొలగించబడుట జరుగుతుందనే విషయం పాఠకులు గుర్తుంచుకోవాలని విజ్ఞప్తి చేస్తున్నాను.

———◆◆◆———

భాగము - 17

యోగసాధనలో గురు మార్గదర్శనం

యోగసాధనలో యోగమార్గం నుండి తప్పిపోకుండా ఉండేందుకు ఒక గురువు యొక్క మార్గదర్శనం సాధకునికి అడుగడుగునా అతి కీలకం. ఈ మార్గదర్శనం లేనిచో సాధకునికి యోగమార్గంలో నిలబడి ఓరిమితో ముందుకు సాగడం అనేది అసాధ్యం అవుతుంది.

బాహ్య ప్రపంచంలోని ప్రాపంచిక విషయాలు సాధకుణ్ణి సులభంగా యోగ మార్గం నుండి తప్పించగలవు. ప్రాపంచిక విషయాల మీద సాధకునికి ఉండే బలీయమైన ఆసక్తి వలన ఈ విధంగా జరుగుతుంది. సాధకుడు చాలా సునాయాసంగా జీవితం అనే కౄరమృగానికి ఆహారంగా మారిపోవడం జరుగ గలదు మరియు ఆధ్యాత్మిక మార్గం నుండి క్రింద పడిపోగలడు. అందువలన ఒక గురువు నిరంతరం సాధకుణ్ణి పర్యవేక్షిస్తూ కాపాడుతూ ఉండుట జరుగు తుంది.

నేను నా జీవితంలో జరిగిన కొన్ని సంఘటనలు పాఠకులకు పై విషయాన్ని ఇంకా స్పష్టంగా అర్థం అయ్యేందుకు వివరిస్తాను. దీనినిబట్టి పాఠకులు విషయాన్ని సునాయాసంగా అర్థం చేసుకోగలరు.

నేను ఈ పుస్తకంలోని ముందుభాగాలలో కొన్ని అనుభవాలను ముందే వివరించి ఉన్నాను. నా విషయంలో గురువుగారి యొక్క మార్గదర్శనం ఎంత కీలకమైన పాత్ర వహించినదో వివరించాను. నేను సిద్ధమహాయోగంలో దీక్షను పొందిన తరువాత రెండు సంవత్సరాల వరకూ అసలు క్రియలే మొదలు కాలేదు. క్రియలు మొదలవడానికి గురువుగారు స్వయంగా నా విషయంలో కొన్నిసార్లు కల్పించుకోవలసిన అవసరం వచ్చింది.

ఆ తరువాత గురువుగారు ఏ విధంగా నా మనస్సులో చెలరేగుతున్న వివిధ అనుమానాలకు సమాధానం ఇవ్వడం జరిగిందో వివరించాను. ముఖ్యంగా

పాపపు కర్మ చేస్తున్నానేమో అనే భయాందోళనలను ఏ విధంగా గురువుగారు నిర్వీర్యం చేయడం జరిగిందో వివరించాను. అలా కానిచో యోగసాధనలో నా ఉన్నతి మంచుగడ్డలా ఆగిపోయి ఉండేది. నాకు ఎప్పుడైనా యోగపద్ధతిని గురించి వచ్చిన అనుమానాలు తీర్చుకునేందుకు ప్రతిసారి నేను కేవలం గురువు గారిని మాత్రమే ఆశ్రయించేవాడిని. గురువుగారు నాకు నిరంతరం అండగా ఉండి నా మనస్సులోని అనుమానాలను నివృత్తి చేస్తూ వచ్చారు. ఇంకా నేను ఏవిధంగా నా జీవితంలో తలెత్తిన ఆర్థికసమస్యల నుండి గురువుగారి మంత్రోపదేశం ద్వారా బయటపడగలిగానో విపులంగా వివరించాను.

ఇప్పుడు నేను సాధకులందరికీ ఉపయోగపడే ఒక ముఖ్యమైన ప్రక్రియ గురించి వివరిస్తాను.

నేను ఈ పుస్తకంలోని ముందుభాగాలలో వివరించినట్లు క్రియలు శరీరంలో వ్యక్తమవడం ప్రారంభమైన తరువాత అవి ఒకేసారి అన్ని కోశాలలో లేదా కేవలం ఒక కోశంలో మాత్రమే వ్యక్తమవడం జరుగవచ్చును. ప్రస్తుతానికి ఒక సాధకుని దైనందిన జీవితంలో క్రియ ప్రారంభమైనదని అనుకుందాము.

దీని ఫలితం ఏవిధంగా ఉంటుందో పాఠకులు ఎవరైనా ఊహించగలరా?

జీవితంలోని సంఘటనలు వేగంగా జరుగుట ప్రారంభమవుతుంది. విధిరాత ఆ వ్యక్తి జీవితంలో వేగంగా వికసించడం జరుగుతుంది. దీనివలన మనస్సులో కూడబెట్టుకొని ఉన్న సంస్కారాలు లేదా శీలం అతివేగంగా శుద్ధీ కరణ చేయబడుతుంది. కొన్ని సందర్భాలలో సాధకుడు వేగాన్ని భరించలేడు.

ఎన్నోసార్లు నేను నా గురువుగారికి ఈ విషయం గురించి మరియు నా జీవితంలో అతివేగంగా జరుగుతున్న సంఘటనలను గురించి మనవి చేసుకునేవాడిని. అయితే వేగంగా జరుగుచున్న సంఘటనలన్నీ అన్నివేళలా శుభప్రదంగానే ఉంటాయని అనుకోవద్దని విజ్ఞప్తి చేస్తున్నాను. ఎన్నో సందర్భాలలో అహం కేంద్రీకృతమై ఉన్న విజ్ఞానమయ కోశంలో క్రియలు అహం మీద దెబ్బవేసేందుకు జరుగుతుంటాయి. వీటినన్నింటినీ సాధకుడు ఓరిమితో భరించాల్సి ఉంటుంది. పరాశక్తి ఒక సాధకుని యొక్క బుద్ధినుండి అహం అనే

భావనని తొలగించే ప్రక్రియ ఇలాగే ఉంటుంది.

ఎప్పుడైనా నా జీవితంలో విధిరాత మరీ వేగంగా వికసిస్తుందనే భావన కలిగినపుడు గురువుగారికి నా పరిస్థితిని విన్నవించుకునే వాడిని. ఆయన దయతో వికసిస్తున్న విధిరాతను నియంత్రించేవారు. జరుగుతున్న సంఘటనల యొక్క గతిశీలత నియంత్రించబడేది.

ఇదేవిధంగా ఒక గురువు ఒక సాధకుని జీవితంలో వికసించబోయే అశుభమైన ప్రారబ్ధాన్ని సైతం తొలగించడం జరుగుతుంది. సాధకునికి ప్రారబ్ధాన్ని అనుభవించే సమయంలో సునాయాసంగా ఉండటానికి గురువు ఈ విధంగా చేయడం జరుగుతుంది. కొన్ని సందర్భాలలో సాధకుడు అనుభవించబోయే ప్రారబ్ధాన్ని, జబ్బులను సైతం గురువు స్వయంగా తన మీదకు తెచ్చుకోవడం జరుగుతుంది. అయితే ఒక గురువు చాలా తక్కువ మోతాదులో ప్రారబ్ధాన్ని అనుభవించి సునాయాసంగా తనను తాను రక్షించుకోవడం జరుగుతుంది.

కొన్ని సందర్భాలలో ఒక గురువు సాధకుని జీవితంలో వికసించబోయే శుభప్రదమైన ప్రారబ్ధాన్ని సైతం తొలగించుట జరుగుతుంది. దీనివలన సాధకుడు ప్రాపంచిక విషయాల మీద ఆసక్తి పెంచుకోకుండా గురువు ద్వారా రక్షింపబడతాడు. క్రూరమృగం వంటి ప్రాపంచిక వాసనలకు ఆహారంగా మారకుండా కాపాడబడతాడు. అయితే ఇలాంటి సంఘటనలు జరిగినప్పుడు, అసలు ఆ విధంగా జరిగిందనే విషయాన్ని కూడా ఆ సమయంలో సాధకుడు గమనించలేడు. ఎందుకంటే ఒక గురువు యొక్క ఇలాంటిచర్యలు అతి సూక్ష్మంగా ఉంటాయి.

నా గురువుగారు ఈ విధంగా నా జీవితంలో విధిరాతని సమర్థవంతంగా మరియు అతి సూక్ష్మంగా సంరక్షించిన ఎన్నో సంఘటనలను నేను గుర్తు తెచ్చుకోగలను. జీవితంలో వికసించబోయే శుభప్రదమైన మరియు అశుభప్రదమైన విషయాలను రెండింటినీ సాధకుని యొక్క ప్రారబ్ధం నుండి తొలగించబడవలసిన అవసరమున్నది. విధిరాత యొక్క ఈ నియంత్రణ అనేది అతి సూక్ష్మాతిసూక్ష్మంగా ఉంటుంది. అసలు పాఠకులు ఈ విషయాన్ని అర్థం చేసుకుంటారో

లేదోనని నాకు అనుమానంగా ఉన్నది. పైగా నేను ఈ విషయాన్ని సమర్థ వంతంగా పాఠకులకు నివేదించగలనో లేదోనని కూడా నాకు అనుమానంగా ఉన్నది. ఏది ఏమైనా ప్రయత్నించి చూస్తాను !

ఒకరోజు నేను హైదరాబాద్ నగరంలో నా గురువుగారిని కలవడానికి స్కూటరు మీద వెళుతున్నాను.

గురువుగారు నాకు ఒక చిరునామా ఇచ్చి ఆ ప్రదేశంలో ఆయనను కలవమని చెప్పారు.

నాకు హైదరాబాద్ నగర వీథులతో ఎక్కువగా పరిచయం లేదు. అందువలన నేను నగరం యొక్క పటాన్ని తీసి నేను ప్రయాణించదలచుకున్న మార్గాన్ని నాకు పరిచయం ఉన్న వీథులగుండా జాగ్రత్తగా ఎంచుకున్నాను. అయితే నాకు అన్ని వీథుల గురించి పరిచయం లేనందువలన ఏదో ఒక విధంగా గమ్యాన్ని చేరాలన్న లక్ష్యంతో కొంచెం దూరమైనా నాకు బాగా తెలిసిన వీథులగుండా ప్రయాణించ దలచుకున్నాను. దీని ఫలితంగా నేను తక్కువ దూరంతో కూడిన మార్గంలో కాకుండా అనవసరంగా చుట్టూ తిరిగి ఎక్కువ దూరం ప్రయాణించుటకు నిర్ణయించుకున్నాను. అయితే నేను ప్రయాణించే మార్గంలో ఒక ప్రదేశం నుండి విడిపోయి చుట్టూ తిరిగి రావలసివున్నది.

నేను స్కూటరు నడుపుతున్న సమయంలో నా ఫోను మ్రోగడం వినిపించినది. మామూలుగా వాహనాలు నడుపుతున్నపుడు నేను ఫోనులో మాట్లాడుటకు ఇష్టపడను. అందులో స్కూటరు లాంటి ద్విచక్ర వాహనాన్ని నడిపే సమయంలో అసలు ఆ ప్రశ్నే ఉదయించదు. అయితే కేవలం ఫోను ఎవరు చేసారోనని తప్పక చూస్తాను. ఈసారి స్వయంగా నా గురువుగారి నుండి ఫోను వచ్చినది.

నేను స్కూటరు ఆపి ఫోనులో మాట్లాడాను.

అయితే ఫోనులో మరెవరిదో గొంతు విని ఆశ్చర్యపోయాను. నాతో మాట్లాడిన వ్యక్తి నా గురువుగారే ఆయనను నాతో మాట్లాడమని చెప్పారని నాకు వివరించారు. ఆ తరువాత నేను ఆ సమయంలో ఎక్కడ ఉన్నదీ అడిగి

తెలుసుకున్నారు. ఆ తరువాత నేను ఆ సమయంలో ఏ ప్రదేశంలో ఉన్నానో అక్కడి నుండి నేను ప్రయాణించదలచుకున్న మార్గంలో కాకుండా, మరొక మార్గంలో ప్రయాణించమని చెప్పారు. కేవలం కొన్ని సందులు గొందులు తిరిగితే నేను సులభంగా గమ్యాన్ని చేరవచ్చునని కూడా చెప్పారు.

నా గురువుగారి దగ్గర నుండి వచ్చిన ఫోను ఏ మాత్రం కొన్ని నిమిషాలు ఆలస్యమైనా నేను ముందునుండి నిర్ణయించుకొని ఉన్న మార్గంలో ప్రయాణించే వాడిని. దీనివలన నేను ఎక్కువదూరం ప్రయాణించవలసి వచ్చేది. నా గురువు గారి దగ్గరనుండి కాకుండా మరెవరైనా వారి ఫోను నుండి నాకు ఫోను చేసివుంటే, నేను అసలు ఫోను ఎత్తడానికి స్కూటరును ఆపేవాడిని కాదు. అందువలన నా గురువుగారు తన ఫోను మరెవరికో ఇచ్చి, ఆ ఫోను నుండే ఆ వ్యక్తిచేత నాకు ఫోను చేయించి నాకు సరైన మార్గం గురించి వివరించమని చెప్పారు. నేను ఏ ప్రదేశంలో ఫోను ఎత్తడం జరిగిందో, కొంచెం ఆలస్యం అయివుంటే దానివలన ఉపయోగం ఉండేది కాదు. అందువలన సరిగ్గా నేను నా మార్గంలో ఎక్కడ తప్పుదోవ పట్టబోతున్నానో అక్కడే నాకు ఫోను చేయించి నాకు అవసరమైన సమాచారం అందేటట్లు చేశారు.

2011 వ సంవత్సరం, ఆగష్టు నెల 29 వ తేదీ నేను నా కారులో ఒంటరిగా ఒక సుదీర్ఘమైన ప్రయాణం మీద బయలుదేరాను. ఆ ప్రయాణం యొక్క మొత్తం దూరం దాదాపు మూడువేల కిలోమీటర్లు ఉంటుంది. దారి మధ్యలో సన్నటి రోడ్లగుండా కూడా ప్రయాణించవలసి ఉన్నది. నేను ఆ మొత్తం దూరాన్ని పదిరోజులలో పూర్తిచేయదలచుకున్నాను. దారిలో ఆసక్తికరమైన ప్రదేశాలను సందర్శించేందుకు సమయాన్ని కూడా కేటాయించాను. ప్రయాణం మొదలు పెట్టిన ప్రదేశం జమ్మూ - కాశ్మీర్ రాష్ట్రంలోని శ్రీనగర్. చేరవలసిన గమ్యం హైదరాబాద్ నగరం. అయితే నేనేమి మొదటిసారి ఈ విధమైన సుదీర్ఘపు ప్రయాణం చేయడం లేదు. ప్రయాణం మొదలవడానికి కొన్నిరోజుల ముందు నేను గురువుగారికి ఈ విషయం గురించి చెప్పాను.

గురువుగారు నేను చెప్పిన విషయం విన్న తరువాత టెలిఫోన్ మీద నాకొక

మంత్రం ఉపదేశించారు. మంత్రాన్ని కంఠస్థం చేయమని చెప్పారు. నేను నా ప్రయాణం మొదలుపెట్టే రోజున బయలుదేరే ముందు మంత్రాన్ని పదకొండుసార్లు జపం చేయవలసినదిగా చెప్పారు. అంతేకాకుండా ప్రతిరోజూ నా ప్రయాణంలో ఏ ప్రదేశం నుండి అయినా బయలుదేరే ముందు కూడా ఇదేవిధంగా చేయమని చెప్పారు.

నాకు ఉపదేశించిన మంత్రం నా రక్షణ కోసం అని కూడా గురువుగారు చెప్పారు. అయితే నేను ఇంతకు ముందే చెప్పినట్లు ఇది నా మొదటి ప్రయాణం ఎంతమాత్రం కాదు. అలాగే గురువుగారు ఇంతకుముందెన్నడు ఈ విధంగా ప్రయాణంలో రక్షణ కోసంగా మంత్రాన్ని ఉపదేశం చేయలేదు.

దాదాపు ఎనిమిది రోజుల ప్రయాణం తరువాత నేను హైదరాబాద్ నగరాన్ని చేరుకోబోతున్నాను. ప్రయాణం యొక్క ఆఖరిభాగంలో ఉన్నాను. నేను ఎంచుకున్న మార్గం దగ్గరిదారి కాకపోయినా నాకు అన్నివిధాల అనువుగా ఉన్నది. నా గురువుగారి ఆజ్ఞ మేరకు ప్రతిరోజు ఎక్కడి నుండి బయలుదేరినా ముందుగా పదకొండుసార్లు మంత్రాన్ని జపం చేసేవాడిని.

ఆ దురదృష్టకరమైన రోజున, నేను మధ్య భారతదేశపు గ్రామీణ ప్రాంతాల గుండా ప్రయాణిస్తున్నాను.

నా కారు దాదాపు గంటకు వంద కిలోమీటర్ల వేగంతో ప్రయాణిస్తున్న సమయం అది. నేను ఇరుకుగా ఉన్న ఒక రోడ్డుమీద అదేవేగంతో ఒక బస్సును దాటాలని ప్రయత్నించాను. ఆ బస్సు డ్రైవరు దురుసుగా ఉండి నాకు దాటడానికి దారి ఇవ్వడం లేదు. నాకు కారు స్పీడు తగ్గించాలని మనస్సులో ప్రేరితం కావడం లేదు. అందువలన ప్రమాదాన్ని ఆహ్వానించడానికి పూర్తిగా తయారై పోయాను. నా మనస్సు మరియు ఆ బస్సు డ్రైవరు మనస్సు మధ్య ఒక సంకల్ప పూరిత ఘర్షణ మొదలైనది. నేనే ముందుగా జంకి తగ్గిపోతానని బస్సు డ్రైవరు అనుకుని ఉంటాడు. అయితే నేను మాత్రం ఏమీ తొణకకుండా ఆ బస్సును దాటేందుకు కారును తీసుకువెళ్లి వేగంగా వెళుతున్న ఆ బస్సు ప్రక్కనే నడపడం మొదలుపెట్టాను.

దీని ఫలితంగా నేను రోడ్డు కుడివైపున కొద్దిగా కారును రోడ్డు నుండి దించాల్సి వచ్చింది. ఆ బస్సు డ్రైవరు ఎంతమాత్రం దారి ఇవ్వని కారణంగా ఆ విధంగా చేయాల్సి వచ్చింది. నా కారుచక్రాలు రెండు రోడ్డు ప్రక్కనే మట్టిమీద దొర్లుతున్నాయి. అయితే మట్టినేల సమతలంగా లేదు. ఇక ఆ విధమైన స్థితిలో నేను ఆ బస్సును దాటడం కష్టం అనిపించింది.

అదే సమయంలో ముందు రోడ్డు మీద నా కారుకి కొద్దిదూరంలో కొంత మంది జనం యొక్క కదలిక కనిపించింది. ఇక చేసేది ఏమీలేక ఆఖరికి నా పట్టు విడిచి కారు స్పీడుని తగ్గించాల్సి వచ్చింది. అయితే అకస్మాత్తుగా కారు బ్రేక్ వేయాల్సివచ్చింది. దీని ఫలితంగా నేను కారు మీద నియంత్రణ కోల్పోయాను.

ఆ తరువాత నా జీవితంలో గడిచిపోయిన కొన్నిక్షణాలలో ఏమి జరిగింది అనేది మరచిపోవడానికి చాలా దీర్ఘకాలం పడుతుందనుకుంటాను !

ఆఖరికి కారు ఏ విధంగా నియంత్రణలోకి వచ్చింది అనేది వర్ణించడం చాలా కష్టం. ప్రమాదం జరగడం అనేది ఎలాగూ ఖాయం అని తేలిపోయింది కాబట్టి విధిరాతకి నన్ను నేను వదలివేశాను. జీవితం మరియు మరణం మధ్యన ఉండే అతి స్వల్పమైన మరియు సూక్ష్మమైన వ్యత్యాసాన్ని అనుభూతి చెందాను. అయితే ఆ అనుభవం కనీసం నేనుచేసిన వందపాపాలను హరించివేసి ఉంటుంది!

ఆ సంఘటన నుండి నాకుగాని మరియు నా కారుకుగాని ఎటువంటి నష్టం వాటిల్లకుండా సురక్షితంగా బయటపడగలిగాను.

నేను అత్యంత వేగంగా జరిగిపోయిన ఆ సంఘటనను తరువాత జీర్ణించుకోవడానికి ప్రయత్నిస్తున్న సమయంలో నా గురువుగారు ఉపదేశించిన మంత్రం నా మనస్సులో మారుమ్రోగుతోంది.

ఒక గురువు తన శిష్యుల యొక్క విధిరాతను అతిసూక్ష్మంగా నియంత్రించే విధానం ఈ విధంగా ఉంటుంది.

ఒక గురువు తన సిద్ధులను మరియు మహిమలను నేరుగా అందరి

ముందు ప్రదర్శించకపోవచ్చును.

నేను పైన వివరించిన రెండు సంఘటనలలో దివ్యదృష్టి అనే సిద్ధిని నా గురువుగారు ఉపయోగించడం జరిగింది.

అయితే వస్త్రంతో కప్పబడి ఉన్నా ఒక జ్యోతి యొక్క ప్రకాశం ఏ విధంగా బయటకు పొర్లి జనానికి కొంచెం కొంచెం కనిపిస్తుందో, అదేవిధంగా ఒక గురువు యొక్క సిద్ధులు మరియు మహిమలు కూడా ఆయన సంకల్పించకపోయినా ఆయన క్రింద సాధనచేసే సాధకులకు అప్పుడప్పుడు కనిపించడం జరుగుతుంది.

ఇటువంటి సంఘటనలు నా జీవితంలో ఎన్నోసార్లు జరిగాయి. అయితే పాఠకులు ఇంతవరకు నేను చెప్పదలచుకున్న విషయాన్ని అర్థం చేసుకుని ఉంటే, ఇక నేను వివరించిన విషయాలు సరిపోతాయని భావిస్తాను.

ఈ మొత్తం కథ గురించి ఒక చిన్న విశ్లేషణ చేద్దాం !

ఒక గురువు యొక్క సిద్ధులు మరియు మహిమలు ఆయన క్రింద సాధన చేసే శిష్యులకు ఒక్కోసారి అసంకల్పితంగా కనిపిస్తాయని నేను చెప్పినా, బహుశః ఒక గురువు ఈ విధంగా కావాలని కూడా చేయవచ్చును. ఎందుకంటే ఒకే చర్యతో చాలా విషయాలకు సమాధానం ఇవ్వడానికి ఇలా చేయవచ్చును.

అన్నింటికంటే ముందు ఒక శిష్యుని యొక్క విధిరాతగా మారబోతున్న అతని ఇంద్రియాల అనుభూతులు మరియు వాటి జ్ఞాపకాలు అన్నీ శుద్ధీకరణ గావించబడినాయి ! ఆ తరువాత జరుగబోయే సంఘటనలను గురించి సూక్ష్మరీతిలో ముందుగానే సూచనలిచ్చి ఒక గురువు తన సిద్ధులను మరియు మహిమలను కావాలని ప్రకటితం చేయవచ్చును. ఒక శిష్యుని యొక్క శ్రద్ధను గురువు పట్ల బలోపేతం చేయడానికి ఈ విధంగా చేసి ఉండవచ్చును.

అందుకనే ఒక గురువు ఏ విధంగా తన శిష్యుల యొక్క విధిరాతని నియంత్రించడం జరుగుతుందనేది అతి సూక్ష్మమని మరియు అర్థం చేసుకోవడం చాలా కష్టమని వివరించాను.

ఒక సాధకుని జీవితంలో ఇలాంటి సంఘటనలు జరిగినప్పుడు ఆ

సాధకుడు తీవ్రగతిన యోగమార్గంలో స్థాపించబడటం జరుగుతుంది. దీనివలన సాధకుడు యోగమార్గం గురించిన సందేహంతో మరియు అనుమానాలతో యోగమార్గాన్ని విడనాడి క్రింద పడిపోకుండా రక్షింపబడటం జరుగుతుంది.

చివరిమాట

పరహితము అంటే నిజానికి ఏమిటి ?

నిజానికి మానవులకు ఎవ్వరికీ దీని అర్థం గోచరం కాదు. ఎందుకంటే మానవులలో పరహితా దృక్పథాన్ని సృష్టించేది మరియు దానిని అమలు చేయించేది స్వయంగా ఆ పరబ్రహ్మమే కాబట్టి.

దీనిని గురించి ఇంకా విపులంగా చర్చించనివ్వండి.

ఏ మానవునికీ తన అహంకారపూరితమైన సంకల్పశక్తిని ఉపయోగించి దీనిని అమలు చేయడం ఈ ప్రపంచంలో సాధ్యం కాదు. అయితే పరబ్రహ్మం యొక్క కృపవలన ఒక మానవుడు పరహితా దృక్పథంతో ఈ ప్రపంచంలో జరిగే పనులకు తాను కేవలం మాధ్యమం మాత్రమే కావడం జరుగుతుంది.

ఏ మానవునికి ఎప్పటికీ మరొక మానవుని యొక్క సహాయం అనేది అవసరం అంటూ ఉండదు. అలాగే ఏ మానవుడు మరొక మానవునికి ఎప్పటికీ ఎలాంటి సహాయము చేయలేడు. ఈ భూమిమీద మనుగడ సాగించే ప్రతి ప్రాణి దైవశక్తి మీద ఆధారపడి ఉంటుంది. అందువలన ఏ ప్రాణికీ బయటనుండి ఎలాంటి సహాయము ఎప్పటికీ అవసరం ఉండదు. ఎందుకంటే ప్రతి ప్రాణి యొక్క నిర్మాణం ఈ సృష్టిలో కేవలం దైవశక్తి మీద మాత్రమే ఆధారపడి ఉంటుంది కాబట్టి. ప్రతి ప్రాణికి ఈ భూమి మీద మనుగడ సాగించడానికి అవసరమైన శారీరక నిర్మాణం కూడా కేవలం దైవశక్తి వలన ప్రాప్తించినదే !

అయితే అహంకార పూరితమైన సంకల్పశక్తి కారణం వలన ఒక మానవుడు భ్రమపడి తానేదో ఈ ప్రపంచానికి మంచి లేదా చెడు చేయగలనని అనుకుంటాడు. అదే విధంగా ఒక మానవుడు తనకు బయటనుండి ఏదైనా సహాయం అందితే బాగుంటుంది అని కూడా అనుకుంటాడు. కాని ఇక్కడ ఇద్దరి ఆలోచనా అర్ధరహితం అవుతుంది.

అందువలన ఈ ప్రపంచంలో అందరూ ఎంతో గొప్పగా భావించే కరుణ,

పరహిత, ప్రేమ, దయ వంటి పదాలకు మరియు వాటి వ్యతిరేక అర్థాన్నిచ్చే పదాలకు ఎలాంటి అస్తిత్వము లేదు. ఇలాంటి భావనలు వినడానికి ఎంత గొప్పగా అనిపించినా, అవి కేవలం అహంకారపూరితమైన మానవుని యొక్క బుద్ధి నుండి జన్మించిన శబ్దాలే అవుతాయి. ఈ విశ్వంలో ఏ భావన (అది ఎంత ఉన్నతమైనదైనా కావచ్చు లేదా ఎంత పాపపూరితమైనది అయినా కావచ్చును) శాశ్వతమైన మనుగడ సాగించడానికి ఎలాంటి ఆధారము లేదు. అది కేవలం భ్రమపూరితమైనది మాత్రమే ! దానికి మానవుని యొక్క అహం ఇంధనం లాగా పనిచేస్తుంది. అది మానవుని యొక్క మనస్సు మరియు భౌతిక ఇంద్రియముల ద్వారా బాహ్య ప్రపంచంలో శూన్యం మీద ధారణ చేయబడుతుంది.

ఒక మానవుని యొక్క అంతరంలో ప్రతిష్ఠింపబడి ఉన్న పరబ్రహ్మాన్ని లేదా ఆత్మను, కేవలం ఆ మానవుడే ఒంటరిగా అంతరము నందే సాక్షాత్కరింప జేసుకోవాలి. బయట నుండి ఎలాంటి శక్తి ఆ మానవునికి సహాయ పడలేదు. అయితే ఈ ప్రక్రియ కేవలం ఒక గురువు యొక్క మాధ్యమంగానే జరగాల్సి ఉన్నది. అది కూడా కేవలం ఒక గురువు యొక్క కృప వలన మాత్రమే సాధ్యమౌతుంది. ఏది ఏమైనా ఆఖరిలో మాత్రం ప్రతి మానవుడు తనను తానే రక్షించుకుని అంతరంలోని పరబ్రహ్మాన్ని స్వయంగా సాక్షాత్కరింప జేసుకొనవలసి ఉంటుంది.

ఆత్మసాక్షాత్కారం లేదా మోక్షము ఒక మానవునిలో సంభవించడం అనేది కేవలం భగవంతుని యొక్క అధీనంలో మాత్రమే ఉంటుంది.

ఈ స్థితి ప్రాప్తించాలంటే, అన్నింటికంటే ముందు ఒక మానవుడు జన్మజన్మల నుండి మరియు యుగయుగాల నుండి తన మనస్సులో కూడబెట్టుకొని ఉన్న ఇంద్రియాల అనుభూతులు మరియు వాటి జ్ఞాపకాల నుండి ముక్తి పొందాలి.

ఈ స్థితి ప్రాప్తించాలంటే మానవుని యొక్క అంతరంలో సంస్కారాల సృష్టికి మరియు వ్యక్తిగతస్థాయిలోని జగత్తు యొక్క సృష్టికి కారణమైన కుండలినీ

శక్తి లేదా పరాశక్తి లేదా విశ్వశక్తి స్వయంగా ఆ సృష్టిని విలీనం చేయాలి.

ఈ స్థితి ప్రాప్తించాలంటే ఒక గురువు ద్వారా కుండలినీ శక్తి మానవుని శరీరంలో జాగృతం గావింపబడాలి మరియు శక్తిని సృష్టికి వ్యతిరేక దిశలో ప్రేరితం చేయాలి. అప్పుడే సృష్టి యొక్క విలీనం లేదా విధ్వంసం అనేది సంభవమౌతుంది.

అయితే ఒక మానవుని యొక్క అంతరంలో కుప్పలు కుప్పలుగా సంస్కారాలు కూడి ఉంటాయి. అందువలన ఈ సంస్కారాలన్నింటిని తుడిచి వేయాలంటే చాలా దీర్ఘకాలం పడుతుంది.

ఒక గురువు యొక్క సంకల్పం ద్వారా ఈ ప్రక్రియను కావాలంటే వేగంగా జరిగేటట్లు చేయవచ్చును. కాని ఒక సాధకుడు ఆ గతిశీలతను తట్టుకోలేక పోవచ్చును. అయితే ఒక గురువు చాలా సమర్థవంతంగా ఒక సాధకుని యొక్క విధిరాతని నియంత్రించడం మాత్రం సాధ్యమౌతుంది. కాబట్టి ఒక సాధకుని విషయంలో విధిరాత యొక్క గతిశీలతను సరిగ్గా అవసరమైన రీతిలో ఒక గురువు నియంత్రించడం జరుగుతుంది.

అందువలన ఒక గురువుకి తనను తాను సమర్పితం చేసుకోవడమే ఒక సాధకుడు చేయవలసిన పని !

ఒక సాధారణ మానవునికి మాత్రం ఈ ప్రపంచంలో కావలసినదంతా కేవలం ఒక గురువు మాత్రమే !

నేను ఈ పుస్తకాన్ని ముగించే ముందు ఒక ప్రశ్నను పాఠకులందరి ముందు ఉంచదలచుకున్నాను !

మనస్సు నిర్మలమైన స్థితిలో లేనపుడు మరియు నిరంతరం భావోద్వేగాలనే కెరటాలు మనస్సు యొక్క అంతరంలో ఆ నిర్మలమైన స్థితిని విచ్ఛిన్నం చేస్తున్నపుడు ఏ మానవుడైనా ఈ భ్రమపూరితమైన ప్రపంచంలో కేవలం సాక్షీభూత స్థితిలో ఒక మౌనప్రేక్షకునిలా ఎలా ఉండగలడు ?

కేవలం సంకల్పంతో ఇది సాధ్యం కాదు !

మనస్సునే ఇలాంటి ఉన్నత భూమికకు చేర్చాలి !

ఇది కేవలం పరబ్రహ్మానికి ఆత్మ సమర్పణ గావించడం వలననే సాధ్యమవుతుంది. అయితే ఇది కూడా కేవలం సంకల్పంతో సాధ్యం కాదు. ఎందుకంటే అహంతో పరిపూరితమైన మరియు భ్రమపూరితమైన ఆత్మ సమర్పణ పనిచేయదు కాబట్టి !

అయితే దీనికి ఆఖరి సమాధానం ఏమిటి ?

ఒక గురువు యొక్క దైవికకృప మాత్రమే దీనికి సరైన ఏకైక సమాధానం!

నా గురుదేవులైన శ్రీ స్వామి సహజానంద తీర్థులవారికి వినమ్రతతో ప్రణామము చేస్తూ పాఠకులందరూ సరైన దిశలో ప్రేరితం కావాలని ఆశిస్తున్నాను.

యోగాభ్యాసానికి సంబంధించిన పదాల వివరణ

అజ్ఞ చక్రము – మానవుని యొక్క శరీరంలో రెండు కనుబొమ్మల మధ్య కేంద్రీకృతమై ఉన్న ఒక శక్తి కేంద్రం.

అనాహత చక్రము – మానవుని యొక్క శరీరంలో వెన్నెముక మీద హృదయం ఉన్న ప్రాంతంలో కేంద్రీకృతమై ఉన్న ఒక శక్తి కేంద్రం.

అన్నమయకోశం – ఇది జీవాత్మను కప్పి ఉంచియున్న ఐదవ ఆవరణ. దీనితో భౌతికమైన మరియు స్థూలమైన మానవశరీరం నిర్మితమౌతుంది.

ఆనందమయకోశం – ఇది జీవాత్మను కప్పి ఉంచిన మొదటి ఆవరణ. దీనిని మాయ అంటారు. ఈ స్థితిలో విశ్వశక్తి సూక్ష్మాతి సూక్ష్మమైన ప్రాథమిక స్థాయిలో ఉంటుంది. అందువలన దీనిని ఆదిపరాశక్తి అంటారు.

ఆశ్రమము – గురువు నివసించే ప్రదేశం. ఆయన పర్యవేక్షణలో శిష్యులు యోగసాధన చేస్తుంటారు.

బ్రహ్మం – పరాశక్తి సహితం అనంతమైన విశ్వమంతా వ్యాపించియున్న విశ్వాత్మ. మానవుని యందు దీనిని ఆత్మ అంటారు.

బుద్ధి – మానవుని శరీరంలో ఉంటుంది. దీనిని సంస్కృత గ్రంథాలలో మహత్ అని కూడా అంటారు. మానవునిలో వివేకం అనేది ఇక్కడి నుండే పుడుతుంది. మానవుని యొక్క అహం కూడా దీని ప్రక్కనే ఉంటుంది.

చిత్తం – మానవుని యొక్క మనస్సు. మానవశరీరంలో అన్ని ఇంద్రియాలకు కేంద్రం. మానవుడు సంకల్పం మరియు వికల్పం చేసేది కూడా ఇక్కడే.

చిత్తశక్తి – మానవశరీరంలో మనస్సులో నిండి ఉండే విశ్వశక్తి యొక్క రూపం.

చక్రము – మానవశరీరంలో మెదడు – వెన్నుబాము వ్యవస్థలో ఉండే శక్తికేంద్రం.

గురువు – మానవుని మనస్సులో నుండి చీకటిని లేదా అజ్ఞానాన్ని పారద్రోలే గొప్ప మానవుడు. దీని వలన మానవుని అంతరంలోనే విరాజిల్లుతున్న జ్ఞానం స్వయంప్రకాశమౌతుంది.

గుణాలు – మానవశరీరంలో మనస్సు అనేది మూడుగుణాల పదార్థంతో

తయారు చేయబడినది. వాటిని రజోగుణము, తమోగుణము మరియు సత్వగుణము అంటారు.

కారణ శరీరం – మాయతో కప్పబడిన జీవాత్మ.

క్రియ – మానవుని మనస్సులో కూడి ఉన్న ఇంద్రియాల అనుభూతులను మరియు వాటి జ్ఞాపకాలను తుడిచివేసేందుకు, మానవుని శరీరంలో, మనస్సులో మరియు దైనందిన జీవితంలో శక్తి ప్రేరణతో వ్యక్తమయ్యే ప్రక్రియ.

కుండలినీ శక్తి – విశ్వంగా అవతరించే పరాశక్తి. మానవశరీరంలో మెదడు – వెన్నుబాము వ్యవస్థ క్రిందిభాగాన గుదము మరియు జననేంద్రియముల నడిమధ్యన కేంద్రీకృతమై ఉంటుంది.

కుంభమేళా – భారతదేశంలో గంగానదీ తీరాన పన్నెండు సంవత్సరాలకొకసారి జరుపుకొనే నదీ ఉత్సవం.

మనోమయకోశం – ఇది జీవాత్మను కప్పియుంచే మూడవ ఆవరణ. మనస్సు మరియు అన్ని ఇంద్రియాలకు కేంద్రం. ఈ కోశంలో మానవుడు సంకల్పం మరియు వికల్పం వంటివి కూడా చేయడం జరుగుతుంది.

మాయ – మాయాశక్తి. విశ్వశక్తి యొక్క ఆదిస్వరూపం.

మణిపూర చక్రము – ఇది మానవశరీరంలో నాభి ప్రాంతంలో వెన్నెముక మీద ఉండే శక్తికేంద్రం.

మణిద్వీపం – ప్రాచీన సంస్కృత గ్రంథాల ప్రకారం ఇది అనంతమైన విశ్వంలో విశ్వశక్తి లేదా పరాశక్తి నివాసం ఉండే ప్రదేశం. అనంతమైన విశ్వంలో లెక్కకు మించి ఉన్న బ్రహ్మాండాల తరువాత మరియు వాటికి చాలా దూరంగా పాల సముద్రం లేదా ఆనందసాగరము నడిమధ్యన ఉండే ద్వీపం.

మంత్రము – ఇది సంస్కృత భాష లోని ఒక అక్షరం లేదా పదం లేదా వాక్యం లేదా వాక్యాల సముదాయం. వాక్యాల సముదాయం ఎంత పెద్దది అయినా కావచ్చును.

మూలాధార చక్రము – మానవశరీరంలో మెదడు – వెన్నెముక వ్యవస్థ క్రింది భాగాన గుదము మరియు జననేంద్రియాల నడిమధ్యన ఉండే శక్తికేంద్రం.

ఓం – ఇది సంస్కృత భాషలోని పవిత్రమైన అక్షరం లేదా పదం లేదా మంత్రం. విశ్వశక్తి అయిన పరాశక్తి యొక్క శబ్దస్వరూపం.

పరాశక్తి – పరబ్రహ్మం లేదా భగవంతునితో అనంతమైన విశ్వమంతా వ్యాపించియున్న శక్తి.

ప్రాణమయకోశం – ఇది జీవాత్మను కప్పియుంచే నాల్గవ ఆవరణ. ఈ ఆవరణ యందే మానవశరీరంలో ప్రాణశక్తులన్నీ కార్యరూపం దాల్చి ఉంటాయి.

ప్రకృతి – విశ్వశక్తి అయిన పరాశక్తి యొక్క స్థూల భౌతిక స్వరూపం. మన కళ్లకు కనిపించే ప్రపంచం.

ప్రాణము – విశ్వమంతా వ్యాపించియున్న పరాశక్తి యొక్క రూపం. దీనివలననే ఈ అనంతమైన విశ్వంలో కదలిక అనేది జరుగుతుంది. మానవశరీరంలో మనుగడకు అవసరమైన జీవశక్తి కూడా ఇదే.

రజోగుణము – మానవుని మనస్సులో ఉండే మూడుగుణాలలో ఇది ఒకటి. దీని వలననే సృష్టిరచన సాధ్యమౌతుంది.

సత్వగుణము – మానవుని మనస్సులో ఉండే మూడుగుణాలలో ఇది ఒకటి. దీని వలననే సృష్టి నిరంతరం ధారణ చేయబడుతుంది.

సమాధి – ఏ ఆలోచనలు లేని మనస్సు యొక్క స్థితి. అన్ని యోగసాధనలకు చివరి గమ్యస్థానం. మానవునిలో ఆత్మసాక్షాత్కారానికి ముందు ప్రాప్తించే మానసిక స్థితి.

శైవసిద్ధాంతం – శివుణ్ణి భగవంతునిగా పూజించే వారి సిద్ధాంతం. హిందువులు భగవంతుణ్ణి త్రిమూర్తులనే మూడు రూపాలలో పూజిస్తారు. శివుడు ఈ త్రిమూర్తులలో ఒక దేవుడు.

శక్తిపాతము – శక్తి యొక్క అవరోహణము. శక్తిపాత పరంపరలో గురువులు సాధకులకు సిద్ధమహాయోగంలో దీక్ష ఇవ్వడానికి ఉపయోగించే ఒక యోగ ప్రక్రియ.

శక్తి – ఆదిశక్తి అయిన విశ్వశక్తి లేదా విశ్వశక్తి యొక్క ప్రాథమిక స్థాయి.

శక్తిపీఠము – పరాశక్తి కేంద్రము.

సిద్ధమహాయోగము – మానవునిలో కుండలినీ శక్తి జాగృతం గావింపబడిన తరువాత అన్ని స్వతంత్ర యోగమార్గాలు కలిసిపోయే మహాయోగ మార్గము.

స్వాధిష్ఠాన చక్రము – మానవశరీరంలో మెదడు – వెన్నుపాము వ్యవస్థలో జననేంద్రియాల ప్రాంతంలో ఉండే శక్తి కేంద్రం.

సూక్ష్మశరీరం – స్థూల శరీరం లేనిది. అన్నమయ కోశం మినహాయించి మిగిలిన అన్ని కోశాలు ఉండే శరీరము. మానవుడు చనిపోయిన తరువాత భౌతిక శరీరాన్ని వదలి వెళ్లే జీవాత్మ ఈ శరీరాన్ని కలిగి ఉంటుంది.

తమోగుణం – మానవుని మనస్సులో ఉండే మూడు గుణములలో ఒకటి. సృష్టి యొక్క విధ్వంసం దీని వలనే జరుగుతుంది.

తంద్రావస్థ – ప్రాచీన యోగశాస్త్రాల ప్రకారం స్వప్నావస్థ మరియు జాగ్రదావస్థ మధ్యలో ఉండే మానసిక స్థితి.

తాంత్రికుడు – తంత్ర మార్గమనే యోగమార్గాన్ని సాధన చేసే సాధకుడు.

వైష్ణోదేవి – జమ్ము – కాశ్మీర్ రాష్ట్రంలోని హిమాలయ పర్వత పాదశ్రేణుల వద్ద ఉన్న త్రికూట పర్వతంపై కొలువై ఉన్న దేవి. ఇది చాలా ప్రసిద్ధి గాంచిన శక్తి కేంద్రం.

విశోక – శోకమునకు వ్యతిరేక పదము.

విజ్ఞానమయ కోశము – జీవాత్మను కప్పియుంచే రెండవ ఆవరణ. ఇది కారణ శరీరము పైన ఉంటుంది. బుద్ధి మరియు అహం రెండూ ఈ ఆవరణలో కలిసి ప్రక్కప్రక్కనే ఉంటాయి. అన్ని ఇంద్రియాల అనుభూతులు మరియు వాటి జ్ఞాపకాలు ఇక్కడే ముద్రింపబడి ఉంటాయి.

యోగము – జీవాత్మని పరమాత్మలో కలుపుటకు ఉపయోగించే ప్రక్రియ.

యోగి – ఏదైనా ఒక యోగమార్గంలో సాధనచేసే పురుషుడు.

యోగిని – ఏదైనా ఒక యోగమార్గంలో సాధనచేసే మహిళ.

శక్తిపాత పరంపర యొక్క ఆశ్రమములు

(స్వతంత్రమైనవి మరియు తెలిసినవి)

1. నారాయణ కుటి సన్యాస్ ఆశ్రమము
టేక్రిరోడ్డు, దేవాస్, మధ్యప్రదేశ్ - 455001
ఫో.నెం. 07272 - 23891, 31880

2. స్వామి విష్ణుతీర్థ సాధన్ సేవాన్యాస్
12-3, ఓల్డ్ పలాసియా, జోపట్ కోటి, ఇండోర్, మధ్యప్రదేశ్ - 452001
ఫో.నెం. 0731 - 566386, 564081

3. స్వామి శివోంతీర్థ కుండలినీ యోగా సెంటర్
దుర్గా మందిర్, నియర్ కలెక్టర్ బంగ్లా, చింద్వాడా,
మధ్యప్రదేశ్ - 480001
ఫో.నెం. 07162 - 42640

4. స్వామి శివోంతీర్థ ఆశ్రమము
ముఖర్జీనగర్, రైసన్, మధ్యప్రదేశ్ - 464551
ఫో.నెం. 07482 - 22294

5. స్వామి శివోంతీర్థ మహాయోగ ఆశ్రమము
ఖారీఘాట్, జబల్‌పూర్, మధ్యప్రదేశ్ - 482008
ఫో.నెం. 0761 - 665027

6. దేవాత్మశక్తి సొసైటీ
74, నావాళి విలేజ్, దహిసర్ పోస్ట్ (వయా ముంబ్రా)
ముంబ్రా పన్వేల్ రోడ్డు, థానే జిల్లా, మహారాష్ట్ర - 400612
ఫో.నెం. 022 - 7411400

7. సిద్ధమహాయోగ ట్రస్ట్
ఇంటినెంబరు : 8-3-952-10-3 (1167)
సెకండ్ ఫ్లోర్, శ్రీనగర్ కాలనీ రోడ్, హైదరాబాద్ - 500073
ఫో.నెం. 9848219240

8. శివోం కృప ఆశ్రమ ట్రస్ట్
ఇంటినెంబరు : 28-1463-1,
తేనెబండ, శివోమ్‌నగర్, చిత్తూరు, ఆంధ్రప్రదేశ్ - 517004
ఫో.నెం. 08572 - 49048, 9440069096

9. యోగశ్రీ పీఠము, శివానంద నగర్, ముని-కి-రేతి, ఋషీకేశ్,
ఉత్తరాఖండ్ - 249201
ఫో.నెం. 0135 - 430467

10. ఓంకార్ ఆశ్రమము
చిత్తోడ్ శాసనాగిర్,
జునాఘడ్, గుజరాత్

11. ఓంకార్ సాధన్ ఆశ్రమము, ఆనంద్, గుజరాత్

12. స్వామి విష్ణుతీర్థ జ్ఞాన సాధన్ ఆశ్రమము,
కుబుడు రోడ్, కేడి గుజ్జర్,
గన్నూర్, సోనిపత్ జిల్లా, హర్యానా
ఫో.నెం. 0124 - 62150, 61550

13. విష్ణుతీర్థ సిద్ధమహాయోగ సంస్థానము
శివోం కుటి ఆశ్రమము, నియర్ కాళేశ్వర్ మందిర్,
బహదూర్ పూర్ రోడ్,
అమలనేరు పోస్ట్, జలగావ్ జిల్లా,
మహారాష్ట్ర - 425401

14. గురు నికేతన్,
శివా కాలనీ, డాబ్రా,
గ్వాలియర్ జిల్లా, మధ్యప్రదేశ్ - 475110
ఫో.నెం. 07524 - 22153

15. స్వామి శివోంతీర్థ ఆశ్రమము
స్పారో బుష్, న్యూయార్క్, 12780,
అమెరికా

16. స్వామి శివోంతీర్థ ఆశ్రమము
రూట్ నెంబరు : 97,
పాండ్ ఎడ్డీ, సులివన్ కౌంటీ
న్యూయార్క్, అమెరికా

17. స్వామి శివోంతీర్థ ఆశ్రమము
39, ఎడ్జ్ మీర్ డ్రైవ్, సియరింగ్ టౌన్,
న్యూయార్క్, 11507, అమెరికా

18. దేవాత్మశక్తి సొసైటీ ఆఫ్ న్యూయార్క్
పోస్ట్ ఆఫీస్ బాక్స్ 1432,
న్యూయార్క్, 10185, అమెరికా

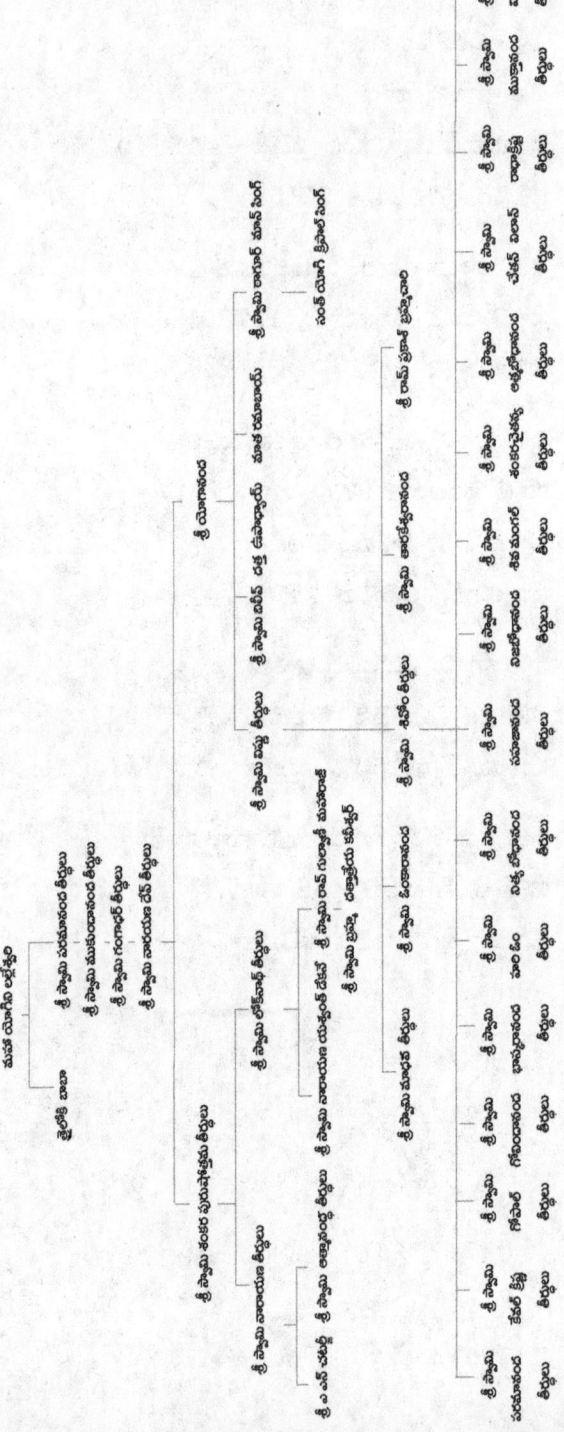

శక్తిపాత గురు పరంపర (తెలిసిన చరిత్ర)

రచయిత గురించి -

రాక్‌క్లయింబింగ్ మరియు పర్వతారోహణం వంటి సాహసక్రీడలలో అతనికి ఉన్న ఆసక్తి కారణంగా అతడిని పదిహేనవ ఏట నుండే హిమాలయ పర్వత శ్రేణులు మరియు గంగానది యొక్క జన్మస్థానం ఆకర్షితం చేశాయి.

రెండువేల కిలోమీటర్లకు పైగా అతడు చేసిన సుదూర ప్రయాణం అతడు ఊహించని మలుపు తిరుగుతుంది. అతడు ప్రయాణించిన రైలుపెట్టె లోనే తన పదిహేనవ ఏటే హిమాలయ పర్వత శ్రేణులలో తపస్సు చేస్తున్న భావి గురుదేవుల యొక్క పరిచయం కలుగుతుంది.

కాని ఆ ప్రయాణం ప్రారంభం కాకముందే, దానిని గురించి బ్రహ్మ దేవుడు ఎప్పుడో లిఖించి ఉన్నాడనే విషయం ఆ సమయంలో ఆ పదిహేనేళ్ల బాలునికి తెలియదు.

రచయిత ప్రస్తుతం భారతసైన్యంలో పనిచేస్తున్న ఒక సైనికాధికారి.